வேர்ப்பற்று

வேர்ப்பற்று

இந்திரா பார்த்தசாரதி (பி. 1930)

சென்னையில் பிறந்து கும்பகோணத்தில் வளர்ந்த ரங்கனாதன் பார்த்தசாரதி தன் மனைவி இந்திராவின் பெயரைத் தன் பெயருடன் இணைத்துக் கொண்டு இந்திரா பார்த்தசாரதி என்ற புனைபெயரில் எழுத ஆரம்பித்தார். கும்பகோணத்தில் தன் பள்ளிப் படிப்பை முடித்தார். பள்ளிப் பருவத்தில் தி. ஜானகிராமன் இவருடைய ஆசிரியராக இருந்தார். குடந்தை அரசு கல்லூரியில் இளங்கலைப் பட்டம், சிதம்பரம் அண்ணாமலை பல்கலைக் கழகத்தில் முதுகலைப் பட்டம் பெற்றார்.

முதன்முதலாக *ஆனந்த விகடன்* இதழில் இவரது ‘மனித இயந்திரம்’ சிறுகதை 1964இல் வெளிவந்தது. அதன் பின் *தீபம்*, *கல்கி*, *கணையாழி* போன்ற இதழ்கள் இவர் படைப்புகளை வெளியிட்டுள்ளன. பல நாவல்களும் நூற்றுக்கும் மேற்பட்ட சிறுகதைகளும் நாடகங்களும் எழுதியுள்ளார். இவருடைய கட்டுரைகளும் மொழியாக்கங்களும் நூல்களாக வெளியிடப் பட்டுள்ளன.

1972இல் தக்ஷிண் பாரத் நாடக சபாவுக்காக எழுதிய முதல் நாடகமான ‘மழை’யைத் தொடர்ந்து பல நாடகங்களை எழுதினார். இதுவரை 15 நாடகங்கள், 19 நாவல்கள், 6 சிறுகதைத் தொகுப்புகள் வெளிவந்துள்ளன. ஆய்வுத் துறையிலும் இவருடைய சிறந்த பங்களிப்பு உண்டு. ஆழ்வார்கள் குறித்து ஆய்வுசெய்து கட்டுரை சமர்ப்பித்துத் தில்லிப் பல்கலைக் கழகத்தில் முனைவர் பட்டம் பெற்றார்.

திருச்சி தேசியக் கல்லூரியில் 1952முதல் மூன்றாண்டுக் காலம் ஆசிரியராகப் பணியாற்றினார். பிறகு தில்லி சென்று அங்கு தமிழாசிரியராகப் பணி யாற்றினார். 1962முதல் தில்லி பல்கலைக்கழகத்தில் தமிழ் விரிவுரை யாளராகச் சேர்ந்தார். தொடர்ந்து இணைப் பேராசிரியர், பேராசிரியராக 40 ஆண்டுக் காலம் அங்கு பணியாற்றினார். போலந்தின் வார்சா பல்கலைக் கழகத்தில் இந்தியத் தத்துவம், பண்பாட்டுப் பாடப் பிரிவுக்கான வருகைதரு பேராசிரியராக 1981முதல் 1986வரை பணியாற்றினார்.

ஓய்வுபெற்ற பிறகு, புதுவைப் பல்கலைக்கழக நாடகத் துறையில் நான்காண்டுக் காலம் பணியாற்றியபோது அங்கு சங்கரதாஸ் சுவாமிகள் நிகழ்கலைப் பள்ளியை நிறுவி அதன் இயக்குநராகச் செயலாற்றினார். முற்றிலும் முடங்கிக் கிடந்த தமிழ் நாடகக் கலையைச் சிலப்பதிகாரத்தி லிருந்து புனையப்பட்ட நாடகங்கள், ஷேக்ஸ்பியரின் 'கிங்க்லியர்' நாடகம் இவற்றை மேடையேற்றி உயிர்ப்பித்தார். அந்தக் காலகட்டத்தில் 1996இல் எழுதிய 'ராமானுஜர்' நாடகமும் 1997இல் எழுதப்பட்ட 'நந்தன் கதை' நாடகமும் மிகுந்த வரவேற்பைப் பெற்றன. 1991இல் இந்திய குடியரசுத் தலைவரின் விருது பெற்ற கே.எஸ். சேதுமாதவன் இயக்கிய 'மறுபக்கம்' படத்தின் கதை இவர் எழுதிய 'உச்சி வெயில்' குறுநாவலை ஆதாரமாகக் கொண்டது. இந்திய அரசும் பெருமதிப்பு வாய்ந்த பல நிறுவனங்களும் விருதுகளால் இவரைக் கௌரவித்துள்ளன.

'குருதிப் புனல்' நாவலுக்கு சாகித்திய அகாதெமி விருது (1977), 'வேதபுரத்து வியாபாரிகள்' நாவலுக்கு பாரதீய பாஷா பரிஷத் விருது (1996), சரஸ்வதி சம்மான் விருது (1999), 'ராமானுஜர்' நாடகத்துக்கு சங்கீத் நாடக அகாதெமி விருது (2004), பத்மஸ்ரீ விருது (2010), *இந்து* நாளிதழ் நடத்தும் 'லிட் ஃபார் லைஃப்' இலக்கிய நிகழ்வின் வாழ்நாள் விருது (2010) ஆகியவற்றைப் பெற்றுள்ளார். 2022, மார்ச் மாதம் ஃபெல்லோஷிப் வழங்கி இவரைக் கௌரவித்திருக்கிறது சாகித்திய அகாதெமி.

இந்நூல் 1994இல் தமிழ்ப் புத்தகாலயம் வெளியிட்ட முதற்பதிப்பை அடியொற்றி ஒப்புநோக்கப்பட்டது. முதற்பதிப்புப் பிரதியைத் தந்து உதவிய ரோஜா முத்தையா ஆராய்ச்சி நூலக இயக்குநர் சுந்தர் அவர்களுக்கு நன்றி.

இந்திரா பார்த்தசாரதி

வேர்ப்பற்று

காலச்சுவடு பதிப்பகம்

● அன்பார்ந்த வாசகருக்கு,

வணக்கம்.

காலச்சுவடு நூலை வாங்கியமைக்கு நன்றி.

நூலின் உள்ளடக்கம், உருவாக்கம், அட்டைப்படம் இன்ன பிற அம்சங்கள் பற்றிய உங்கள் கருத்துகளையும் ஆலோசனைகளையும் காலச்சுவடு வரவேற்கிறது. தகவல், எழுத்து, வாக்கியப் பிழைகள் தென்பட்டால் சுட்டாயம் தெரிவித்து உதவுங்கள். நூல் தயாரிப்பில் கடும் குறைபாடு இருப்பின் மாற்றுப் பிரதி உங்களுக்குக் கிடைக்கக் காலச்சுவடு ஏற்பாடு செய்யும்.

மின்னஞ்சல்: **publisher@kalachuvadu.com**

காலச்சுவடு நாகர்கோவில் அலுவலகத்துக்குக் கடிதம் அனுப்பலாம்.

தங்கள்
எஸ்.ஆர். சுந்தரம் (கண்ணன்)
பதிப்பாளர் — நிர்வாக இயக்குநர்

வேர்ப்பற்று ✦ நாவல் ✦ ஆசிரியர்: இந்திரா பார்த்தசாரதி ✦ © இந்திரா பார்த்தசாரதி ✦ முதல் பதிப்பு: நவம்பர் 1994 ✦ காலச்சுவடு முதல் பதிப்பு: டிசம்பர் 2023 ✦ வெளியீடு: காலச்சுவடு பப்ளிகேஷன்ஸ் (பி) லிட்., 669, கே.பி. சாலை, நாகர்கோவில் 629001

காலச்சுவடு பதிப்பக வெளியீடு: 1261

veerppaRRu ✦ Novel ✦ Author: Indira Parthasarathy ✦ © Indira Parthasarathy ✦ Language: Tamil ✦ First Edition: November 1994 ✦ Kalachuvadu First Edition: December 2023 ✦ Size: Demy 1 x 8 ✦ Paper: 18.6 kg maplitho ✦ Pages: 272

Published by Kalachuvadu Publications Pvt. Ltd., 669, K.P. Road, Nagercoil 629001, India ✦ Phone: 91-4652-278525 ✦ e-mail: publications @kalachuvadu.com ✦ Printed at Mani Offset, Chennai 600077

ISBN: 978-81-19034-58-1

12/2023/S.No. 1261, kcp 4844, 18.6 (1) ass

முன்னுரை

*1946*இல் தொடங்கும் இக்கதை *1952*இல் முடிகிறது. அதாவது இந்தியா சுதந்திரம் பெறுவதற்கு ஓராண்டு முன்னால் தொடங்கி, சுதந்திரம் பெற்ற ஐந்தாண்டுகளில் முடிந்து விடுகிறது.

சுதந்திரம் பெறுவதற்கு முன் கனவு காணும் ஓரிளைஞனின் கனவு கலைவதைச் சொல்லும் கதை.

இது 'கணையாழி'யில் வெளிவரும்போது சிலர் கேட்டனர், இது சுயசரிதையா நாவலா என்று.

ஓர் எழுத்தாளன் படைப்புக்களில் அவன் உருவாக்குகின்ற பாத்திரங்களில் அந்தர்யாமியாய் அவன் ஊடுருவிப் பரவுவதை அவனால் தவிர்க்க முடியாது. இவ்வகையில், அவன் படைப்பாக்கங்கள் அனைவற்றிலும் சுயசரிதை அம்சம் இருக்கத்தான் செய்யும்.

இது கும்பகோணத்தில் நிகழும் கதை என்பதால், சுய அநுபவங்கள் இதில் அதிகமாக இருக்கக் கூடிய வாய்ப்புண்டு. ஆனால் இதில் வருகின்ற கதாபாத்திரம் யார் யார் என்று சுட்டும் யூக விளையாட்டுகளுக்கு இடமில்லை. ஒவ்வொரு கதாபாத்திரமும் படைப்பாளியின் கற்பனையின் விரிவாக்கமாக இருப்பது ஒரு நல்ல எழுத்தின் கலை பலம்.

இன்னொரு வகையில் இது ஒரு வரலாற்றுக் கதை. ஒரு குறிப்பிட்ட காலகட்டத்திய சமுதாயத்தையும் அதன் மதிப்பீடுகளையும் பற்றிய கதை.

ஆனால் கதை சொல்லும் சௌகரியத்துக்காக, ஒரு கதாபாத்திரம் எதிர்கொள்ளும் நிகழ்வுகள் வழியே கதை சொல்லுவது, அக்காலத்திய அவன் மனநிலைக்கொத்த இளைஞர்களை அவன் மூலம் அடையாளப்படுத்திக் காட்டுவதற்காக.

'ஆயிரம் உண்டிங்கு சாதி' என்று அந்நியர் மீதுள்ள கோபத்தில், அவர்களை அந்நியப்படுத்திக் காட்டுவதற்காகச் சொன்ன கவிஞன் – அவனுடைய கனவுகள் நனவுகளாகினவோ என்னவோ – அப்பொழுது வெகுண்டு கூறிய இச்சொற்கள், அன்றும இன்றும் நடைமுறையாயிருப்பதை அவன் காண நேரிட்டிருந்தால், காலனைக் காலுக்கருகே அழைக்காமல் தன்னை அழைத்துச் செல்லக் கைக்கூப்பி வேண்டியிருப்பான்.

கதையைப் படியுங்கள்.

சென்னை
1–11–94

இந்திரா பார்த்தசாரதி

ஒன்று

‘நீளாதுங்க ஸ்தநகிரி தடீஸுப்த முத்போத்ய
க்ருஷ்ணம்
பாராத்யம் ஸ்வம் ஸ்ருதி ஸதஸூரஸ் ஸித்த
மத்யா பயந்தீ
ஸ்வோச்சிஷ்டா யாம் ஸ்ரஜி நிகளிதம் யா பலாத்
க்ருத்ய புங்க்தே கோதா தஸ்யை நம இதமிதம்
பூய ஏவாஸ்து பூய’

தூக்கமும் விழிப்புமில்லாத ஸ்வப்னாவஸ்தையா யிருந்த கேசவனைப் பட்டரின் தனியன் எழுப்பி விட்டது.

கீழே அப்பா குளித்துவிட்டு, மார்கழி மாதத்துக் குளிருக்குச் சலுகையாக ஒரு சால்வையை மேலே போட்டுக்கொண்டு, அவருக்கே உரிய கம்பீரக் குரலில், தனியனைச் சொல்லிக்கொண்டிருந்தார்.

ஆண்டாளின் அருளிச் செயலினால் கிருஷ்ணன் எழுந்திருக்கிறாரோ என்னவோ, அவன் இப்பொழுது எழுந்தாக வேண்டும். இன்னும் சில விநாடிகளில் அம்மா வந்து அவனைப் பரிவுடன் தொட்டு எழுப்புவதற்கு முன்னால், தானே எழுந்து விடுவது நல்லதென்று அவனுக்குத் தோன்றியது.

கேசவன் எழுந்து உட்கார்ந்தான்.

இரவு வெகுநேரம் கழித்துத்தான் அவனுக்குத் தூக்கம் வந்தது.

அவன் உறங்குவதற்கு இங்கிலிஷ்காரர்களைப் போல் ஆடுகளை எண்ணுவதில்லை. அவன்

வீட்டுக்கருகே இருந்த மண்டபத்தில் எத்தனை குடித்தனங்கள் இருக்கின்றன என்று எண்ணிப் பார்ப்பது வழக்கம்.

அவ்வளவு பெரிய மண்டபத்தின் சொந்தக்காரி பெரிய கோமளம். கோயில் சொத்து எப்படித் தனி உடைமையாயிற்று என்பதை வரலாற்றிடந்தான் கேட்க வேண்டும். ஒருவேளை, கோயில் எழுந்தருளியிருக்கும். சாரங்கபாணி பெருமாளுக்குத் தெரிந்திருக்கலாம். ஆனால் அவரே சோமேஸ்வரருடைய இடத்தை ஆக்ரமித்து அவருக்குத் தம்மருகிலேயே ஒரு சின்ன இடத்தைத் தந்து, 'ஏழைச் சோமேஸ்வரர்' என்ற பட்டத்தையும் வழங்கிவிட்டதாக ஒரு கதை உண்டு. இந்நிலையில் பெரிய கோமளத்தின் உரிமை விஷயத்தில் அவர் எப்படிக் குறுக்கிட முடியும்?

அவர் பயப்படுவதற்கு இன்னொரு காரணமும் உண்டு. பெரிய கோமளத்தின் வாய். பக்தர்கள் நிந்தா ஸ்துதி பாடுவார்கள். பெரிய கோமளத்தின் பாட்டில் நிச்சயம் ஸ்துதி இருக்காது, நிந்தனை இருக்கும்.

அம்மா வருவது கேசவனுக்குத் தெரிந்தது. அவன் எழுந்து நின்று சோம்பல் முறித்தான்.

"சீக்கிரம் பல்லைத் தேச்சுட்டு, காபி குடிச்சிட்டு, குளிக்கப் போ. இன்னிக்கித் திருவோணம்..." என்றாள் அம்மா. அவன் படுக்கையைச் சுருட்டிக் கட்டிலில் போட்டான். அந்தக் கட்டிலில் யாரும் படுப்பது கிடையாது.

அம்மாவுக்குக் கல்யாணமான புதிதில் இந்தக் கட்டிலில் படுக்க வேண்டுமென்ற ஆசை இருந்ததாம். அப்பா கூடா தென்று விட்டாராம். இந்தக் கட்டில் அப்பாவின் தாத்தா காலத்தி லிருந்து இருந்து வருகிறது. கும்பகோணம் கலெக்டர் ஓர் இங்கிலீஷ்காரன். அப்பாவின் தாத்தாவிடமிருந்து சம்ஸ்கிருதம் கற்றுக்கொள்வதற்கு நன்றிக்கடனாகக் கட்டிலைக் கொடுத்து விட்டுப் போயிருக்கிறான்.

சங்க காலத்திலிருந்ததாகச் சொல்லுகிறார்களே, முரசுக் கட்டில், அந்த மாதிரிதான் இதுவும். முரசுக்குப் பதிலாக மெத்தை; இதுதான் வித்தியாசம்.

போன வாரம்தான் அந்தப் பாட்டைப் படித்து அர்த்தம் சொல்லி அந்தக் காலத் தமிழ்ப் புலவர்களுக்கு அரசர்கள் கொடுத்து வந்த தகுதி பற்றி ஒரு 'வீர'ச் சொற்பொழிவு நிகழ்த்தி னார், அவனுடைய கல்லூரித் தமிழாசிரியர் கோவிழியார்.

கோவிழியார் பாடம் நடத்துவது மாணவர்களைப் போருக்கு ஆயத்தம் செய்வது போலிருக்கும். அவரைப் பொறுத்த

வரையில், ரஸங்கள் ஒன்பது இல்லை; ஒன்றுதான். அதுதான் வீர ரஸம். 'அண்ணலும் நோக்கினான், அவளும் நோக்கினாள்' என்று ஒரு சமயம் அவர் மேற்கோள்காட்டி முழங்கியபோது, இது ராமனும் சீதையும் ஒருவரையொருவர் பார்த்துக்கொண்ட விஷயமா, அல்லது ராம ராவண யுத்தமா என்று சந்தேகம் அவனுக்கேற்பட்டது.

பல்லை விளக்கிவிட்டு அவன் கூடத்திலிருந்த ஊஞ்சலில் உட்கார்ந்தான்.

உள்ளே அப்பா 'கஞ்சன் வயிற்றில் நெருப்பென நின்ற நெடுமாலே' என்று சொல்லிக்கொண்டிருந்தார். சமையலறையி லிருந்து சர்க்கரைப் பொங்கல் வாசனை கமகமவென்று வந்தது.

"காபி குடிக்க வா" என்று அம்மா உள்ளிருந்து உத்தர விட்டாள். அப்பாவுக்குக் கேசவன் எழுந்துவிட்டான் என்பதை உணர்த்துவதற்காகச் சொன்னது இது என்பதை அவன் உணர்ந்தான்.

அவன் எழுந்து உள்ளே போனான்.

ஊதுவத்தி, சந்தனம், மல்லிகைப்பூ ஆகியவற்றின் மணம் கலந்து அவன் மனத்தில் ஒரு மயக்கத்தை ஏற்படுத்தியது.

அப்பா வைதிக விஷயங்களில் மிகவும் கண்டிப்பானவர். என்றாலும், மார்கழி பஜனைக் கோஷ்டியில் கலந்துகொள்வ தில்லை. வீட்டில்தான் பூஜை.

அவன் கொல்லைக்கட்டுக்குச் சென்றான்.

லேசான குளிர்தான். கிணற்றுத் தண்ணீரில் குளிக்கும்போது முதல் வாளி அவ்வளவு சுகமாக இருக்காது. பிறகு குளிக்கக் குளிக்க அது ஒரு சந்தோஷமான அனுபவம்.

கிழக்கே வானம் தெளிந்திருந்தது. அங்குமிங்கும் வண்ணக் கோலங்கள்.

அவன் இருபதாவது வாளித் தண்ணீரை மேலே விட்டுக் கொள்ளும் போது, "கிணத்துத் தண்ணீரைத் தீத்துடாதே, சீக்கிரம் வா" என்று அம்மா சொல்வது காதில் விழுந்தது.

திரும்பிப் பார்த்தான்.

கொல்லைக்கட்டு கதவருகே அம்மா நின்றுகொண்டிருந்தாள்.

"இதோ வந்துட்டேன்மா..."

"உன்னை ஒன்று கேட்கணும், அதுக்காகத்தான் வந்தேன்."

வேர்ப்பற்று

"என்ன?"

"உன் பூணூல் எங்கே?"

அப்பொழுதுதான் அது அவனுக்கு ஞாபகம் வந்தது.

அவன் கல்லூரிக்குப் போகும்போது பூணூலைக் கழற்றிப் புத்தக அலமாரியில் வைத்துவிட்டு, சாயந்திரம் வீட்டுக்கு வந்த பிறகு எடுத்துப் போட்டுக்கொள்வது வழக்கம்.

நேற்று வீட்டுக்குத் திரும்பும்போது, நேரமாகிவிட்டது. மறந்துபோய் விட்டான்.

"என்னடா பேசாம இருக்கே?"

"ஒண்ணும் குடிமுழுகிப் போலேம்மா."

"என்னடா இப்படிச் சொல்றே, நடாதுர் குடும்பம்டா நம்மது. அப்பாவுக்குத் தெரிஞ்சுதுன்னா?"

"அதான் உன் பயம் இல்லையா? டவலை மேலே சுத்திண்டு மாடிக்குப் போய் பிராமணனாயிடறேன் சரியா?"

"காலேஜுக்குப் போக ஆரம்பிச்சவுடனேயே வக்கிரம் ஆரம்பிச்சாச்சு. என்ன ஆகப்போறதோ, சாரங்கா, நீதான் இந்தப் பிள்ளைக்குப் புத்தியைக் கொடுக்கணும்..." என்று கூறிக் கொண்டே அம்மா உள்ளே போனாள்.

கேசவனுக்குக் கல்லூரியில் சேர்ந்ததிலிருந்தே பல சந்தேகங்கள். முதல் சந்தேகம் – ஜாதியைப் பற்றியது. இரண்டாவது, கடவுளைப் பற்றியது.

அவனுக்கு மிகவும் பிடித்த ஆசிரியர் சுப்ரமணிய ஐயர். ஐம்பத்தைந்து வயதிருக்கும். பிரும்மச்சாரி. மிகவும் படித்தவர். ஆனால், அவருக்குப் பின்னால் வேலைக்குச் சேர்ந்தவர்கள் யாவரும் பதவி உயர்வு பெற்று பேராசிரியர்களாகவோ கல்லூரித் தலைவர்களாகவோ ஆகிவிட்டார்கள். இவருக்குப் பதவி உயர்வு கிடைக்காமலிருந்ததற்குக் காரணம் இவருடைய சுயேச்சையான போக்கு என்று சொல்லுவார்கள்.

அவருக்கும் கேசவனைப் பிடித்திருந்தது. அவனைக் கூப்பிட்டு வைத்துக்கொண்டு பல விஷயங்கள் சொல்லுவார். அவனுக்கு இலக்கியத்தில் ஈடுபாடு ஏற்பட்டதற்கு அவர்தான் காரணம். இலக்கியம் மட்டுமல்ல, அவனுக்குப் புரியும்படியாகப் பல தத்துவக் கருத்துக்களையும் சொல்வது அவர் வழக்கம்.

இதன் விளைவாக ஏற்பட்டவைதான், அவனுடைய சந்தேகங்கள். சந்தேகம், அறிவின் அறிகுறி.

சுப்ரமணிய ஐயருக்கு ஆசிரியர்களில் நண்பர்கள் இருந்ததாகத் தெரியவில்லை. அவர் எப்பொழுதுமே தனியாகத் தானிருப்பார். மாணவர்களிலும் பெரும்பான்மையோர் அவரைப் புரிந்துகொண்டதாகத் தெரியவில்லை.

அவருடைய 'முற்போக்கான சிந்தனை'களுக்கு (ஜாதி எதிர்ப்பு, நாஸ்திகவாதம்) அரசியல் காரணங்கள் அடிப்படை யானவை அல்ல. அவர் விடுதலை இயக்கத்திலும் ஈடுபாடு கொண்டதாகத் தெரியவில்லை.

'நம்ம நாடு அப்படியே ஒண்ணு திரண்டு இங்கிலீஷ்காரனை அடிச்சு விரட்ட முனைஞ்சிருக்கிற மாதிரி தோணறது. . . இது பிரமை. எப்படியும் சுதந்தரம் கிடைக்காமல் போகாது. இதுக்குக் காரணம் நம்ம போராட்டமேயில்லை. 'சர்வதேச அரசியல் சூழ்நிலை. ஆனா என்ன ஆகப்போறது தெரியுமா? நான்தான் சுதந்தரத்துக்குக் காரணம்னு பாக்கியதை கொண்டாடிண்டு ஒரு புது ஆள்ற ஜாதி உருவாகப் போறது. இதான் நம்ம நாட்டோட சாபக்கேடு. . .'

கேசவனுக்கு இந்த விஷயத்தில் அவரோடு உடன்பா டில்லை. இதனால் சில சமயங்களில், ஆங்கிலேய ஆட்சி முடிவடையப் போகின்றதே என்று அவர் வருத்தப்படுகின்றாரா என்றுகூட அவன் எண்ணுவதுண்டு.

'நீங்க ஜாதியிலே நம்பிக்கை இல்லேங்கிறிங்க. 'ஐயர்'னு இன்னும் வச்சுட்டிருக்கீங்களே?' என்று அவன் ஒரு சமயம் அவரைக் கேட்டான்.

'என்ன செய்யறது? கெஜட் நோட்டிபிகேஷன் கொடுத்து மாத்திக்கலாம்... ஆனா இதுவா பெரிய விஷயம்? மனசில ஜாதி கிடையாதுன்னு ஓர் ஆழமான நம்பிக்கை இருந்தா போறாதா? எனக்கு அப்படியிருக்குன்னு தெரியும். . . மத்தவாளை நான் நம்ப வைக்கணும்னு எனக்கு அவசியமுமில்லை. . . இதோ பாரு எனக்குப் பூணூல் கிடையாது. கழட்டி எறிஞ்சு முப்பது வருஷ மாறது. அதே சமயத்திலே சுயமரியாதைக்காரங்ககிட்ட போய் நான் ஒரு சீர்திருத்தவாதின்னு பிரகடனம் பண்ணிக்கணும்னும் நான் இஷ்டப்படலே. . . இது என் சொந்த அபிப்பிராயம். எனக்கு நானே வேஷம் போட்டுக்கலே. அவ்வளவுதான், புரிஞ்சுதா?'

அவருடைய நேர்மையும், எளிமையும் அவனை மிகவும் கவர்ந்தன.

அவனிருந்த அக்கிரஹாரத்தில் எல்லாமே வைதிகக் குடும்பங்கள். அவைகளில் பெரும்பான்மையானவை கோயிலை நம்பிப் பிழைத்தன.

அவன் வீட்டுக்கு எதிர்த்தாற் போலிருந்த கோயில் பட்டாச்சாரி வீட்டில் மூன்று குடித்தனங்கள். ஒவ்வொரு குடித்தனத்தைப் பற்றியும் வம்புகளுக்குக் குறைவில்லை.

இந்த மாதிரிதான் அந்தத் தெருவிலிருந்த பெரும்பாலான வீடுகளில் திண்ணைக்குத் திண்ணை மத்யானம் முழுவதும் சீட்டாட்டம். இரவு ஆனதும் கோயில் காரியங்கள்.

இதைப் பற்றி சுப்ரமணிய ஐயரிடம் அவன் பேசினபோது, அவர் சொன்னார்: 'நான் அவாளைத் தப்பு சொல்ல மாட்டேன் ... பிராமணக் குடும்பங்கள் இப்படி ஆயிடுத்து. படித்த பிராமணன் வக்கீலா இருக்கான், சர்க்கார் உத்தியோகத்திலே இருக்கான். ஆனா படிக்காத பிராமணன் என்ன செய்ய முடியும்? அவன் எந்த உத்தியோகத்துக்கும் லாயக்கில்லை. செருப்புத் தைக்க முடியாது. வயல்லே இறங்கி வேலை செய்ய முடியாது. இப்படித் தான் கோயிலை நம்பிண்டு, திண்ணைக்குத் திண்ணை சீட்டாடிண்டிருக்கணும்... இப்போ ஜாதியைப் பத்தி அதிகமாப் பிரச்சினை இல்லே. ஆனா அப்புறம் என்ன ஆகும் தெரியுமா, சுதந்திரம் வந்ததுன்னா?'

'என்ன ஆகும்?'

'தேனீக் கூட்டைக் கலைக்கற மாதிரிதான். பயங்கரமா கொட்டப் போறது. எனக்குக் கடவுள் நம்பிக்கை கிடையாது. யாரை வேண்டிக்கிறதுன்னு தெரியலே. இந்த நாட்டைக் காப்பாத்த. . .'

கேசவன் கைகளைக் கட்டிக்கொண்டு, அப்பாவிடமிருந்து பிரஸாதத்தை வாங்கி வாயில் போட்டுக்கொண்டான்.

"பெருமாளை நமஸ்காரம் பண்ணு" என்றார் அப்பா. அவன் கீழே குனிந்து தரையைத் தொட்டுக் கண்களில் ஒற்றிக் கொண்டான்.

"சாஷ்டாங்கமா பண்ணு" என்று குரலைச் சற்று உரத்து எழுப்பிக் கூறினார் அப்பா.

அவன் அவர் சொன்னபடியே செய்தான்.

"நல்ல புத்தியைக் கொடுன்னு பெருமாளை வேண்டிக்கோ" என்றாள் அம்மா.

அம்மா எதற்காக இப்படிச் சொல்லுகிறாள் என்று அவனுக்குத் தெரியும்.

அவன் பேப்பர் வந்துவிட்டதா என்று பார்ப்பதற்கு வாசலுக்குச் சென்றான்.

தெருவில் போய்க்கொண்டிருந்த தலையாட்டி சக்கை அவனைப் பார்த்துவிட்டு ஒரு நிமிஷம் நின்றார்.

"என்ன கேசவா? காலேஜ் எப்படியிருக்கு, போயிண் டிருக்கியா?"

அவன் தலையை ஆட்டினான். அவருக்கு, 'தலையாட்டி சக்கை' என்ற பெயர் வந்ததைப் பற்றிச் சிந்தித்தான்.

அவருடைய தலை எப்பொழுதுமே ஆடிக்கொண் டிருக்கும். 'சக்கை' என்பது சக்ரபாணியின் சுருக்கம்.

அந்தத் தெருவில் அநேகமாக எல்லாருக்குமே இப்படிப் பெயர்கள் உண்டு. பெரிய மொட்டை, நடு மொட்டை, சின்ன மொட்டை.

மண்டபத்துப் பெரிய கோமளத்துக்கு அந்தப் பெயர் வரக் காரணம். மண்டபத்திலிருந்த எட்டுக் குடித்தனங்களில் மூன்று கோமளங்கள் இருந்தார்கள். எப்படி அடையாளப்படுத்திக் கொள்வது?

நான்கு ஆராவமுது, ஐந்து சாரங்கன்... இப்படி அந்தத் தெருவிலிருந்தபோது ஏதாவது ஓர் அடையாளத்தை வைத்துச் சொல்ல வேண்டுமென்பதற்காக இந்தப் 'பட்டப் பெயர்கள்' ஏற்பட்டன. ஆனால் நாளாவட்டத்தில் அவர்களுடைய இயற்பெயர்கள் அவர்களுக்கே மறந்துபோய்விட்டன.

"ஏண்டா கேசவா, காலேஜ்லே சுயமரியாதைக்காரா ஜாஸ்தியாயிண்டு வர்ராளாமே, நெஜமா?" என்று கேட்டார் தலையாட்டி.

அவர் தலை ஆடிக்கொண்டிருந்தது. முதுகு வளைந் திருந்தது. தோளில் ஓர் அழுக்குத் துண்டு. வேஷ்டியைத் தூக்கி முழங்காலுக்கு மேலே கட்டிக்கொண்டிருந்தார்.

அவர் பிழைப்புக்கு என்ன செய்கிறாரென்று அவனுக்குத் தெரியாது. கோயில் உற்சவக் காலங்களில் எடுபிடி வேலைகள் செய்து வந்தார். திண்ணையில் உட்கார்ந்து சீட்டாடும் பிரமுகர்களுக்கு வெற்றிலை, பாக்கு, புகையிலை வாங்கி வருவதும் அவருடைய முக்கியமான வேலைகளிலொன்று.

அக்கிரஹாரத்தில் ஒரு சாவு ஏற்பட்டுவிட்டால், அவருக்கு ஒரே கொண்டாட்டம்தான்.

பதிமூன்று நாள்களுக்குச் சாப்பாட்டுப் பிரச்சினையில்லை. இவருக்கு 'சுயமரியாதைக்காரர்கள்' அதிகமாகிவிட்டார்களா

இல்லையா என்பது பற்றி என்ன கவலை வேண்டியிருக்கிறது என்று கேசவன் யோசித்தான்.

அவன் பதில் சொல்லவில்லை.

"பிராமணாளை ஆகவிட்டேங்கிறாங்களே? தெரியுமா உனக்கு? கோடியாத்து ருக்கு, அவ பிள்ளை கிச்சாமி காலேஜ்லே இடம் கிடைக்காம, மிலிட்டரிலே போய் சேர்ந்துட்டானாம். பிராமணாளுக்கு இப்போ காலேஜ்லே இடமே கிடையாதாமே? ஏதோ உங்கப்பா பரம வைதிகர். அவர் செஞ்ச புண்ணியம், உனக்கு இடம் கிடைச்சிருக்கு... நன்னா படிக்கிறியா?"

'பேப்பர்' வந்துவிட்டது...

'கேசவன் ஹிந்து'வைப் பிரித்தான்.

"ஹிந்து'வை நன்னா படி. இங்கிலிஷ் தெரிஞ்சுக்க. வேறொண்ணும் வேணாமாம். ஹைஸ்கூல் வாத்தியார் ராமசாமி அய்யங்கார் அடிக்கடி சொல்லுவார். என்ன விசேஷம்? 'பேப்பர்'லே, சுதந்தரம் இன்னும் ஒரு வருஷத்திலே கிடைச்சுருங்கிறாளே?"

"அப்படித்தான் சொல்றா."

"ஏண்டா கேசவா... சுதந்தரம் கிடைச்சா என்ன ஆகும்? என் மாதிரி அன்னக்காவடிகள்லாம் சாப்பாட்டுக் கவலை இல்லாமே இருக்கிறதுக்கு ஏதாவது வழி உண்டா? எல்லாருக்கும் காசு கொடுக்காமலேயே சாப்பாடு, வேலையே செய்ய வேண்டாம்னு சொல்றாளே, அப்படியா?"

"யார் அப்படிச் சொன்னா?"

"நம்ம நொண்டிச் சக்கரவர்த்தி இல்லே, காங்கிரஸ் கூட்டத்திலே பேசுவாரே, அவர் முந்தாநா காந்தி பார்க்கிலே சொல்லிண்டிருந்தார். அவர் சொல்றது வாஸ்வந்தானா?"

"வேலை செய்யாமே எப்படிச் சாப்பாடு கிடைக்கும்?"

"இல்லாட்டா எதுக்காக இந்தச் சுதந்தரம்? காந்தி பேச்சைக் கேட்டுண்டு ஜனங்க உருப்படாம போறா..."

இதற்கு மேல் அவருடன் பேசுவதில் பயனில்லை என்றுணர்ந்த கேசவன் உள்ளே போனான்.

அப்பா ஊஞ்சலில் உட்கார்ந்திருந்தார். அவர் காலையில் பேப்பர் படிப்பதில்லை. மத்தியானந்தான் படிப்பது வழக்கம்.

'பரம வைதிகர்' என்று அவர் பொதுவாக அறியப்பட்டாலும் ஆங்கில அறிவு அவருடைய சொந்த முயற்சி.

சம்ஸ்கிருதத்தைப் பற்றி ஆங்கிலத்தில் வந்துள்ள நூல்களைப் படிக்க வேண்டுமென்ற காரணத்துக்காகவே அவர் ஆங்கிலம் கற்றுக்கொண்டார்.

சம்ஸ்கிருதம் நன்றாகத் தெரியாமல், மேல்நாட்டுத் தத்துவ அறிவின் அடிப்படையிலேயே இந்திய தத்துவ நூல்களைப் பற்றிப் புத்தகம் எழுதுகின்றவர்களைத் தாக்கி, அவர் ஹிந்துவில் கடிதம் எழுதுவதற்காகவே ஆங்கிலம் கற்றுக்கொண்டிருக்க வேண்டுமென்று கேசவனுக்குத் தோன்றியது.

அவர் எழுதிய கடிதங்களில் பாதிக்கு மேல் பிரசுரமாயின.

“உங்கப்பாவோட வந்து பேசணும்னு இருக்கேன். அவருக்கு ஏன் இங்கிலீஷ் படிச்ச ‘பிலாஸஃபி புரொஃபஸர்கள்’ பேரிலே இவ்வளவு கோபம்?” என்று சுப்ரமணிய ஐயர் ஒருசமயம் அவனிடம் கூறினார்.

“தயவுசெய்து நீங்க வராதீங்கோ. வந்தேள்னா உங்களோட பேசினா போதும். எங்கப்பா நான் காலேஜ்லே படிக்க வேணாம்னு படிப்பை நிறுத்திவிடுவார்” என்றான் கேசவன் சிரித்துக்கொண்டே.

இரண்டு

கேசவனுக்குக் கல்லூரிக்குப் போய்க் கொண்டிருக்கும்போதுகூட அப்பாவைப் பற்றிய நினைவுதான்.

அப்பாவுக்கு அனுஷ்டானத்தில் ஆழ்ந்த நம்பிக்கை. தினந்தோறும் காலை பூசையை முடித்து விட்டுச் சாப்பிடும்போது, மணி பன்னிரண்டாகி விடும். அதுவரை அம்மா, அப்பா இரண்டு பேரும் ஒன்றும் சாப்பிட மாட்டார்கள்.

அம்மாவுக்கு இப்படிப் பட்டினி கிடப்பதில் பூர்ண சம்மதமில்லையென்பது அவள் பேச்சி லிருந்து தெரியும். ஆனால் அதை வெளிக்காட்டிக் கொள்ளாமல், அப்பா பூசை செய்வதற்கு உதவியாக எல்லாப் பணிவிடைகளும் புரிவாள்.

அவனுக்காகச் சில சலுகைகளை அப்பா அனுமதித்திருந்தார். அவன் காலையில் பழையது சாப்பிடலாம். ஆனால், மத்தியானம் கல்லூரியி லிருந்து வீட்டுக்கு வந்து சாப்பிட வேண்டும். அதற்காக அவனுக்கு ஒரு சைக்கிள் வாங்கிக் கொடுப்பதாகச் சொல்லியிருந்தார்.

அவனுக்குத்தான் சைக்கிள்விட்டுக் கற்றுக் கொண்டது நினைவுக்கு வந்தது.

'குரங்குப்பிடி'யிலிருந்து, சைக்கிளில் சரியாக ஏறி உட்கார்ந்துவிட ஆரம்பித்ததும், விக்டோரிய குடியானச் சந்தில் அவனை எதிர்நோக்கி வந்த ஒரு காரினின்றும் தப்பித்துக்கொள்ள, இடப்புறமாகச் சைக்கிளைச் செலுத்தினான்.

அங்கு பீடியைச் சுவைத்துக்கொண்டிருந்த சுகத்தில், சினிமா போஸ்டர்களைப் படித்தவாறு, சிறுநீர் கழித்துக் கொண்டிருந்த ஒருவன்மீது அவன் மோதிவிட்டான்.

பீடி குடித்துக்கொண்டிருந்தவன் கோபத்தில் வேகமாகத் திரும்பினான். இளைஞன். இருபத்தைந்து வயதிருக்கலாம். அடர்த்தியான மீசை, கண்கள் சிவப்பேறியிருந்தன. சட்டை அலங்கரிக்காத வஜ்ர மார்பு, புதர்கள் மண்டியிருந்தன.

சைக்கிளிலிருந்து கீழே விழுந்த கேசவன், 'ஐ ஆம் ஸாரி' என்றான்.

ஆங்கிலத்தில் சொல்லியிருக்க வேண்டாம். தன்னிச்சை யாக வந்துவிட்டது.

அவன் சைக்கிளை ஒரு கையாலும், கேசவனின் தலைமயிரை இன்னொரு கையாலும் பிடித்துக்கொண்டான்.

'பாப்பாரப் பயலே, என்ன திமிருடா உனக்கு?'

'சத்தியமா பாப்பாரத் திமிர்லே ஏத்தலே. கார் மேலே அடிபட்டுச் சாக வேணாம்னு சாதாரண மனுஷ ஜென்மத்துக்கு இருக்கிற உசிராசை. தயவு செய்து மன்னிச்சுக்கங்க.'

'போலீஸ் ஸ்டேஷனுக்கு வா. . .'

'உங்களுக்கோ அதிகமா அடிபடலே. . . அப்படியிருக்கச்சே. . .'

'அடிவேற படணுங்கிறியாலே. வாடா போலீஸ் ஸ்டேஷனுக்குப் பாப்பாரக் களுதே. . .'

'தயவு செய்து மன்னிச்சுக்கங்க, எனக்கு இந்த ஜாதியி லெல்லாம் நம்பிக்கை கிடையாது. தயவு செய்து ஜாதியைச் சொல்லித் திட்டாதீங்க. . .' அவன் தலைமயிரைப் பற்றியிருந்த பிடியைச் சற்றுத் தளர்த்தினான்.

கேசவன் தன்னை விடுவித்துக்கொண்டான்.

'உன்னாலே ஒரு பீடி நஷ்டம். . .'

'ரெண்டு கட்டு வாங்கிக் கொடுத்திடறேன்.'

'சரி, சைக்கிளை இங்கே வச்சிட்டு, போய் வாங்கிட்டு வா. . .'

'சைக்கிளை இங்கே வச்சிட்டுப் போகணுமா?'

'ஏன், என் மேலே நம்பிக்கையில்லையா?'

'அதில்லே. . . சைக்கிள்லே போய் ஒரு நிமிஷத்திலே பீடி வாங்கிண்டு வந்துடறேன்.'

'உன்னை எப்படி நம்பறது? அப்படியே ஊட்டுக்குப் போயிட்டேன்னா? சரி, பின்னாலே உக்காரு, நான் மிதிக்கிறேன்.'

அவனுடைய வற்புறுத்தலில் குடித்ததின் பேரில் ஒரு 'பீடி'யைத் தொடர்ந்து பிடிப்பது அவ்வளவு சுலபமான காரிய மில்லை என்று அன்றுதான் கேசவனுக்குத் தெரிந்தது.

'பீடி'யை சிகரெட்டைப் போல் வாயில் வைத்துப் பற்ற வைக்க முடியாது. பற்றவைத்துவிட்டு வாயில் வைக்க வேண்டும். அணைந்து போகாமல் பார்த்துக்கொள்ள ஒரு தனிப் பயிற்சி வேண்டும். . .

அவன் கல்லூரிக்குச் சென்றதும் வாசலில் முருகேசன் நின்றுகொண்டிருப்பதைப் பார்த்தான்.

முருகேசன் ஒரு கம்யூனிஸ்ட். அப்படித்தான் அவன் தன்னைச் சொல்லிகொண்டான்.

முருகேசனின் அண்ணன் சோமசுந்தரம் தஞ்சாவூரில் கம்யூனிஸ்ட் கட்சியில் ஒரு முழுநேர ஊழியர். விவசாயப் போராட்டத்தில் ஈடுபட்டிருந்தார்.

சோமசுந்தரம் அண்ணாமலைப் பல்கலைக்கழகத்தில் படிக்கும்போதே, மாணவர் இயக்கத்தில் சேர்ந்து சிறைக்குச் சென்றவர். முருகேசன் அவர் சொல்வனவற்றைக் கிளிப் பிள்ளைப் போல் ஒப்பிப்பானே தவிர, அவரைப்போல, நிதானமாகக் கோர்வையாக வாதாட அவனுக்குத் தெரியாது.

முருகேசனைப் பார்க்கும்போது, அவனுக்குச் சில சமயங் களில் பொறாமையாக இருக்கும். 'பூர்ஷ்வா', 'ஃப்ராலிடேரியட்', 'ஃபோர்த் இன்டெர் நேஷனலிஸ்ட்' போன்ற வார்த்தைகளை அள்ளி வீசுவான். அவற்றின் பொருளைத் தெரிந்துகொண்டு சொல்லுகிறானா என்று சந்தேகந்தான்.

"காம்ரேட், உன்கிட்டே ஒரு விஷயம் முக்கியமா பேசணும்" என்றான் முருகேசன், கேசவனைப் பார்த்ததும்.

"எதைப் பத்தி?"

"நேத்து உனக்கு ரொம்ப வேண்டிய புரொஃபஸர் சுப்ரமணிய ஐயர் ரஷ்யாவைத் திட்டிக்கிட்டிருந்தாராம், நீ பேசாம கேட்டுக்கிட்டிருந்தியாமே. . ."

"ஒண்ணு: அவர் என்கிட்டே பேசலே. சாலமன், முருகானந்தம் எல்லாரும் 'ஃபோர்த் இயர் ஸ்டூடன்ஸ்.' அவர் கிட்டே நின்னுண்டிருந்தாங்க. அவர்களோட அவர் பேசிண்டிருந்தார். நான் அங்கே போனேன், அவ்வளவுதான்.

இரண்டு: ரஷ்யாவை அவர் திட்டினா நான் என்ன பண்ணணும்னு நீ எதிர்பார்க்கறே?".

"உலகத் தொழிலாளர் எதிர்பார்ப்புகளின் சின்னமா இருக்கு ரஷ்யா. அந்த நாட்டைத் திட்டலாமா? ஸ்டாலின் இல்லாட்டா, ஹிட்லர் உலகத்தையே சாப்பிட்டுவிட்டு ஏப்பம் உட்டிருப்பான்." கேசவன் அவனைச் சிறிது நேரம் உற்றுப் பார்த்தான். இது உண்மைதான். ஹிட்லர் ரஷ்யாமீது படை யெடுக்காமலிருந்தால் உலகத்தின் வரலாறே வேறுவிதமாக இருந்திருக்கக்கூடும்.

ஆனால், சுப்ரமணிய ஐயர் சொன்னதையும் மறுக்க முடியாது. ஹிட்லர் – ஸ்டாலின் ஒப்பந்தம், இரண்டாம் உலகப் போர்த் தொடங்குவதற்கு முன்பு செய்துகொண்ட ஒப்பந்தம், எந்த விதத்தில் நாணயமானது?

ஸ்டாலின் பல கொலைகள் செய்திருப்பதாக சுப்ரமணிய ஐயர் சொன்னாரே, இது உண்மையாக இருந்தால், மக்களுக்காக ஆட்சியா, ஆட்சிக்காக மக்களா என்ற கேள்வி எழுவதில் என்ன தப்பு இருக்கிறது?

"தெரியுமா காம்ரேட், இன்னொரு விஷயம்?" என்றான் முருகேசன் ஒரு சிகரெட்டைப் பற்றவைத்துக்கொண்டே.

"என்ன?"

"சுப்ரமணிய ஐயர் பிரிட்டிஷ் ஏஜெண்ட். . . அவருக்கு மாசாமாசம் கவர்னர்கிட்டேயிருந்து பணம் வந்துகிட்டிருக்கு. . ."

"என்னாலே நம்ப முடியாது. அவர் வீட்டுக்கு நான் போயிருக்கேன். அவர் வாழற சிக்கன வாழ்க்கையைப் பாத்தா, கவர்னர் பணம் அனுப்பறதா தெரியலே. . ."

"எல்லாம் 'பாங்க்'லே போட்டிடுவாரு. . ."

"யாருக்காக? அவர் பிரும்மச்சாரி, குடும்பம் கிடையாது. அப்படி அவருக்கு பிரிட்டிஷ் அரசாங்கம் உதவி செய்யறதா யிருந்தா, பதவி உயர்வே கொடுத்திருக்கலாமே. எதுக்காகப் பணம் அனுப்பணும்? ஐ டோன்ட் பிலிவ், வாட் யு ஸே?"

"சரி, நம் பாட்டி போ. . . சரி, 'ஜில்லா ஸ்டூடன்ட்ஸ் ஃபெடரேஷன் கான்ஃபெரன்ஸ்' நடக்கப் போவுது, அநேகமா அடுத்த மாசக் கடைசியிலே. இது பத்தி காரியக் கமிட்டிக் கூட்டம் அடுத்த வாரம் இருக்கும். . . வந்து சேரு. . ."

"அடுத்த வாரம்னா எப்போ?"

"சனிக்கிழமை காலையிலே. . . காம்ரேட் தாமோதரன் வராரு. என் வீட்டிலேதான் கூட்டம். அப்பாவும் அம்மாவும்

பழனிக்குப் போறாங்க; அக்கா குழந்தைக்கு மொட்டைப் போட. . . அநேகமா என் அண்ணனும் வரலாம்."

"ஏன், அநேகமா ?"

"மெட்ராஸ் போகப்போறதா சொல்லிக்கிட்டிருந்தாராம். காம்ரேட் டாங்கே மெட்ராசுக்கு வராரு, அது தெரியாதா உனக்கு ?"

"தெரியாது."

"காம்ரேட் டாங்கே வரார்னா, தாமோதரன் போகலியா ?"

"இல்லே, நம்ம கூட்டத்துக்குன்னு வர இருக்காரு. பெரிய அளவிலே நடத்தலாம்னு திட்டம். அநேகமா சுதந்தரம் கிடைச்சிடும் கொஞ்சநாள்லே. அப்புறம் நம்ம திட்டம் என்ன. இதைப் பத்தி யோசிக்க வேணாமா ?"

"அதெப்படி நிச்சயமா சொல்றே ?"

"இனிமே ஒத்திப்போட முடியாது. காம்ரேட். . . சர்ச்சில் முட்டுக் கட்டையா இருந்தான், எலெக்சென்லே தொலைஞ்சான். அட்லி, லேபர் பார்ட்டி. . . ஆனால் முதலாளிங்க நாடுகள்லே, கன்ஸெர் வெடிவ்வோ, லேபரோ எல்லாமே பிற்போக்குக் கட்சிகள்தான். நாம்தான் ஜாக்கிரதையா இருக்கணும். . . காம்ரேட் பாமிதத் புஸ்தகம் கொடுத்தேனே, படிச்சியா ?"

"படிச்சேன்."

"குட். . . ஜஸ்டிஸ் கட்சிக்காரங்க, இப்போ ஒரு புதுப் போர்வையைப் போத்திக்கிட்டு சமூகச் சீர்திருத்தம், அது இதுன்னு பிரச்சாரம் பண்ணிக்கிட்டு வராங்க. இவங்களும் வெள்ளைக்காரர்களுக்கு வால் பிடிக்கறவங்கதான். . . இவங்களை அடையாளம் கண்டுக்கிட்டாதான், நாம செய்ய வேண்டியது என்னன்னு நமக்குத் தெளிவாப் புரியும்" என்றான் முருகேசன். உள்ளே இருந்த புகையை 'நிதானமா' வெளியே விட்டுக் கொண்டே.

"எனக்குத் தோணுது" என்று சொல்லிவிட்டுப் பாதியில் நிறுத்தினான் கேசவன்.

ஜானகி அவர்களைக் கடந்து, பாலத்தின் மீது சென்று கொண்டிருந்தாள்.

அவள் போகும்போது, அவனைப் பார்த்துப் புன்னகை செய்வது போல் கேசவனுக்குத் தோன்றியது. அது பிரமையாகக் கூட இருக்கலாம்.

“சொல்லு ... ஒரு பொம்பிளைப் பிள்ளையைப் பார்த்ததும் வாயடைச்சுப் போறியே?” என்றான் முருகேசன் சிறிது கோபத்துடன்.

“மார்க்ஸியமும் தெரிஞ்சிருக்கணும், அழகை உபாசிக்கவும் தெரியணும். அப்பதான் முழு மனுஷனா இருக்க முடியும், காம்ரேட்” என்றான் கேசவன் சிரித்துக்கொண்டே.

“மார்க்ஸ் அழகை உபாசிச்சுக்கிட்டே இருந்திருந்தார்னா ‘டாஸ் காபிதால்’ எழுதியிருக்கவே முடியாது” என்றான் முருகேசன்.

“‘காபிதால்’ படிச்சிருக்கியா, நான் படிச்சுப் பார்த்தேன். சத்தியமா புரியலே. . . இதெல்லாம் மேற்கோள் எடுத்துக்காட்ட வேண்டிய புத்தகம், முழுக்கப் படிக்கக் கூடாதுன்னு நினைக்கிறேன்,” என்றான் கேசவன்.

“சுப்ரமணிய ஐயர் உன்னை நல்லா கெடுத்து வச்சிருக்காரு. அது கிடக்கட்டும். இப்போ நம்ம ஸ்டூடன்ட்ஸ்கிட்டே திராவிடக் கழகம் பிரபலமாயிட்டு வர்றது. இதெ நாம தடுத்தாவணும். . . அரசியல் விழிப்புணர்வு, பொருளாதாரப் பிரச்சினைகளைப் பத்திய பிரக்ஞை, இதெல்லாம் ஏற்பட்டா, சமூகச் சீர்திருத்த இயக்கம் தேவையேயில்லே.”

“அதான் எனக்குச் சந்தேகமாயிருக்கு. சமூகச் சீர்திருத்தம்—அதாவது, ஜாதியைப் பற்றிய பிரக்ஞை கூடாதுன்னு ஒரு வலுவான பிரசாரம் தேவைன்னுதான் எனக்குப் படறது. . .”

“நீ விரும்பினாலும், திராவிடக் கழகக்காரங்க உன்னைச் சேத்துக்க மாட்டங்கப்பா. நீ பாப்பான். . . கைபர் கணவாயிலிருந்து வந்து திராவிடர்களைச் சுரண்டிப் பிழைக்கிற புல்லுருவிக் கூட்டம்” என்று கூறிவிட்டுச் சிரித்தான் முருகேசன்.

“சுப்ரமணிய ஐயர் அடிக்கடி சொல்லுவார். ‘உனக்கு ஒண்ணு சரியா பட்டா, அதெத் தீர்மானமா வச்சுக்கோ. . . மத்தவங்களுக்கு உன் கருத்தைப் புரிய வைக்கணும்னு அவசியமேயில்லே. அப்படி அவசியமாப்பட்டா, அரசியல்வாதின்னு; ஜாதி வேறுபாடு தப்புன்னு எனக்குப்படறது. இதுக்காக நான் திராவிட கழகத்திலே எதுக்காகச் சேரணும்?”

முருகேசன் சிகரெட்டைக் கீழே போட்டு காலினால் தேய்த்தான்.

“நீ திராவிடர் கழகத்திலே சேரணும்னு நான் சொல்லலே. பட், எது முக்கியங்கிறதைப் பத்தி நீ தெளிவா இல்லேன்னுதான் நான் சொல்றேன். முதல்லே தேச விடுதலை, அப்புறம் தொழிலாளர் புரட்சி. . .”

கேசவன் சிரித்தான்.

"எதுக்குச் சிரிக்கறே?" என்று கோபத்துடன் வினவினான் முருகேசன்.

"ரொமாண்டிக்கா இருக்கு நீ பேசறது, சரி, வா போகலாம். எனக்கு முதல் பீரியட் சுப்ரமணிய அய்யர்."

இருவரும் பாலத்தைக் கடந்து கல்லூரிக்குச் சென்றனர். கோவிழியார் 'வெராந்தா'வில் நின்றுகொண்டிருந்தார். அவர் முருகேசனைப் பார்த்ததும், அவனை சைகை செய்து கூப்பிட்டார்.

"அப்போ நான் போறேன்" என்றான் கேசவன். அன்று சுப்ரமணிய ஐயர் வரவில்லை. அவருக்குப் பதிலாக ராதா கிருஷ்ணன் வகுப்பு எடுக்கப்போவதாகச் சொன்னார்கள்.

ராதாகிருஷ்ணன் இளைஞரா, வயதானவரா என்று சொல்லுவது கஷ்டம். குழந்தையாயிருந்த போதே முதுமை அடைந்துவிட்டாற் போன்று ஒரு தோற்றம்.

ஆங்கிலத்தை ஆங்கிலேயர்கள் பேசுவது போல் உச்சரிக்க வேண்டுமென்ற ஓர் ஆவேசம் அவருக்குண்டு.

அவர் இப்படித் தான் வேறொரு ஆசிரியருக்காக வகுப்பு எடுக்க வந்தபோது, கரும்பலகையில் 'Saint John' என்று எழுதி கேசவனை உச்சரிக்கச் சொன்னார். கேசவன் எழுதியிருந்த படியே படித்தான். இன்னொரு பையனைக் கேட்டார். அவனும் அப்படியே படித்தான்.

அவருடைய சிவந்த முகம் இன்னும் சிவந்தது. ஸிஞ்சன் – என்று அவரே கோபத்துடன் படித்துவிட்டு, இந்த மாதிரி இன்னும் பல வார்த்தைகளைக் கரும்பலகையில் எழுதினார். இது சரியா தப்பா என்று அவனுக்கு இன்னும் தெரியாது.

ஆங்கிலத்தை ஆங்கிலேயர்கள் உச்சரிப்பதுபோல ஏன் படிக்க வேண்டுமென்று கேசவனுக்குப் புரியவில்லை. தமிழை, ஆங்கிலேயர்கள் தமிழர்களைப் போல் உச்சரிக்கிறார்களா? அப்படியிருக்கும்போது நமக்கு மட்டும் ஏன் இந்தத் தாழ்வு மனப்பான்மை என்று அவனுக்குத் தோன்றிற்று.

அவர் வகுப்புக்குப் போவதைக் காட்டிலும் நூல் நிலையம் போகலாமென்று கேசவனுக்குப்பட்டது.

அவன் அங்கே சென்றபோது, ஜானகி ஆங்கில நூல் பிரிவில் நின்றுகொண்டிருந்தாள்.

அவனைப் பார்த்ததும் புன்னகை செய்தாள். இது பிரமையல்ல. நிச்சயமாகப் புன்னகைதான் செய்கிறாள்.

இந்திரா பார்த்தசாரதி

மூன்று

அன்றிரவு கேசவனுக்கு வெகுநேரம் தூக்கம் வரவில்லை. அன்று காலை நூல் நிலையத்தில் அவன் சந்தித்த ஜானகி, தலையைச் சற்றுச்சாய்த்து, நீண்ட கண்களும் புன்னகை செய்ய, அவனிடம் சொன்னது, அவனை அலைக்கழித்தது.

"ரெண்டு நா முன்னாலே 'எக்ஸ்டென்ஷன் ரோட்'லே உங்களைப் பார்த்தேன். ஆகாசத்தைப் பாத்துக்கிட்டே போயிட்டிருந்தீங்க. ஏதோ கனவு காண்றாப்பலே நடந்து போனீங்க... என்ன கனவு?"

"உங்களை நான் பாக்கலியே?"

"நான் அப்பாவோட கார்லே போய்க்கிட்டிருந்தேன். நாங்க 'எக்ஸ்டென்ஷன்'லதான் இருக்கோம். அது தெரியுமில்ல உங்களுக்கு?"

"தெரியாது..."

"அதெப்படி? காலேஜ்ல இருக்கிற, பாதிப் பசங்களுக்கு மேலே இது தெரியும். எக்ஸ்டென் ஷனைச் சுத்திச் சுத்தி வராங்க..!"

"நான் இன்னொரு பாதி."

அவள் சிரித்தாள்.

அவள் 'எக்ஸ்டென்ஷன்'லே இருக்கிறாள் என்பது அவனுக்குத் தெரியும். அவள் அப்பா 'இம்பீரியல் பாங்க் ஆப் இந்தியா'வில் உயர்தர அதிகாரி என்பதும் அவனுக்குத் தெரியும்.

ஆனால், அவன் 'எக்ஸ்டென்ஷனு'க்குப் போவது, அவளுடைய தரிசனம் கிடைக்கக்கூடுமென்ற ஆவலினாலல்ல. அவள் 'எக்ஸ்டென்ஷனி'ல் எங்கிருக்கிறாள் என்பதும் அவனுக்குத் தெரியும்.

அவன் 'எக்ஸ்டென்ஷனு'க்குப் போவது கனவு காணத்தான். அவள் சொன்னது உண்மைதான்.

இரு பக்கங்களிலும் வயல்கள், அவன் தனியாக நடந்து செல்லும்போது தன்னைப் பலவிதமாகப் பாவித்துக் கொள்வான். ஒரு கவிஞனாக, ஒரு புரட்சி வீரனாக, உலகத்தை உய்விக்க வந்த தீர்க்கதரிசியாக.

ஷெல்லி அவனுக்கு மிகவும் பிடித்தமான கவிஞன். சுப்பிரமணிய ஐயர், ஷெல்லியைப் பற்றி நிறையச் சொல்லுவார். அவன் ஆக்ஸ்ஃபோர்டில் முதலாண்டு படிக்கும்போது, 'நாத்திகத்தின் அவசியம்' என்ற கட்டுரை எழுதியதற்காக வெளியேற்றப்பட்டான். ஓர் அனாதைப் பெண்ணை அநுதாபத்தினால் மணந்தான். பிறகு, 'ப்ரீ லவ் சொஸைட்டி'யின் பிதாமகன் கோல்ட்வின்னால் ஈர்க்கப்பட்டு, அவருடைய பெண்ணோடு ஓடிப்போனான்.

அநுதாபத்தின் காரணமாக அவன் திருமணம் செய்து கொண்டதுதான் தப்பு என்பார் சுப்ரமணிய ஐயர். அநுதாபத்தின் காரணமாக எதுவுமே செய்யக் கூடாது என்பது அவர் வாதம். அப்படிச் செய்தால் அநுதாபத்தின் காரணமாகச் செய்தோம் என்ற நினைவு எப்பொழுதும் இருந்துகொண்டே இருக்கும். இது எதிர்மறை உணர்வு. சரியான மனவளர்ச்சிக்குத் தடை.

அவன் தனியாக நடந்து செல்லும்பொழுது, அவனே ஷெல்லியாகிவிடுவது வழக்கம். புரிந்ததோ இல்லையோ, ஷெல்லியின் கவிதைகளில் பாதிக்குமேல் அவனுக்கு மனப்பாடம். 'க்லீன் மேப்', 'தி ரிவோல்ட் ஆஃப் இஸ்லாம்', 'சென்ஸி', 'ப்ரொமிதியஸ் அன் பௌண்ட்'. . .

ஜானகி அவனை 'ஷெல்லி'யாக இருந்தபோது பார்த்திருக்கிறாள். 'ட்ரெஸ்' செய்துகொள்கின்றவரை உள்ளே எட்டிப் பார்ப்பதுபோல, இது அவனுக்கே சொந்தமான அந்தரங்கம்.

கல்லூரியில் படிக்கும் 'பாதிப் பசங்களுக்கு மேல்' அவளிருக்குமிடத்தைச் 'சுற்றிச் சுற்றி வருவது' அவளுக்குப் பிடித்திருக்கிறது. அவள் அப்படிச் சொன்னது அவனுக்குப் பிடிக்கவில்லை. என்ன மலிவான சந்தோஷம் அவளுக்கு? அந்த அழகான கண்களுக்குப் பொருத்தமில்லாத 'மலிவான சந்தோஷம்?'

அவன் எப்பொழுது தூங்கினான் என்று அவனுக்கே தெரியாது. எழுந்தபோது சூரிய ஒளி, ஜன்னல் வழியே உள்ளே எட்டிப் பார்த்துக்கொண்டிருந்தது.

அவன் அவசர அவசரமாகக் கீழே இறங்கிச் சென்றான்.

அப்பா கோபமாக மூன்றாவது வீட்டு மாமாவோடு பேசிக்கொண்டிருந்தார்.

மூன்றாவது வீட்டில் ஐந்து சகோதரர்கள். ஒவ்வொருவரும் அதே வீட்டில் தனிக் குடித்தனம். வீடு ஐந்து தலைமுறை வீடு. வீடு இருக்கும் நிலையைப் பார்த்தாலே சொல்லிவிடலாம்.

மூத்தவர் அநுமார் கோயில் பட்டாச்சாரியார். மற்றவர்கள் சாரங்கபாணி ஸ்வாமியை நம்பி வாழ்கிறார்கள். மூன்று விதவைச் சகோதரிகள். ஆளுக்கொரு சகோதரர் ஆதரவு.

மூத்தவரோடுதான் அப்பா கோபமாகப் பேசிக்கொண்டிருந்தார்.

அவருடைய மனைவியும் அம்மாவும் சமையலறை வாசலருகே நின்றுகொண்டிருந்தனர்.

அவருடைய மனைவி புடைவைத் தலைப்பினால் கண்களைத் துடைத்துக்கொண்டிருந்தாள்.

"பிராமணனா பொறந்துட்டு இதென்ன கிரகசாரம் உனக்கு? லக்ஷ்மி மாதிரி ஆம்படையா இருக்கச்சே, இன்னொருத்தி சகவாசமா உனக்கு வேண்டியிருக்கு? வெக்கமா இல்ல? நீ அவளை விடல்ல, கோயில் 'ட்ரஸ்டி'கிட்ட சொல்லி உன்னை என்ன பண்றேன் பாரு? நைஷ்டிக பிரம்மசாரி கோயில்ல, பகவத் காரியம் பண்ண உனக்கு யோக்யதை இருக்கா? பேரைப் பாரு, ராமஸ்வாமி, அவனோ ஏகபத்தினி விரதன். . . நீ . .?"

"ஸ்வாமி புரிஞ்சுக்கணும்" என்றார் ராமஸ்வாமி பலஹீனக் குரலில்.

"என்ன புரிஞ்சுக்கணும்?"

"அந்த இன்னொருத்தியால்தான் எங்க குடும்பமே நடக்கிறது."

"என்னடா சொல்றே?"

"என் மூத்த பையன் நன்னாப் படிச்சிண்டிருக்கான். அவதான் பள்ளிக்கூடச் சம்பளம் கட்றா. கல்யாணம், கார்த்திகைக்கெல்லாம் பணம் கொடுத்து உதவறது அவதான். . . கோயில்லே எனக்கு என்ன வரும்படி வரதுன்னு நீங்க நினைக்கிறேள்? சின்ன கோயில். மிதமிஞ்சினா, ஒரு நாளைக்கு ஒரு ரூபா தேறும்."

“குடும்பம் நடத்தறதுக்காக, பிராமணனாப் பொறந்துட்டு வப்பாட்டி வச்சுப்பியா? என்ன தைரியம் உனக்கு, இதைச் சொல்ல? பிராமணனை ஏன் திட்டமாட்டான்?”

“அவ பெரிய பெருமாள் பக்தை. சக்கரத்தாழ்வான் சன்னதிக்கு. . .”

“சீ, வாயை மூடு. . . உன் கோயில் ட்ரஸ்டி யாரு?”

“வக்கீல் ஆராவமுது அய்யங்கார். அண்ணன் தம்பி சண்டையிலே, ரெண்டு பேரும் போட்டி போட்டுண்டு கோயில் சொத்தெல்லாம் ஏப்பம் விட்டாச்சு. . . இப்போ அநுமாரும் கிட்டத்தட்ட என்னோட நிலையிலதான் இருக்கார்.”

“வாய் புழுத்துப் போயிடும், இப்படியெல்லாம் அபசாரமாப் பேசாதே. . .” என்று கோவத்தில் கத்தினார் அப்பா.

இப்படிக் கத்திவிட்டு அப்பா ‘ஹிந்து’ பேப்பரை எடுத்துக் கொண்டு மாடிக்குப் போனார். ராமஸ்வாமி ஐயங்காரும் அப்பாவின் கோபமே அவருடைய வெற்றி போல் சந்தோஷப் பட்டுக்கொண்டு புன்னகையுடன் வெளியேறினார்.

அவருடைய மனைவி பங்கஜம் அம்மாவிடம் புலம்பினாள்: “பாருங்கோ மாமி. இப்படித்தான் பேசறார். ஆத்துக்கு வந்தாத் தானே. . . அந்தப் பழிகாரி வீடே கதின்னு இருக்கார். . .”

“அவதான் உப்பிலியோட சம்பளப் பணம் கட்றாளா?” என்று கேட்டான் கேசவன்.

“ஆமாம். அதுக்காக . . ?”

“ஒன்றுமில்லே, கேட்டேன். . .”

“நன்னாருக்குடா நீ கேக்கறது. அதுக்காக ஒரு பிராமணனை வீட்டோட அவ வச்சிண்டிருக்கிறது சரியாயிடுமா?” என்றாள் அவன் அம்மா கோபத்துடன்.

“நான் சரி, தப்புன்னு ஒண்ணுமே சொல்லலேம்மா, சம்பளம் கட்டறது அவதானான்னு கேட்டேன். அவ்வளவுதான்.”

ராமஸ்வாமி ஐயங்கார் குடும்பந்தான் அவன் மனத்தில் மேலோங்கி நின்றது, அவன் கல்லூரிக்குப் போகும்போது.

அவருடைய சகோதரர்களில் நான்கு பேருக்குக் கல்யாண மாகி இருந்தது. எல்லோருக்கும் நிறையக் குழந்தைகள்.

ஐந்தாவது பிள்ளை வருது. வரதராஜனின் மரூஉ. அவனுக்கு இருபத்தைந்து வயதிருக்கலாம். வாட்டசாட்டமான உருவம்.

மண்டபத்தில் குடியிருந்த கோணமூக்கு சங்குவின் மனைவியை அவன் வைத்துக்கொண்டிருந்தான் என்பது அந்தத் தெருவில் பகிரங்கமாகப் பேசப்பட்ட விஷயம். மருது கைவித்தைக்காரன். உற்சவக் காலங்களில் கோயிலில் வேலை. மற்றைய நாள்களில் டவுன்ஹாலில் சீட்டாடும் பெரிய மனிதர்களுக்கு 'ப்ராக்ஸி' ஆட்டக்காரன். அவனை விளையாடச் சொல்லி முதலீடு செய்யும் பெரிய மனிதர்கள் பலர் இருந்தார்கள். அவன் கைத் தோற்ற வரலாறே கிடையாது.

அவன் கழுத்தில் போட்டுக்கொண்டிருந்த தங்கச் சங்கிலி, உடையார்பாளையம் சின்ன ஜமீன், ஒரு ராத்திரியில் ஐயாயிரம் ரூபாய் அவன் மூலம் ஜெயித்தபோது, அவனுக்கு அளித்த பரிசு.

ராமஸ்வாமி அய்யங்கார் சகோதரியின் மகன் தேவராஜன் கேசவனோடு பள்ளிக்கூடத்தில் படித்தான். எட்டாம் வகுப்பே அவனுக்கு மிக உயரமாக இருந்தது. எகிறிக் குதிக்க முடியவில்லை.

அவனுக்கு இப்பொழுது, டவுன் ஹாலில் வேலை. காபி, சிகரெட், வெற்றிலைப் பாக்கு வாங்கிக்கொண்டு வரும் எடுபிடி வேலை. சில சமயங்களில், வெளியூரிலிருந்து வரும் பெரிய மனிதர்களுக்கு 'அந்தரங்க'க் காரியங்களும் செய்வதுண்டு.

சரபோஜி ராஜா காலத்தில் மான்யமாகப் பெற்றதுதான் ராமஸ்வாமி அய்யங்கார் வீடு என்பார்கள். ஓரிரண்டு தலைமுறைகளுக்குப் பிறகு அந்த வீட்டுக்கு வெள்ளை அடிப்பதையே நிறுத்தியிருக்க வேண்டுமென்று தோன்றியது. சுவர்கள் சிதில மடைந்திருந்தன. அக்குடும்பத்தில் யாரோ ஒருவர் ஒரு பெரிய யாகம் செய்ததாகவும் கூறுகிறார்கள். அதனால்தான் அவ்வீட்டுக்கு 'தீட்சிதர் வீடு' என்று பெயர்.

அவன் கல்லூரிக்குச் சென்றதும், அவன் கேட்ட செய்தி அவனைத் திடுக்கிட வைத்தது. சுப்ரமணிய ஐயரை ஆஸ்பத்திரியில் சேர்த்திருந்தார்கள். வீட்டில் திடீரென்று மயங்கி விழுந்து விட்டார். 'மைல்ட் ஹார்ட் அட்டா'க்காக இருக்கலாமென்று சந்தேகிக்கிறார்கள். ஆஸ்பத்திரி கல்லூரிக்கருகே இருந்தது. அவன் அங்கே விரைந்தான்.

ஐயருக்கு நினைவு திரும்பியிருந்தது. முகத்தில் லேசான குறுநகை. அவன் கையைப் பற்றினார். அவனுக்கு அழுகை வந்துவிடும் போலிருந்தது. கஷ்டப்பட்டு அடக்கிக்கொண்டான்.

"ஏமாத்திட்டேன்னு நினைக்கிறேன்" என்றார் சுப்ரமணிய ஐயர்.

"யாரை ?"

"எமனை!"

இந்நிலையிலும் இவரால் எப்படி இப்படிப் பேச முடிகிறது? 'உங்கப்பா எழுதியிருக்கிற லெட்டரைப் படிச்சியா?'

"லெட்டரா?"

"ஆமாம், நேத்திக்கி 'ஹிந்து'விலே..."

"நான் படிக்கலே... எதைப்பத்தி எழுதியிருக்கிறார்?"

"புருஷஸூக்தம் பத்தி ஒரு புஸ்தகம் வந்திருக்குப்போலிருக்கு. அதை 'ரெவியூ' பண்ண பிரகஸ்பதி பல தப்பு பண்ணியிருக்கானாம். அதெ கண்டிச்சு, வெரி 'பாபுலர் மேன்.' உங்கப்பாவை வெளுத்து வாங்கியிருக்கிறார்."

"யாருக்கு உபயோகம்?"

சுப்ரமணிய ஐயர் காதுகளைப் பொத்திக்கொண்டார்.

"உபயோகமான விஷயங்கள்தான் உலகத்திலே இருக்கணும்கிற ஒரு 'மெட்டீரியலிஸ்டிக் கல்ச்சர்' நம் நாட்டிலே உருவாயிண்டிருக்கு, அதிலே சேர்ந்துடு" என்றார் அவர்.

"அதிலே என்ன தப்பு?"

"என்ன தப்பா? நல்லவேளை, சுதந்தர இந்தியாவிலே நான் இருக்கப் போறதில்லே."

"ஐயர்... பேசாதீங்க..." என்று கூறிக்கொண்டே வந்தார் டாக்டர்.

"இவன் எனக்குப் பிரியமான சிஷ்ய பிள்ளை. உபயோக மில்லாத விஷயங்களுக்கு உலகத்திலிருக்க என்ன தகுதி இருக்குன்னு கேக்கறான். 'ஃபஸ்ட் கேஷுவால்ட்டி' நான்தான்."

"நான் அப்படிக் கேக்கவேயில்லை... நான் என்ன சொன்னேன்னா..."

"ப்ளீஸ். 'நோ ஆர்க்யுமென்ட்' என்று கூறிக்கொண்டே சுப்ரமணிய ஐயரை பரிசோதனை செய்யத் தொடங்கினார் டாக்டர்."

அவன் கல்லூரிக்குத் திரும்பி வந்ததும் முருகேசன் அவனை நோக்கி வேகமாக வந்தான்.

"எங்கே போயிருந்தே? உன்னைத் தேடினேன்."

"ஆஸ்பத்திரி... சுப்ரமணிய ஐயரைப் பார்க்கப் போயிருந்தேன். 'மைல்ட் ஹார்ட் அட்டாக்' தெரியும் உனக்கு?"

இந்திரா பார்த்தசாரதி

“தெரியாது. நீ ‘யூனியன் எலெக்ஷன்’லே நிக்கறே. அதைச் சொல்லத்தான் உன்னைத் தேடினேன்.”

“என்ன சொல்றே நீ?”

“காங்கிரஸ்காரங்க நிக்கறாங்க, திராவிடக் கழகமும் நிக்கப் போவுது... நாமும் நின்னாவணும்... நீ ‘ஜாயிண்ட் செகரட்டரி’க்கு நிக்கறே..”

“இது நான் செய்ய வேண்டிய முடிவு.”

“இல்லே... எங்கண்ணன் சொல்லி அனுப்பிச்சிருக்காரு... நீ நின்னுதான் ஆவணும்.”

“இதோ பாரு. நான் நிக்க முடியாது. முதல் காரணம், எனக்கு இஷ்டமில்லே. எல்லாரும் பாக்கறாப்பல வெளிச்சம் என்மீது விழறதை நான் விரும்பலே... ரெண்டு, கட்சி சார்பிலே காலேஜ் எலெக்ஷன் நடக்கிறது எனக்குப் பிடிக்கலே..’

“யார்ரா இவன்?... பெரிய உபதேசம் பண்ண வந்துட்டான்?... உனக்கு மார்க்ஸிஸத்திலே நம்பிக்கை இருக்கா இல்லியா?”

“மார்க்ஸிஸத்திலே நம்பிக்கை இருக்கிறதுக்கும் இதுக்கும் என்ன சம்பந்தம்?”

“சம்பந்தமிருக்கு, நீ நின்னாவணும்.”

“ஏன் நீ நில்லேன்?”

“அண்ணன் நீதான் நிக்கணும்னுயிருக்காரு. உன் பேரிலே அசாத்திய நம்பிக்கை வச்சிருக்காரு.”

“இதோ பாரு... முருகேசன், தயவுசெய்து என்னை விட்டுடு...”

“அதெல்லாம் நடக்காது... நேற்று முளைச்ச கட்சி, திராவிடக் கழகக்காரங்க நிக்கறாங்க. நம்ம ஏன் நிக்கக் கூடாது?”

“அவங்க வேலை சுலபமாயிரும்.”

“எப்படி?”

“நான் பாப்பான்.”

“உன்னை எவன்டா பாப்பான்னு சொன்னான். அதை யுந்தான் பார்த்திடுவோமே. நீ அப்படி ஜெயிச்சா, இது வகுப்பு வாதத்துக்குக் கிடைக்கிற பெரிய அடி. அண்ணன், இதை யோசனை பண்ணித்தான் நீ நிக்கணும்னு சொல்லியிருப்பாரு...”

கேசவன் குழம்பி நின்றான்.

நான்கு

கேசவனுக்கு அவமானமாக இருந்தது.

கும்பகோணத்தைவிட்டே ஓடிப்போய் விடலாம் போல் தோன்றியது.

தேர்தலில் தோற்றுப்போய்விட்டான்.

திராவிடக்கழக மாணவன் மட்டுமல்லாமல், ஸ்டூடன்ட் காங்கிரஸைச் சேர்ந்த கிட்டுவும் நின்றான்.

தேர்தலுக்கு முன்னால் கிட்டு அவனிடம் வந்து சொன்னான்: "நீ 'வித்ட்ரா' பண்ணிக்கோ. இல்லாட்டா 'ப்ராமின்ஸ்' ஓட்டு பிரிஞ்சு போகும். சொக்கலிங்கம் ஜெயிச்சுடுவான்."

கேசவனுக்குக் கோபம் கோபமாக வந்தது. "இந்த மாதிரி வகுப்புவாத அரசியல் எனக்குத் தெரியாது. நான் நிக்கறதைப் பத்தி யோசிச்சேன் முன்னாலே. நீ இப்படிப் பேசறதினாலே நிக்கத் தான் போறேன். சொக்கலிங்கம் ஜெயிச்சுட்டுப் போகட்டும். எனக்கு அதெப் பத்திக் கவலை யில்லே. . ."

சொக்கலிங்கம் ஜெயித்தான்.

அவன் 'தோற்றுப் போன குதிரை.' ஜானகி அவனைப் பற்றி என்ன நினைக்கக்கூடும்?

'கம்யூனிஸ்டுகள் வெள்ளைக்காரர்களுடைய அடிவருடிகள். 1942இல் சுதந்திரப் போராட்டத்தில் சேராமல், வெள்ளைக்காரர்களுக்குச் சேவகம் செய்தார்கள்.'

இந்திரா பார்த்தசாரதி

இதுதான் காங்கிரஸ் கட்சியின் பிரச்சாரம்.

'ஹிட்லர் உலகத்தின் பொது எதிரி. உலக நாகரிகம் பிழைக்க வேண்டுமென்பதற்காகத்தான் அவனை எதிர்த்துப் போராட, ஆங்கிலேயர்களோடு சேர வேண்டியிருந்தது' என்றெல்லாம் கேசவன் சொல்லிப் பார்த்தான்.

இது ஆங்கிலேயரைப் பற்றியோ அல்லது ஹிட்லரைப் பற்றியோ பிரச்சினை அல்ல என்பது கேசவனுக்குப் பிறகு தெரியவந்தது.

கிட்டு, மாவூர் 'மைனர்'. பணத்தைப் பணம் என்று பார்க்காமல் செலவழித்தான். அவனுக்காகத் தேர்தலில் உழைத்தவர்கள் அனைவரும், பலனடைந்தார்கள்.

ஜானகியும் கிட்டுவுக்காக உழைத்திருக்க வேண்டுமென்ற சந்தேகம் கேசவனுக்கிருந்தது. ஆனால் வெளிப்படையாகத் தெரியவில்லை.

முருகேசன் கேசவனைத்தான் குற்றம் சாட்டினான். "நீ ஒவ்வொரு வோட்டரையும் தனியாப் போய்ப் பார்த்திருக்கணும். உனக்காக நான் போக வேண்டியிருந்தது. என்ன பிரயோஜனம்? கிட்டு போய்ப் பார்த்தான்"

"நான்தான் அப்பவே சொன்னேனே, நான் தேர்தலுக்கு நிக்க லாயக்கில்லாதவன்னு, நீ கேட்டியா?"

"போடா முட்டாள். சரி, இன்னும் குடி மூழ்கிப் போயிடலே... அடுத்த தேர்தல்லே பாத்துப்போம்."

"நான் இனிமே சத்தியமா நிக்க மாட்டேன்."

"நீ அரசியலுக்கே லாயக்கில்லே... மார்க்ஸையும், ஏங்கல்ஸையும் படிச்சுட்டு, இப்படிக் கோழை மாதிரி பின்வாங்கறியே, வெட்கமா இல்லே..?"

"மார்க்ஸோ, ஏங்கல்ஸோ தேர்தல்லே நின்னதா தகவல் இல்லே."

"குதர்க்கமா பேசு. அதுக்குத்தான் நீ லாயக்கு" என்று சீறினான் முருகேசன்.

தேர்தலினால் ஏற்பட்ட ஒரே பலன், 'கேசவன்' என்ற ஒரு பையன் இருப்பதாகக் கல்லூரியில் சில பேருக்குத் தெரிந்தது; குறைந்த அளவு முப்பத்தெட்டுப் பேருக்காவது தெரிந்திருக்க வேண்டும். அவனுக்குக் கிடைத்த ஓட்டு முப்பத்தொன்பது.

திராவிடக் கழக சார்பில் நின்ற சொக்கலிங்கம், தேர்தல் முடிவு அறிவிக்கப்பட்ட பிறகு அவனிடம் சொன்னான்: "நானும் தோத்துப் போயிட்டேன். ஆனா இதெப்பத்திக் கவலைப் படலே. எனக்கு இருநூத்தம்பது வோட்டு கிடைக்கும்னு நான் எதிர் பார்க்கவேயில்லே. 'ப்ராமின்ஸ்' வோட்டெல்லாம் 'ஸாலிட்'டா கிட்டுவுக்குத்தான் கிடைச்சிருக்கு. உனக்கு ஓட்டுப் போட்டவங்கள்ளாம் எங்க ஆளுங்கதான். அதுவும் முருகேசனுக்காக. உங்க இனத்தவரோட யோக்கியதையை நீ தெரிஞ்சுக்கணுங்கிறதுக்காகச் சொன்னேன்."

"என்னைப் பொறுத்தவரையிலும், 'எங்க இனம் உங்க இனம்'னு எதுவும் கிடையாது. எல்லாரும் மனுசங்கதான்."

"எல்லாரும் மனுசங்கதான். உனக்கு ஏன் 'பிராமின்ஸ்' ஓட்டுப் போடலே? கிட்டு அயோக்கியன். பணத்தை வச்சுக் கிட்டு விளையாடற 'மைனர்' பய. நீ நல்லவன், கம்யூனிஸ்ட். உனக்கு ஏன் உங்க ஆளுக ஓட்டுப் போடலே... தெரியுமா உனக்கு?"

"ஏன்?"

"ஜாதி வேற்றுமை கூடாதுன்னு சொல்ற பாப்பானைக் கண்டு மத்த பாப்பாங்க பயப்படறாங்க, இதுதான் காரணம்."

சுப்ரமணிய ஐயர் நீண்ட விடுமுறையில் இருந்தார். அவருக்குக் கேசவன் தேர்தலில் நின்றதைப் பற்றி ஒன்றும் தெரியாது.

அப்படித்தான் அவன் நினைத்துக்கொண்டிருந்தான். ஆனால் தேர்தலில் தோற்ற பிறகு அவரைப் பார்க்கப் போயிருந்த போது, சாய்வு நாற்காலியில் படுத்துக்கொண்டிருந்தவர் புன்னகையுடன், 'கம் ஆன் எலெக்ஷன் ஹீரோ' என்று சொன்ன பிறகுதான் அவருக்கும் விஷயம் தெரியும் என்று அவன் அறிந்தான்.

அவனுக்கு வெட்கமாக இருந்தது.

"நீ 'எலெஷன்'லே நிக்கறேன்னு சொன்னா. ஆனா உனக்கு 'கான்வாஸிங்' போறாதுன்னும் கேள்விப்பட்டேன். நீ யாரோடே யும் கைகுலுக்கி, 'எனக்கு ஓட்டுப் போடுங்கோ'ன்னு கேக்கலியாம். நீ தோத்துப் போனதுக்கு இதுவும் ஒரு காரணும்னு சொன்னா. இதோ பாரு. எப்போ நீ களத்திலே குதிச்சுட்டியோ, முழு மூச்சோட, 'செல்ஃப் – கான்ஷஸ்னெஸ்'லாம் ஒதுக்கி வச்சுட்டு வேலை செஞ்சிருக்கணும். கூழுக்கும் ஆசை, மீசைக்கும் ஆசைன்னு இருக்கக் கூடாது" என்றார் ஐயர்.

“நான் நின்னதே தப்பு.”

“இப்போ சொல்றே... அப்பொ உனக்கு எதிலியும் கன்விஷன் கிடையாதுன்னுதான் அர்த்தம். . . பாக்கப் போனா. . .”

அவர் சொல்வதைப் பாதியில் நிறுத்திவிட்டு, வெட்ட வெளியை நோக்கினார்.

“சொல்லுங்க.”

“கன்விஷன் இருக்கிறதே, சுதந்தரம் கிடைச்சப்புறம் உங்களுக்கெல்லாம் சாத்தியமா இருக்கும்னு எனக்குத் தோணலே” என்றார்.

“ஏன் அப்படிச் சொல்றேள்?”

“ஹூம். . . ஏனா?” என்று கேட்டுவிட்டுச் சிறிது நேர மௌனத்துக்குப் பிறகு சொன்னார்: “சுதந்தரம் யாருக்கு? ‘வெள்ளைக்காரன் ஜனங்களைச் சுரண்டினது போதும், நான் சுரண்டேறேன்னு’ சொல்லப் போறவங்களுக்கு. . . இதுதான் ஒவ்வொரு புரட்சிக்கப்புறம் எல்லா நாட்டிலியும் நடந்திருக்கு... மனுஷ சுபாவம் மாறவே மாறாது... ‘கன்விஷன்’ கொள்கை புண்ணாக்குன்னு கூச்சல் போட்டு, நாற்காலியிலே உட்காந்த வுடனே எல்லாம் மறந்துபோயிடும்...‘யதா ராஜா, ததா ப்ரஜா’... நான் அப்போ இருக்கப்போறதில்லே. நீ இருக்கப் போறே, நான் இப்போ சொல்றதெல்லாம் உனக்கு அப்போ புரியும். நீயே அரசியல்வாதி ஆயிட்டியான்னா, என்னை எங்கே ஞாபகம் வச்சுக்கப் போறே. . . ஒரு பேச்சுக்குச் சொன்னேன்”.

கேசவன் தேர்தலில் நின்றது பற்றியோ, தோற்றது பற்றியோ ஒரு தகவலும் அவன் அப்பாவுக்குத் தெரியாது.

அவன் சோர்ந்திருப்பது அம்மாவுக்குத் தெரிந்துவிட்டது.

“என்னடா உடம்புக்கு?”

“ஒண்ணுமில்லேம்மா. . .”

அவள் நெற்றியைத் தொட்டுப் பார்த்தாள். அவன், அவள் கையை விலக்கினான்.

“ஒண்ணுமில்லேம்மான்னா” என்றான் அலுப்புடன்.

“பச்சைத் தண்ணியிலே குளிக்க வேணாம். வெந்நீர்லே குளி.”

“நேத்திக்கி ரொம்ப நேரம் விளையாடிண்டிருந்தேன். அதனாலே களைப்பா இருக்கு. ஒண்ணுமில்லாததுக்கு ரகளை பண்ணாதே.”

“விளையாடினாயா? என்னடா புதுசா இருக்கு? ஸ்கூல்லே படிக்கறச்சே, விளையாட்டு மைதானம் பக்கமே வரமாட்டேங் கிறேன்னு உங்க ட்ரில் வாத்தியார் ஜெகந்நாத ஐயங்கார் ஆத்துக்கு வந்து சொல்வார்...”

“அது அப்போ... இப்போ நான் கிரிக்கெட் விளையாடறேன்.”

இவ்வாறு சொல்லிக்கொண்டே அவன் மாடிக்குப் போய் விட்டான்.

தேர்தலில் தோற்றுப்போன பிறகு ரண்டு நாள் அவன் கல்லூரிப் பக்கமே போகவில்லை.

வீட்டை விட்டு காலையில் புறப்பட்டதும், நேரே ‘கோபால் ராவ் லைப்ரரி’க்குப் போய்விடுவான். அந்த ‘லைப்ரரியனு’க்கு அவனைக் கண்டால் மிகவும் பிடிக்கும்.

அவர் நிறையப் படித்தவர். அவன் கேட்கின்ற எந்தப் புத்தகத்தையும் தேடி எடுத்துத் தருவார். அவர் இவ்வளவு படித்தவராக இருந்தாலும் ஏன் இத்தனை வருஷங்களாக குறைந்த சம்பளத்தில், அங்கு வேலை பார்க்கிறார் என்பது தான் கேசவனுக்குப் புரியவில்லை.

அந்த நூல் நிலையத்தில்தான் பால்ஸாக் நாவல்களை ஒன்று விடாமல் படித்தான்.

‘புரியறதோ இல்லையோ, படி... படிக்கப் படிக்கப் புரியும்’ என்பார் ‘லைப்ரரியன்’ வைத்தியநாதன்.

அவர் அறிவுரை அவனுக்குப் பயனுள்ளதாக இருந்தது. ‘பால்ஸாக்கை’ படிக்கச் சொன்னது அவர்தான்.

‘பால்ஸாக்கின் இன் கொஸ்ட் அஃப்தி அப்ஸல்யூட்’ படித்து முடித்ததும், அவனுக்கு அழுகை வந்தது. ஏனென்று அவனுக்குத் தெரியவில்லை. கடவுளைப் பரிசோதனைச் சாலையில் கண்டுபிடிக்க முயன்ற விஞ்ஞானியின் கதை.

ஐயரிடம் இதைப் பற்றிப் பேசினபோது, அவர் சொன்னார்: “கடவுளைத் தேடிண்டு அலையறதே ஒரு சோகக்கதை. நம்ம பக்தர்களெல்லாம் கதறிக் கதறி அழலியா? பக்தர்கள் மனசுக் குள்ளே தேடறா. ‘சையன்டிஸ்ட்’ ‘டெஸ்ட் ட்யூப்’லே தேடறான். இதுதான் வித்தியாசம்.”

“நான் ஏன் அழணும்?”

"நீயும் பக்தனாயிண்டு வரயோன்னு எனக்குப் பயமா இருக்கு. கம்யூனிஸ்டா இருக்கிறதுக்கும் பக்தனா இருக்கிற துக்கும் வித்தியாசமே இல்லை. . ."

'மார்க்ஸிஸத்திலே என்ன குறைன்னு நீங்க சொல்றேள்?'

"மார்க்ஸிஸத்தில் குறை இருக்கிறதா நான் சொல்லவே யில்லே. நெஞ்சிலே ஈரம் இருந்த காரணத்தினால்தான் அவராலே தாஸ் கேப்பிட்டல் எழுத முடிஞ்சுது. ஆனா இப்போ என்ன ஆச்சு? அதே ஈரம் ஸ்டாலினுக்கு இருந்திருந்தா லட்சக்கணக்கான பேரை இப்படிக் கொன்னுருப்பானா? மார்க்ஸ் மட்டுமல்ல, எல்லா மஹான்களுக்கும் பின்னாலே இந்தக் கதிதான் நேரறது. இதைதான் ஐரனி" என்றார் ஐயர்.

வைத்தியநாதன் அவனைக் கேட்டேவிட்டார். 'ஏன் ரெண்டு நாளா இங்கே வரே, காலேஜ் கிடையாதா?'

அவன் அவரிடம் விஷயத்தைச் சொன்னான்.

"டோன்ட் பி எ ஃபூல். . . பேசாம காலேஜுக்குப்போ. நீ ஜெயிச்சியா இல்லையான்னு யாரும் கவலைப்படப் போறதில்லே' என்றார் வைத்தியநாதன்.

கேசவன் கல்லூரியைச் சென்றடைந்த பிறகுதான் வைத்தியநாதன் சொன்னது சரிதான் என்பது தெரிந்தது.

யாரும் தேர்தலைப் பற்றியோ அவன் தோல்வி அடைந்ததைப் பற்றியோ ஒன்றும் பேசவில்லை. மேட்டுத் தெருவில் இரண்டு மூன்று வீடுகளுக்குச் சொந்தக்காரராக இருந்த மிராசு கணேசய்யர் கொலை செய்யப்பட்டதைப் பற்றித்தான் தீவிரமாக விவாதித்துக்கொண்டிருந்தார்கள்.

கேசவன் அன்று பேப்பர் படிக்கவில்லை. படித்திருந்தால் இந்தப் 'பரபரப்பான' செய்தி பற்றி அவனுக்குத் தெரிந்திருக்கும்.

கணேசய்யரைப் பற்றி அவன் கேள்விப்பட்டதே கிடையாது. ஆனால் மாணவர்கள் பேச்சிலிருந்து அவர் மிகவும் 'பிரபலமானவர்' என்று தெரிந்தது. மாணவர்கள் சொன்ன கணக்கின்படி அவருக்குக் கும்பகோணத்தில் ஒவ்வொரு தெருவிலும் ஒரு வைப்பாட்டி இருந்திருக்க வேண்டுமென்று தோன்றியது. அவ்வளவு 'வசதி' அவருக்கு. மாணவர்கள் அவரைத் தூற்றுகிறார்களா அல்லது பாராட்டுகிறார்களா என்று அவனுக்குப் புரியவில்லை.

கணேசய்யர் அவர் வீட்டுப் பக்கத்து வீட்டிலிருந்த ஒரு பெண்ணை 'வைத்திருந்தார்'. அவளுக்கு முப்பது வயதிருக்கும்.

அவருக்கோ ஐம்பத்தைந்துக்கு மேல். அவளுக்கு அவள் வீட்டு வாசலில் தையல் கடை வைத்திருந்த ஓர் இளைஞனோடு தொடர்பும் இருந்திருக்கிறது. இது கணேசய்யருக்குத் தெரியாது. பக்கத்து வீடும் அவருடையதுதான். தையல் கடை வைக்க அந்த இளைஞனுக்கு அனுமதி கொடுத்ததும் அவர்தான். அவருக்கு விஷயம் தெரிய வந்ததும் அந்தத் தையல்கார இளைஞனை அவர் வீட்டுத் தோட்டத்தில் மரத்தில் கட்டிவைத்து அடித்திருக்கிறார்.

பத்து நாள்கள் கழித்து அவன் பழி தீர்த்துவிட்டான். மூன்றாவது மாடியில் தூங்கும் அவரை, கழுத்து, மயிரிழையில் உடம்பில் தொங்கும்படி வெட்டிவிட்டான் என்கிறார்கள்.

அவன் கொன்றிருக்க மாட்டான். கணேசய்யருக்குப் பல எதிரிகள் உண்டு. வேறு யாராகிலும் இக்காரியத்தைச் செய்திருக்கலாமென்ற கருத்து வேற்றுமைகள்.

தையல்காரன்தான் கொன்றிருப்பான் என்பதற்கு அத்தாட்சி... அவன் கணேசய்யர் பக்கத்தில் படுத்துறங்கிய அவருடைய மூன்று வயதுப் பேத்தியை எடுத்துக் கீழே படுக்க விட்டிருக்கிறான். அவனுக்கு இரக்க சுபாவம் உண்டு என்ற காரணத்தால், குழந்தையைக் கொல்லவில்லை என்று அவனுடைய 'நல்ல குணத்துக்கு ஆதரவே' தவிர, இப்படிச் சொன்னால் இதுவே அவன் தூக்கில் தொங்க போதுமான சாட்சி என்பதைப் பற்றி அவர்கள் கவலைப்படவில்லை.

கேசவனுக்கு 'கழுத்து மயிரிழையில் உடம்பில் ஊசலாடுவதைப் பார்க்க வேண்டுமென்ற ஒரு 'குரூர ஆசை' ஏற்பட்டது.

அவ்வாறு சொன்னவன் கூறினான்: "போடா... காலையிலே போய்ப் பார்த்திருக்கணும். இப்போ போலீஸ் காரங்க யாரையும் உள்ளே விடமாட்டேங்கிறாங்க. நான் விஷயம் தெரிஞ்சதும் காலையிலே ஆறு மணிக்கே போய்ப் பாத்துட்டு வந்தேன்... பொம்மலாட்டத்திலே, கயிறு 'லூஸா' இருந்தா எப்படித் 'தலை தொங்கும்' அந்த மாதிரி இருந்திச்சு, கீழே ஒரே ரத்தம். கோலம் போட்ட மாதிரி இருந்திச்சு."

அவன் கணக்கு வகுப்புக்குச் சென்றபோது, மாணவர்கள் பாதிக்கு மேலில்லை. ஆசிரியர் உட்கார்ந்திருந்தார்.

சம்பந்தம் பிள்ளை எப்படி கணக்குப் பேராசிரியரானார் என்று அவனுக்கு எப்பொழுதுமே ஆச்சரியம். 'த்ரீ-பீஸ்' சூட்டில்தான் வருவார். ஒருநாள் அணியும் உடையை அடுத்த

இந்திரா பார்த்தசாரதி

நாள் அணியமாட்டார். அவரிடம் எத்தனை 'டை'கள் இருக்கின்றன என்று எண்ணுவதுதான் மாணவர்களுடைய பொழுதுபோக்கு.

கணக்கு ஆசிரியர் என்றால், அவன் கற்பனை செய்த உருவத்துக்கும் சம்பந்தம் பிள்ளைக்கும் சம்பந்தமே இல்லை. குடுமி, டர்பன், அழுக்கேறிய நீட்ட கோட்டு, காலில் பழைய செருப்பு, நெற்றியில் திருநீறு அல்லது நாமம், எப்பொழுதும் எரிந்து விழும் சுபாவம்.

முதல் நாள் சம்பந்தம் பிள்ளை வகுப்புக்கு வந்தபோது, அவர் ஆங்கிலப் பேராசிரியர் என்றுதான் அவன் நினைத்தான். கணக்குச் சொல்லிக் கொடுக்க ஆரம்பித்ததும் அதிர்ச்சியாக இருந்தது.

நல்ல பணக்காரர். கார் வைத்திருந்தார். பொழுதுபோக்குக் காக வேலை செய்கிறார் என்று சொன்னார்கள்.

கணக்குச் சொல்லிக் கொடுப்பதில் மன்னன். அவனுக்குத் தான் கணக்கு வரவில்லை.

அவர் வகுப்பில் அவன் கவனிப்பது இதுதான். வகுப்பறை யில் 'பங்கா' உண்டு. துணிப்படுதா. நீண்ட கயிறு. அறைவாசல் வெளியிலிருந்து ஒருவன் அதை இழுத்துக்கொண்டிருப்பான். காற்று ஆசிரியருக்கு மட்டுந்தான்.

'பங்கா' இழுப்பவர்களை அமர்த்திக்கொள்வது ஆசிரியர் களுடைய சொந்தச் செலவு. அதனால் பெரும்பான்மையான ஆசிரியர்கள் வியர்க்க விறுவிறுக்கத்தான் வகுப்பு நடத்துவார்கள்.

சம்பந்தம் பிள்ளைக்குப் பங்கா இழுத்தவர் மிகவும் வயதானவர். 'ப்யூன்' வேலையிலிருந்து ஓய்வு பெற்றவரை, அவருக்கு ஒன்பது குழந்தைகள் என்ற காரணத்தால், அநுதாபத்தின் காரணமாக தம்மிடம் வேலைக்கு அமர்த்திக் கொண்டார் சம்பந்தம் பிள்ளை.

வகுப்பு ஆரம்பித்ததும், வெகு துரிதமாக 'பங்கா' ஆடிக் கொண்டிருக்கும். கொஞ்சம் கொஞ்சமாக வேகம் குறையும். குறைந்துகொண்டே வந்து ஒரு நிலையில் நின்றுவிடும்.

வெளியே குறட்டைச் சத்தம் கேட்கும்.

'பங்கா' ஆடுவதற்குப் பதிலாக, கிழவருடைய தலை ஆடிக் கொண்டிருக்கும்.

இது சம்பந்தம் பிள்ளைக்குத் தெரிந்த விஷயந்தான். பாடம் சொல்லுவதை நிறுத்திவிட்டுப் புன்னகையுடன்

வெளியே பார்ப்பார். 'பங்கா'வைப் பார்ப்பார். உடனே குரலை மிகப் பலமாக எழுப்பி கரும்பலகையில் எழுதிக்கொண்டே சொல்வார்.

'The square on the side of any triangle is equal to the sum of the squares on the other two sides less twice the rectangle contained by one of these other sides and the projection of the second side upon it'

ஆவேசமாக உணர்ச்சிகரமாகச் சொல்லப்பட்ட இந்த 'ட்ரிக்னாக மெட்ரி' சூத்திரம் கிழவரை எழுப்பிவிடும்.

'பங்கா' துரிதமாக இயங்க ஆரம்பிக்கும். கணக்கு வகுப்பில் கேசவனுக்கு இதுதான் சுவாரஸ்யமான அநுபவம்.

கேசவனைப் பார்த்ததும் சம்பந்தம் பிள்ளை சொன்னார்: "நீயும் ஒரு கொலைகாரன். உனக்குக் கணேசய்யர் கொலையிலே 'இன்ட்ரெஸ்ட்' இல்லியா, கிளாசுக்கு வந்துட்டே?"

"கொலைகாரனா, என்ன சொல்றீங்க?"

"ஆமாம், நீ கணக்கைக் கொலை செய்யறவன். போன 'அஸைன்மென்ட்லே' உன் மார்க் எத்தனை தெரியுமா?" அவர் கையில் வைத்திருந்த பேப்பர் கட்டைப் பிரித்தார்.

"எனக்குத் தெரியும் சார், தயவுசெய்து 'கிளாஸ்'லே படிக்க வேண்டாம்" என்றான் கேசவன்.

ஐந்து

கேசவன் மிகுந்த மன விரக்தியுடன் விளையாட்டு மைதானத்தில் ஓரமாகப் போடப் பட்டிருந்த 'பெஞ்சு'களில் ஒன்றில் உட்கார்ந் திருந்தான்.

அவன் மனவிரக்திக்குக் காரணம், கணக்கு என்ற சமுத்திரத்தைத் தாண்டிக் கரையேற முடியுமா என்பதுதான். சம்பந்தம் பிள்ளையின் நகைச்சுவையை எடுத்துக்காட்ட, அவனுடைய 'கணிதத் தேர்ச்சி' ஒரு வாய்ப்பாக இருந்தது. 'பூஜ்ஜியம்' என்பது கணித உலகுக்கு இந்தியாவின் பங்களிப்பு என்றால், அதைக் கேசவனின் முன்னோர் ஒருவர்தான் கண்டுபிடித்திருக்க வேண்டுமென்பது அவருடைய முடிவு என்று சம்பந்தம் பிள்ளை கூறியதும், வகுப்பில் சிரிப்பலை ஓய சில நிமிஷங்களாயிற்று. இப்படிப் பல 'ஜோக்கு'கள்.

அவன் கணிதத்தைப் பாடமாக எடுத்துக் கொண்டிருக்கக் கூடாது. அப்பாதான் வற்புறுத்தி னார். ராமானுஜம் ஒரு காலத்தில் சன்னதித் தெருவாசி என்பதால், ராமானுஜமிருந்த வீடு அவன் வீட்டிலிருந்து வெகு தூரத்திலில்லை என்றாலும், அப்பா நம்பியபடி, அக்கணித மேதையின் வீட்டிலிருந்து, 'கணிதக் காற்று' அவன் மீது வீசியதாகத் தெரியவேயில்லை.

அவன் அறியாமலேயே, 'எஸ்.எஸ்.எல்.ஸி'யில் அவன் கணிதத்தில் நூற்றுக்கு நூறு வாங்கியதன்

விளைவு. . . அப்பாவின் நம்பிக்கை, சம்பந்தம் பிள்ளையின் ஜோக்குகள், அவனுடைய இப்போதைய மன விரக்தி.

'மார்க்கர்' லாரன்ஸ் அவனை நோக்கி வந்தான்.

"என்ன தம்பி, உலகத்தையே பறிகொடுத்த மாதிரி உட்கார்ந்திருக்கே?" என்றான் லாரென்ஸ்.

லாரென்ஸ் நல்ல உயரம். சாம்பல் கண்கள், சிவப்பு நிறம். அவனுடைய அப்பா, அப்பாவுக்கு அப்பா என்று வழிமுறை யாக அக்கல்லூரியில் மார்க்கராக இருந்து வருகிறார்கள். லாரென்ஸின் குடும்பத்தை, அக்கல்லூரியில் ஒரு காலத்தில் பிரின்ஸிபாலாக இருந்த ஆங்கிலேயர் ஒருவரோடு சம்பந்தப் படுத்திப் பேசுவார்கள். இதற்கு அவனுடைய சாம்பல் கண்களும், சிவப்பு நிறமும் காரணமாக இருக்கலாம்.

"என்ன தம்பி, பேசாமே இருக்கே?"

"ஒண்ணுமில்லே."

"ஒண்ணுமில்லேங்கிறே, கப்பல் கவிழ்ந்திட்ட மாதிரி கன்னத்திலே கை வச்சுக்கிட்டு உட்கார்ந்திருக்கியே சொல்லு, உன் பிரச்சினை என்ன? 'கிரிக்கெட் டீம்லே' இடம் கிடைக்கலியா?"

"நான் காலேஜ் படிப்பை விட்டுடலாமான்னு பாக்கறேன் ..."

"ஏன் தம்பி?" என்று கேட்டுக்கொண்டே அவன் தோளில் கை வைத்தான் லாரென்ஸ்.

"எனக்குக் கணக்குச் சுத்தமா வல்லே. பாடத்தை இனிமே மாத்த முடியாது. கணக்கிலே பாஸ் பண்ணாமே, எப்படி மேலே போறது?"

லாரென்ஸ் பெரிதாகச் சிரித்தான்.

"என்ன சிரிக்கறீங்க?" என்று கோபத்துடன் கேட்டான், கேசவன்.

"இன்னிக்குக் காலேஜ் 'ஸ்விம்மிங் சாம்பியன்' யாரு?"

கல்லூரி நீச்சல் மன்னனுக்கும் தனக்குக் கணக்கு வராதிருப்பதற்கும் என்ன சம்பந்தம் என்று கேசவனுக்குப் புரியவில்லை.

அவன் மௌனமாக 'என்ன சொல்கிறாய்?' என்பது போல் முகத்தைக் கேள்விக்குறியாக்கி லாரென்ஸைப் பார்த்தான்.

"யாரு, சொல்லு தம்பி?" என்றான் லாரென்ஸ்.

❋ 42 ❋ இந்திரா பார்த்தசாரதி

“வில்லியம்ஸ்.”

“அவன் எப்படி சாம்பியனா வந்தான் தெரியுமா?”

“தெரியாது. எப்படி?”

“அப்படிக் கேளு, சொல்றேன். நீ கணக்கைக் கண்டு பயப்படற மாதிரி அவன் காவேரியைக் கண்டு பயப்பட்டான். அவன் அப்பா, ஹெர்பர்ட் எனக்கு உறவு முறை. நல்லா நீச்சலடிப்பாரு. ஃபுட்பால்லே லெஃப்ட்விங் அபாரமா விளையாடுவாரு . . . அவர் பிள்ளை தண்ணியைக் கண்டு பயப்படறான்னா எப்படி? எனக்குப் பொறுக்கலே. ஒரு நாளைக்குக் குண்டு கட்டா கட்டித் தண்ணியிலே தூக்கிப் போட்டேன். ‘நீஞ்சுடா தாயாளி’ன்னு. அவ்வளவுதான். அன்னிலேந்து பயம் தொலைஞ்சுது. இன்னிக்குச் ‘சாம்பியன்’. உனக்குக் கணக்கு வாத்தியார் யாரு, அந்த வெளக்கெண்ணெய் ராமச்சந்திர ஐயரா?”

‘இல்லே, சம்பந்தம் பிள்ளை. . .’

“பின்னே என்ன தம்பி, வெள்ளைக்காரன் கணக்கா ‘ட்ரஸ்’ செய்துகிட்டு, ரொம்ப நல்லா சொல்லித் தருவாரே, அப்படியுமா உனக்குக் கணக்கு வல்லே?”

“வெள்ளைக்காரன் கணக்கா ‘ட்ரஸ்’ செய்துக்கிறதுக்கும், நல்லா கணக்குச் சொல்லித் தர்றதுக்கும் என்ன சம்பந்தம்?”

“அதான் சம்பந்தம், அவர் பேரே சம்பந்தம் பிள்ளை இல்லே..? ராமச்சந்திர ஐயரை பையங்க வெளக்கெண்ணெய்னு ஏன் கூப்பிடறாங்க தெரியுமா? பஞ்சகச்சம், அழுக்கு டர்பன், சாயம் போன கோட்டு, முகத்திலே பட்டையா விபூதி, சிடு மூஞ்சித்தனம், பார்த்தா ஒரு கம்பீரம் வேணாம்?”

“உங்களுக்கு சம்பந்தம் பிள்ளையை நல்லாத் தெரியுமா?”

“நல்லாத் தெரியும். வெள்ளைக்காரன் கணக்கா வீட்லே பட்லர் வச்சிருக்காரு. நம்ம மச்சான்தான். . . கொழுத்த பணக்காரரு. ஏன் நாலு ஆளு வேலைக்கு வெச்சுக்கமாட்டாரு, சொல்லு. . . அவர் காலேஜ்லே வாங்கற சம்பளம், அவருக்கு ‘டை’ வாங்கக்கூட பத்தாது.”

“அப்பொ ஒண்ணு செய்வீங்களா எனக்காக. . .”

“என்ன!”

“எனக்குக் கணக்கு வராதுங்கிறதினாலே, கிளாஸ்லே என்னை ரொம்ப கிண்டல் செய்யறாரு. . . எனக்கு அவமானமா இருக்கு. . . அதுவும் ‘கேர்ல்ஸ்’ முன்னாலே. . .”

“அப்படிச் சொல்லு, எந்த ‘கேர்ல’ முன்னாலே, ஏதாவது விவகாரம் உண்டா, சொல்லு, முடிச்சு வெக்கறேன். ஒரு ‘பாட்டில்’ ‘ரம்’ முக்கு மட்டும் காசு கொடுத்திடு. . .”

“சேச்சே என்ன சொல்றீங்க நீங்க? எனக்கு எந்த ‘கேர்லு’ம் வேணாம். . .” நான் படிச்சு ‘பாஸ்’ பண்ணிட்டு போனாப் போறும்”

“சும்மா சொன்னேன், கோபப்படாதே. . . சரி, பிள்ளை ஐயா வீட்டுக்கு நானும் போவேன் அடிக்கடி, அப்பொப்பொ எனக்கும் ஊத்திக் கொடுப்பாரு சீமை சரக்கு. . . நல்ல மனசு. . . சொல்றேன் நான். . . நீ ‘கிளாஸை’க் கட்’ பண்ணிட்டு இப்படிக் கன்னத்திலே கை வச்சுகிட்டு கப்பல் கவிழ்ந்தமாதிரி உட்கார்ந்திருக்காதே, போய்ப் படி. . . கணக்கோட மோது, அது எப்படி வராம போகும். . .?”

லாரன்ஸோடு பேசியது, கேசவனுக்குச் சற்று ஆறுதல்தந்தது.

கல்லூரி மணி அடித்தது மூன்றாவது ‘பீரியட்’ தொடங்கி விட்டது கோவிழியார் வகுப்பு. . .

கோவிழியார் திராவிடக் கழகத்தைச் சேர்ந்தவர் என்று சொன்னார்கள். அவர் வகுப்பில் பேசும்போது அப்படித்தான் சிலசமயங்களில் தோன்றும்.

அவன் வகுப்பில் கிருஷ்ணமாச்சாரி என்ற ஒரு பையன் இருந்தான். குடுமி. விரைவில் ‘கிராப்’ வைத்துக்கொள்ளப் போகிறான் என்பதற்கு அறிகுறியாக, முன்பு மழிக்கப்பட்டிருந்த மண்டையின் முன்பகுதியில் மயிர் வளர்ந்துகொண்டிருந்தது.

ஒருநாள் மணி அடித்ததும் அவன் தன்னிச்சையாக எழுந்துவிட்டான். எழுந்த பிறகுதான், கோவிழியார் தன்னைப் பார்த்துக்கொண்டிருக்கிறார் என்பதை அவன் உணர்ந்தான்.

பயந்துகொண்டே உட்கார்ந்தான்.

“என்ன, கிருஷ்ணமாச்சாரியார் அவர்களே, ஆத்துக்குப் போக அவ்வளவு அவசரமோ?” என்று ‘ஆத்தில்’ அழுத்தம் கொடுத்து, கோவிழியார் கேட்டதும் வகுப்பில் எல்லோரும் சிரித்தார்கள்.

ஆனால், இதை வைத்துக்கொண்டு, கோவிழியாரை திராவிடக்கழகம் என்று சொல்லிவிட முடியாது. பெரியாருடைய நாஸ்திக வாதத்தை அவர் ஏற்றுக்கொண்டதாகத் தெரிய வில்லை. பெரிய முருக பக்தர், மேற்கோள் எடுத்துக்காட்டும் போது, திருவாசக வரிகளைப் பக்திப் பாவத்துடன் சொல்லுவார்.

தன்னை கோவிழியாருக்கு மிகவும் பிடிக்குமென்று கேசவனுக்கும் தெரியும். இதற்கு தமிழில் அவனுக்கிருந்த

தேர்ச்சி மட்டுந்தான் காரணம் என்று சொல்லிவிட முடியாது. இன்னொரு காரணமுமிருந்தது.

அவர் எடுத்த முதல் வகுப்பில், வகுப்பு மாணவர்கள் ஒவ்வொருவரையும் தமிழிலக்கியத்தில் அவரவருக்குப் பிடித்திருந்த இலக்கிய வரிகளை எடுத்துச்சொல்லச் சொன்னார்.

அவன் பள்ளிக்கூடத்தில் படித்தபோது, 'ஊர்சூழ்வரி' அவனுக்குப் பாடமாக இருந்தது. உணர்ச்சிவயமான அப்பகுதி முழுவதையும் அவன் மனப்பாடம் செய்துவைத்திருந்தான். 'என்றனன் வெய்யோன்' என்று அவன் தொடங்கிப் பத்து வரிகள் சொன்னதும், கோவிழியார் முகம் மலர்ந்தது.

"இது எந்த நூலில் வருகின்றது?"

"சிலப்பதிகாரம்."

"சிலப்பதிகாரத்தின் ஆசிரியர் யார்?"

"இளங்கோ அடிகள்."

"உனக்கு 'ஊர் சூழ்வரி' முழுவதும் தெரியுமா?"

"தெரியும்."

"ஏன் உனக்கு இந்தப் பகுதி பிடிக்கிறது?"

கேசவனுக்குக் காரணம் சொல்லத் தெரியவில்லை. 'உணர்ச்சிவயமாக இருக்கிறது' என்று சொல்வது சரியான பதிலாகுமா என்று அவன் யோசித்தான்.

'சொல்...' என்று உரக்கக் குரலெழுப்பினார் கோவிழியார்.

'உணர்ச்சிவயமாக இருக்கிறதினாலே' என்று அவன் இழுத்தான்.

'குட் அதுதான் பதில். அநீதி இழைக்கப்பட்ட ஒரு பெண்ணின் ஆவேசம். சிறுமை செய்யப்பட்ட ஓரினம் இன்று சீறி எழுவதுபோல' என்று அவர் கூறிக்கொண்டே சென்றார்.

கேசவன் வகுப்புக்குள் நுழையும்போது கோவிழியார் ஏற்கனவே அங்கு வந்திருப்பதை அவன் உணர்ந்தான்.

அவன் கதவருகே நின்றான்.

கோவிழியார் திரும்பிப் பார்த்தார்.

"என் வகுப்புக்கு ஒரு கணப்பொழுதுகூட நேரம் தாழ்த்தி வரக் கூடாதென்று சொல்லியிருக்கிறேன் அல்லவா?" என்றார் கோவிழியார். கேசவன் தலைகுனிந்தவாறு, மௌனமாக நின்றான்.

'சரி, போய் இருக்கையில் அமர்' – அவன் போய் உட்கார்ந்தான்.

கடைசி பெஞ்சில்தான் இடம் கிடைத்தது. யார் இவர், அவனருகில்? நாற்பது வயதிருக்கும். வேட்டி, கருப்புக் கோட்டு. தலை கலைந்திருந்தது.

கோவிழியாரும் அவரை அப்பொழுதுதான் கவனித்திருக்க வேண்டும்.

"யார் நீங்கள்?" என்று உறுமினார் கோவிழியார்.

"நீங்க நல்லா பாடம் சொல்லித் தர்றீங்கன்னு சொன்னாங்க. நான் கேக்கலாம்னு வந்தேன்."

"அநுமதி முதலிலேயே கேட்டிருக்க வேண்டும். பரவாயில்லை. 'யான் பெற்ற இன்பம் பெறுக இவ்வையகம்' என்பதுதான் தன் குறிக்கோள். இன்று என்ன பாடம் நடத்தப்பட வேண்டும்?" என்று மாணவர்களைக் கேட்டார் கோவிழியார்.

'திருமுருகாற்றுப்படை' என்றான் முதல் பெஞ்சில் உட்கார்ந்திருந்த மாணவர்களில் ஒருவன்.

"சரி. . . என்னை ஆள்வோனைப் பற்றிய பாடம். 'நெற்றிக் கண்ணைத் திறப்பினும் குற்றம் குற்றமே' என்று சிவபிரானிடத்திலே வாதாடிய பச்சைத் தமிழன் நக்கீரன் இயற்றிய ஆற்றுப்படை நூல்."

கேசவனுக்குப் பக்கத்திலிருந்தவர் அவனிடம் ஏதோ முணுமுணுத்தார்.

அவர் என்ன சொன்னாரென்று கேசவன் காதுகளில் விழவில்லை.

"அக்காலத்தில் வீரத் தமிழன் போருக்கோ அல்லது சொற்போருக்கோ அஞ்சவில்லை. 'வில்லேர் உழவர் பகைகொளினும் கொள்ளற்க சொல்லேர் உழவர் பகை' என்றான் வான்புகழ் கொண்ட வள்ளுவன். சொல்லினால் வெல்ல இயலாது கண்ட செஞ்சடை அண்ணல், தமிழ்ப் புலவரேரை மிரட்ட நெற்றிக் கண்ணைத் திறந்தபோது. . .'

கேசவன் பக்கத்திலிருந்தவர், அவன் காதில் அவனுக்குப் புரியும்படியாகச் சொன்னார்: "நக்கீரன் என் அண்ணன்."

என்ன சொல்கிறார் இவர்? கேசவன் பயந்துகொண்டே அவரைப் பார்த்தான்.

அவர் சிரித்தார்.

"என்ன சிரிக்கிறீர்கள்?" கோவிழியார் குரல் ஓங்கி ஒலித்தது.

"தம்பிக்குப் புரியலே" என்றார் கேசவன் பக்கத்தி லிருந்தவர், தொடர்ந்து சிரித்துக்கொண்டே.

"என்ன புரியவில்லை?"

"நக்கீரர் யாருன்னு..."

"நீங்கள் கவலைப்படாதீர்கள். கேசவன் என் மாணவன். நீங்கள் சொல்லி நக்கீரரைப் பற்றி அவன் தெரிந்துகொள்ள வேண்டிய அவசியமில்லை."

"உங்களுக்குத் தெரியுமா முதல்லே, நக்கீரர் யாருன்னு அதைச் சொல்லுங்க."

"இதென்ன அறிவிலித்தனமான கேள்வி?"

"ஓய்... புரியும்படியா பேசறதா இருந்தா பேசு. அலி, எலின்னு சொன்னா எனக்குக் கெட்ட கோபம் வரும், ஆமாம்."

கோவிழியார் கண்கள் சிவந்தன.

"வெளியே போங்கள்" என்று கர்ஜித்தார் அவர்.

"நக்கீரர் யாருன்னு சொல்லு, போயிடறேன்" என்று கேட்டுக்கொண்டே அவர் எழுந்து நின்றார்.

கோவிழியாருக்கு என்ன செய்வதென்று புரியவில்லை.

மாணவர்கள் மிகவும் கஷ்டப்பட்டு சிரிப்பை அடக்கிக் கொண்டு உட்கார்ந்திருந்தார்கள் என்று கேசவனுக்குப்பட்டது. கோவிழியாரின் கோபம் அவ்வளவு பிரசித்தமானது.

கோவிழியார் தம்முடைய ஆசிரியத் திறமையில் அசாத்திய நம்பிக்கையுடையவர். மடை திறந்தாற்போல் பேசக்கூடிய அவருடைய சொற்பொழிவு ஆற்றலைக் கண்டு வியக்காமல் யாராலுமிருக்க முடியாது என்பது அவருடைய திடமான எண்ணம். ஐந்தாறு தடவைகள் அவருடைய வகுப்பில் பாடம் கேட்பதற்கென்று வெளியாள்கள் வந்திருக்கிறார்கள்.

'இது எனக்குப் பாராட்டல்ல. தமிழன்னை என் நாவில் குடியேறிப் பேசுகிறாள். பலனடைய விரும்புபவர்களைத் தடுப்பதற்கு எனக்கு என்ன உரிமை இருக்கின்றது?' என்று 'அவையடக்கத்'துடன் அவர் கூறியது கேசவன் நினைவுக்கு வந்தது.

அவர் இவ்வாறு வெளியாள்களை வகுப்பில் அனுமதிப்பது முறையாகாதென்று கல்லூரித் தலைவர், ஆட்சேபித்தபோது,

அவர் இதே பதிலைத்தான் பிரின்ஸிபாலுக்குச் சொன்னதாக வகுப்பில் கூறி பெருமிதப்பட்டுக்கொண்டார்.

‘என்றுமுள இன்தமிழின் இனிமை யாவரையும் ஈர்க்கின்றது என்பது பலருக்கு வயிற்றெரிச்சலைத் தருகின்றது’ என்று அவர் அப்பொழுது முழங்கினார்.

ஆனால், வந்தவர்களில் யாரும் இதுவரை ‘நக்கீரர் என் அண்ணன்’ என்று உறவு கொண்டாடியது கிடையாது. ‘நக்கீரர் யார்?’ என்று கேட்டதுமில்லை.

இப்பொழுது ஒருவர் கேட்கிறார். முதலில் கோபமடைந்த கோவிழியார் சமாதானமாகச் சொல்லி அவரை வெளியே அனுப்புவதுதான் விவேகம் என்று தீர்மானித்து, “சங்கறுக்கும் குலத்தைச் சார்ந்தவர் கீரன் என்ற பெரும் புலவர். ‘ந’ கரம் அடையாக அவர் சிறப்பை உணர்த்துகின்றது. போதுமா, வெளியே போய்விடுங்கள், தயவு செய்து.”

“என்னய்யா அடை, வடைன்னுகிட்டு? நக்கீரன் என் அண்ணன், தெரியுமில்லே?”

மாணவர்களால் சிரிப்பை அடக்க முடியவில்லை.

கோவிழியார் மேடையினின்றும் கீழே இறங்கி அவரை நோக்கி வந்தார்.

கோவிழியாரின் உயரம் ஆறடிக்குக் குறையாது. ‘உடற்பயிற்சி செய்வதனால் ஏற்படும் பலன்கள்’ என்று விளம்பரம் செய்ய வேண்டுமென்றால் அதற்கேற்ற உடற்கட்டு. அவருக்குப் பிடித்த கம்பராமாயணத்திலிருந்தே மேற்கோள்' எடுத்துக்காட்ட வேண்டுமென்றால், ‘அல்லையாண்டு அமைந்த மேனி.’

கேசவன் உடம்பு நடுங்கியது.

அவன் பக்கத்தில் உட்கார்ந்திருந்தவரைப் பார்த்தால் சாப்பிட்டுப் பல நாள்களாயிருக்கும் போல் தோன்றியது. ‘ஆற்றுப்படை’ நூல்களில் சித்திரிக்கப்படும் பொருள் தேடிச் செல்லும் புலவனின் ‘ப்ளூபிரிண்ட்.’ அவருடைய உடம்பு ஆடிக்கொண்டிருந்தது. முகத்தில் பயம் துளிகூட தெரியவில்லை. நக்கீரன் இவருடைய அண்ணனாக இருக்கலாமென்ற சாத்தியக் கூற்றை ஒதுக்கிவிட முடியாதென்று கேசவனுக்குத் தோன்றிற்று.

“யார் நீ?” என்று கேட்டார் கோவிழியார் நிதானமாக.

“நக்கீரன் தம்பி . . .”

“சரி, வெளியே போ.”

"உன் நெத்திக் கண்ணைத் தெறந்து காமிச்சாலும் வெளியே போக முடியாது. நக்கீரன் தம்பியா கொக்கோன்னானாம்" என்று கூறிவிட்டு அட்டகாசமாக அவர் சிரித்தார்.

கோவிழியார் அவரருகில் சென்று அவர் கழுத்தில் கையை வைத்தார்.

இதற்குள் அங்கே ஒரு பையன் குறுக்கிட்டான். அவன் பி.ஏ. இறுதியாண்டு படிக்கிற மாணவன். விளையாட்டு வீரன். பல ஓட்டப்பந்தயங்களில் பரிசு பெறுவதை வழக்கமாகக் கொண்டிருந்த பன்னீர் செல்வம்.

"ஸார், ப்ளீஸ்... நான் கூட்டிக்கிட்டுப் போறேன், அவரை விட்ருங்க" என்றான் செல்வம்.

"யார் இவரு?" என்றார் கோவிழியார்.

"என்னோட சித்தப்பா. . . இப்படித்தான் தண்ணி போட்டுட்டு கலாட்டா பண்ணுவாரு. சித்தப்பா வாங்க... என்ன இது?" என்றான் செல்வம்.

"செல்வம் சொல்லுடா இவர்கிட்டே நான் யாருன்னு. . ." என்று கூறிக்கொண்டே தள்ளாடிய நிலையில் அவர் வெளியே வந்தார்.

"சொல்றேன்... நீங்க வாங்க..."

அவர்கள் போனபிறகு வகுப்பில் சிறிது நேரம் அமைதி நிலவியது. கோவிழியாரின் பார்வை வெற்றிடத்தை நோக்கிக் குத்திட்டு நின்றது. பிறகு அவர் சொன்னார்: "சரி, நீங்கள் போகலாம். வகுப்பில் நடந்தவற்றைப் பற்றி வெளியே சொல்லக் கூடாது. எவனாவது சொன்னான் என்று தெரிந்தால், அவனை நசுக்கிவிடுவேன்."

ஆறு

"கேசவா..."

தன்னைத்தான் கூப்பிடுகிறாரா அல்லது திருவாய்மொழி பன்னிரு நாமப்பாட்டை அப்பா உரக்கச் சொல்கின்றாரா என்று கேசவனுக்குத் தெரியவில்லை.

குரல் விளி வேற்றுமையாகத்தான் ஒலிக்கின்றது என்பது மறுபடியும் அவர் 'கேசவா' என்று கூப்பிட்டதிலிருந்து தெரிந்தது.

அவன் மாடியிலிருந்து கீழே இறங்கி வந்தான்.

"புறப்பட வேண்டாமா, சீக்கிரம் கிளம்பு" என்றார் அப்பா.

"எங்கே?"

"எங்கேயா?" இன்னிக்கு "ஆவணியவிட்டங்கிறது கூடவா மறந்து போச்சு?" என்றாள் அம்மா.

அம்மா நீராடிவிட்டு 'மடி'யாக நின்று கொண்டிருந்தாள்.

கேசவன் ஒரு கண நேரம் திகைத்து நின்றான். முதற்காரணம், அவன் தன் பூணூலை மாடியில் வைத்திருந்தான். இரண்டு, அப்பா தலைமையில் சன்னிதித் தெருவிலிருந்து ஒரு பிராமணர் கூட்டம் காவிரிக்குப் புறப்பட்டுச் செல்லும். அவனும் அவர்களுடன் சென்றாக வேண்டும். அந்தத் தெருவில் யாருக்காவது 'தலை ஆவணி அவிட்டம்' என்றால் கேட்க வேண்டாம். ஒரு நாதஸ்வரக் கோஷ்டி

முன்செல்ல, பின்னால் யஜுர் வேத வைஷ்ணவப் பிரஜைகள் யாவரும், திறந்த மார்புடன், கையில் 'சொம்பு', (வெள்ளி, செம்பு என்று அவரவர் அந்தஸ்துக்குத் தகுந்தபடி) பஞ்ச பாத்திரங்கள் சகிதமாகக் காவிரியாற்றை நோக்கிச் செல்ல வேண்டுமென்பது ஒரு கட்டாய விதி.

போன வருஷம் பரவாயில்லை, அவன் 'முற்போக்குச் சிந்தனையாளன்' என்று பலருக்குத் தெரியாது. இன்று அவ்வாறு தன்னை அடையாளப்படுத்திக்கொண்ட அவன், வீட்டிலிருந்து சுமார் ஒரு மைல் தூரத்திலிருக்கும் காவிரியாற்றுக்கு எப்படிப் போவான்? தெரிந்தவர் யாராவது பார்த்துவிட்டால்? 'அப்பாவுக்குப் பயந்து இப்படியெல்லாம் செய்கிறேன்' என்று சொல்லித் தப்பித்துக்கொள்ள முடியாது. முருகேசன் மேலக் காவேரியருகே குடியிருக்கிறான். அவன் கண்ணில் இந்தத் தோற்றத்துடன் பட நேர்ந்தால், 'கேசவா நீயுமா இப்படி?' என்று ஜூலியஸ் சீஸர் பாணியில் அவன் கேட்க வாய்ப்புண்டு.

வாசலில் நாதஸ்வர சத்தம் கேட்டது. "மாமா" என்று பல குரல்கள்.

"நான் ஆத்திலேயே பண்றேனே" என்றான் கேசவன்.

"என்னது?" என்று உறுமினார் அவன் அப்பா.

"நான் காவேரிக்கு வல்லே."

அவன் அப்பாவின் முகம் தீப்பிழம்பாகச் சிவந்தது. கோபத்தில் வார்த்தைகள் உருப்பெறவில்லை.

"வரல்லியா. . .? நீ . . . என்ன. . . காவேரிக்கு. . ." அவர் உதடுகள் துடித்தன. இந்த மாதிரிச் சூழ்நிலை அவருக்கு ஒரு புதிய அனுபவம். பொதுவாக, கேசவன் செய்கின்ற சில காரியங்கள் அவருக்குப் பிடிக்கவில்லை என்றால், அவர் அதைத் தம் பார்வையின் தீவிர சக்தியாலேயே கண்டித்தால், அவன் அடங்கிவிடுவான். ஆனால், இது ஒரு புதுச் சூழ்நிலை. அவன் தான் காவேரிக்கு வரப்போவதில்லை என்று தெளிவாக அறிவிக்கிறான்.

வாசலில் கூட்டம் சேர்ந்துவிட்டது. உற்சாகத்துடன் சிலர் 'திருப்பல்லாண்'டைச் சேவித்துக்கொண்டிருந்தனர்.

கேசவனுக்கு இது ஒரு புதிய அனுபவம். இதுவரை அவன் அப்பாவுக்கு எதிரே ஆரம்ப எதிர்ப்புக் கட்டத்தைத் தாண்டிச் சென்றதில்லை. அப்பாவின் பார்வையின் உக்கிரம், அவன் முணுமுணுப்பை எரித்துச் சாம்பலாக்கிவிடும். இன்று அவன்

மிகத் தீர்மானமான குரலில், 'நான் காவேரிக்கு வல்லே' என்று கூறிவிட்டான்.

நேசநாடுகளுக்கும், நாஸிப்படைகளுக்குமிடையே அகப்பட்டுக்கொண்டு, 'நடுநிலை' வகிக்கும் நாட்டைப் போல், அம்மா இருவரையும் மாறி மாறிப் பார்த்துக்கொண்டு, நடுங்கிய வாறு நின்றாள்.

போர் உபாயங்கள் நான்கில் அவன் அப்பா முதலில் உபயோகிப்பது நான்காவது உபாயம். நான்காவது உபாயம் செயலற்றுப் போய்விட்டது என்று அவருணர்ந்த காரணத்தி னாலோ என்னவோ, அவர் இரண்டாவது உபாயத்தைத் தேர்ந்தெடுத்தார்.

"நீ சிநேகிதான்னு நினைச்சிண்டிருக்கே, அவாள்ளாம் உனக்குச் சத்ரு. அதெ ஞாபகம் வச்சுக்கே. ஜாதி அனுஷ்டானத்தை நீ காப்பாத்தலேன்னா, நீ ஒரு மிருகத்துக்குச் சமானம். எவ்வளவு தான் நீ 'எனக்கு ஜாதியிலே நம்பிக்கை இல்லே'ன்னு சொன்னாலும் அவா நீ பிராமணனாப் பொறந்திருக்கேங்கிறதை மறக்கப்போறதில்லை. . . சரி, கிளம்பு. . ."

அப்பாவின் புது ஆயுதப் பிரயோகம், அவனைச் சற்று திகைக்க வைத்தது. சில விநாடிகள் மௌனமாக நின்றான். "ஹும், கிளம்பு. அவாள்ளாம் வந்து காத்திண்டிருக்கா பாரு . . ."

"நான் மத்தவாளுக்காக ஜாதியில நம்பிக்கையில்லேன்னு சொல்லலே. எனக்கே அப்படித்தான் படறது. அவா, என்னை பிராமணன்கிறதை மறக்கலேன்னா நான் என்ன செய்ய முடியும்?" என்றான் கேசவன்.

"கேசவா. . . உனக்கு என்னடா ஆயிடுத்து? இப்படியா அப்பா கிட்டே பேசுவே?" என்றாள் அம்மா பலகீனமான குரலில்.

"பேசட்டுண்டி. . . பேசட்டும். தோளுக்கு மிஞ்சினா தோழன் இல்லையா? அவன் தன் இஷ்டப்படித்தான் இருக்கிறதுன்னு நினைச்சான்னா என்னாலயும் அப்படி இருக்க முடியும். சைக்கிள் வேண்டாம்னு தீர்மானம் பண்ணிட்டான் போலிருக்கு. 'லொங்கு லொங்கு'ன்னு காலேஜுக்குத் தினம் நடந்து போகறதா இருந்தா போகட்டும்"

இது தானம்.

கேசவன் சைக்கிள் விடக் கற்றுக்கொண்டு அது ஒரு பெரிய ஜாதிக் கலவரமாக உருவாகும் நிலை தவிர்க்கப்பட்டு, 'பீடி' மூலம் சமாதானம் ஏற்பட்ட பிறகு, அவன் அப்பாவைச்

‘சைக்கிள் வாங்கிக் கொடு’ என்று நச்சரிப்பதை விட்டுவிட்டான். ஆனால் திடீரென்று அவராகவே சைக்கிள் வாங்கித்தர முன் வந்திருக்கிறார். இதற்கு அவன் கொடுக்கப்போகும் விலை, அவனுடைய ‘முற்போக்குச் சிந்தனை’.

முருகேசன் மேலக் காவேரியிலிருந்து எதற்காக வரப் போகிறான்? சே... இது முருகேசன் தன்னைத் தப்பாக நினைத்துக்கொள்ளக் கூடாதென்ற பிரச்சினை மட்டும்தானா? அவனுக்கும் இந்தச் சடங்குகளில் நம்பிக்கை இல்லை. அப்பாவுக்கு இதை அறிவிக்க வேண்டிய தருணம் இதுதான். ‘சைக்கிளை’ மறுத்து அவன் தன் கொள்கையில் உறுதியாக இருக்கின்றான் என்பதை அவர் தெரிந்துகொள்வார்.

அப்பொழுது ‘மூணுசீட்டு’ சக்ரபாணி ஐயங்கார் உள்ளே வந்தார். அவர் ‘மூணு சீட்டு’ விளையாட்டில் முடிசூடா மன்னன். அவர் கைப்பட்டாலே, ‘மூணு ஏஸ்’ என்று எல்லோரும் சொல்வார்கள். நெடுந்தெரு சின்ன மைனர் சீமாச்சுவுக்காக அவர் ‘டவுன் ஹாலி’ல் சீட்டாடுகிறார் என்று பரவலாகப் பேசப் பட்டது.

“அப்பாவுக்கும் பிள்ளைக்கும் என்ன பிரச்சினை?” என்றார் சக்ரபாணி.

“அவன் வரல்லியாம். சரி, வா... நாம போகலாம்” என்றார் அப்பா.

குடும்ப விவகாரத்தில் வெளியாள்கள் குறுக்கிடுவதை அப்பா விரும்புவதில்லை.

“ஏன் வல்லியாம்?”

“எனக்கு வெறும் சடங்குகள்லே நம்பிக்கையில்லே” என்றான் கேசவன்.

அப்பா அவனைக் கோபமாகப் பார்த்தார்.

“வாடா நீ, அவன் கிடக்கிறான்...” என்றார் அப்பா.

“அது தப்பு, மாமா... நான் கேக்கறேன், ஏண்டா உனக்கு நம்பிக்கை இல்லே, நீயும் என்ன சுயமரியாதைக்காரனா?”

இவரிடம் தன்னுடைய அரசியல், சமூகக் கொள்கைகளை விவாதிக்க வேண்டியது அவசியந்தானா என்று யோசித்தான் கேசவன்.

“சொல்லுடா, கேசவா... எல்லா சுயமரியாதைக்காரன் களையும் எனக்குத் தெரியும். வக்கீல் நாராயணசாமி உடையார் இருக்கானே, வாய் கிழியப் பேசுவான், பெரியார் பக்தன் மாதிரி,

நேத்திக்கி உப்பிலியப்பன் கோயிலுக்குப் போயிருந்தேன், அங்கே என்னடான்னா நாராயணசாமி சம்சாரம், குழந்தைகள்ளாம் வந்திருக்கா, ஏன்னா அவன் மண்டகப்படி நேத்திக்கி . . . அவன் வல்லே, யாராவது பாத்தா அவமானம்னு . . . எல்லாம் பேச்சுதான். சொல்றேன். கேளு . . . உனக்கு இதிலே நம்பிக்கை இல்லாட்டாலும், அப்பா சொல்ற வார்த்தைக்கு மதிப்புக் கொடுக்கணும்னா நீ வந்தாகணும். இந்தத் தெருவிலே, உங்கப்பாவுக்கு அவரோட வித்வத்துக்கு எல்லாரும் மரியாதை கொடுக்கிறா. நீ என்ன டான்னா! சரி சரி . . . அசடு மாதிரி வழக்காடாதே. . . கிளம்பு. . ."

"கேசவா. . . போடா. . ." என்று அம்மா குரலுடைந்த நிலையில் பாதி அழுகையாகச் சொன்னாள்.

கேசவன் அம்மாவைப் பார்த்தான்.

அந்தப் பாச உணர்வுக்கு முன்னால், அவன் எதிர்ப்புக் கோட்டை உடைந்து தகர்ந்தது. மாடிக்குச் சென்று பூணூலை மாட்டிக்கொண்டு வந்தான்.

கேசவனும் அவர்களுடன் புறப்பட்டான்.

அப்பா வேத மந்திரங்களைச் சொல்லிக்கொண்டே முன் நடப்பார். மற்றவர்கள் கூட்டிசையாக அவர் சொல்வதைத் திரும்பச் சொல்லி பின்தொடர்வார்கள்.

அவருடைய மகன் என்ற முறையில் அவன் அவரருகில் வெள்ளிச் 'சொம்பை'யும் பஞ்சபாத்திரங்களையும் எடுத்துக் கொண்டு போக வேண்டும். யார் பார்வையினின்றும் அவனால் தப்ப முடியாது.

வீட்டுக்கு வெளியே வந்ததும், அப்பா சொன்னார்: "உப்பிலி, கேசவன் கையிலேந்து அந்தப் பாத்திரத்தை வாங்கிக்கோ. நீ என்னோட முன்னாலே வா. . ."

உப்பிலி ஹேமரிஷி மண்டபத்தில் தளிகை பண்ணிக் கொண்டிருந்தவரான ஐயங்காரின் சீமந்த புத்திரன். பள்ளிக் கூடத்தில் படித்துக்கொண்டிருந்தான். மிகவும் சூட்டிகையான பையன் என்று பேர். எஸ்.எஸ்.எல்.ஸி. படித்துக்கொண்டிருந்த அவன் அத்யயனம் செய்திருந்தான்.

கேசவனுடைய அப்பாவின் கட்டளையை மிகச் சந்தோஷ மாக நிறைவேற்ற, அவன் கேசவனிடம் கையை நீட்டினான். அவனுடைய ஞானம் இப்பொழுது அங்கீகரிக்கப்பட்டுவிட்டது. கேசவன் அப்பாவோடு அவரருகில் நடப்பதற்கான 'உரிமை' அவனுக்குக் கிடைத்துவிட்டது.

கேசவனும் சந்தோஷமாக அப்பாத்திரங்களை அவனிடம் கொடுத்தபோது, உப்பிலிக்குச் சற்று ஏமாற்றம். கேசவன் மறுப்பான், அவன் அப்பா சத்தம் போடுவார் என்றுதான் அவன் எதிர்பார்த்தான். சுலபமான வெற்றி யாருக்குத்தான் சோர்வைத் தராது?

வேதத்துக்குப் பதிலாக அன்று கேசவன் அப்பா திருப்பல்லாண்டின் 'தனியனி'லிருந்து தொடங்கினார்.

'குருமுகமந்தீத்ய ப்ராஹவேதாந சேஷான்
நரபதி பரிக்லுப்தம் சுல்கமாதாது காம...'

இது எல்லாருக்கும் சற்று ஆச்சரியத்தைத் தந்தது. உப்பிலியும் இதை எதிர்பார்க்கவில்லை. வேதத்தை எவ்வளவு அழுத்தமான உச்சரிப்புடன் சொல்ல முடிகின்றது என்று கேசவன் அப்பா தெரிந்துகொள்ள வேண்டுமென்பது அவன் ஆசை. அவன் மிக அழுத்தமாகச் சொன்னான்.

கேசவன் அக்கோஷ்டியில் கடைசி வரிசையில் ஓரமாகப் போய்க்கொண்டிருந்தான்.

அவன் கூடியவரை துண்டினால் தன் பூணூலை மறைத்துக் கொண்டிருந்தாலும், காவேரிக்கு, பிராமணக் கோஷ்டியுடன் போய்க்கொண்டிருந்தான் என்பதை மறைக்க முடியாது.

காந்தி பார்க்கைத் தாண்டித் செல்லும்போது, போட்டோ ஸ்டூடியோவிலிருந்து ராஜமாணிக்கம் அவனைப் பார்த்துவிட்டு வேகமாக வெளியே வந்தான். கேசவன் அவனைப் பார்த்ததாகக் காட்டிக்கொள்ளவில்லை.

ராஜமாணிக்கம் பள்ளிக்கூடத்தில் படிக்கும்போது மிகவும் ஏழைப் பையன். காலேஜில் சேர்ந்த பிறகு திடீரென்று கையில் மோதிரமும், கழுத்தில் புலிநகச் சங்கிலியுமாகப் பணக்காரனாகி விட்டான். அதற்குக் காரணம், பிறகுதான் தெரிந்தது. அவனை விட பத்து வயது மூத்தவளாக இருந்த கிறிஸ்துவ நர்ஸை அவன் திருமணம் செய்துகொண்டான். சிவ. ராஜ மாணிக்கம் பீட்டர் ராஜமாணிக்கம் ஆன கதை இதுதான்.

ராஜமாணிக்கம் சைக்கிளில் அவனருகில் வந்தான். முகத்தில் கேலிப் புன்னகை.

"என்ன காம்ரேட், எங்கே போறேள்?"

'போறேளி'ல் அழுத்தம்.

கேசவன் பதில் சொல்லவில்லை.

'வாழாட் பட்டு நின்றீருள்ளீரேல் வந்து
மண்ணும் மணமும் கொண்பின்
கூழாட் பட்டு நின்றீர்களை எங்கள்
குழுவினில் புகுத லொட்டோம்.'

என்று அப்பாவின் குரல் கம்பீரமாக ஒலித்தது.

ராஜமாணிக்கம் தொடர்ந்தான்.

"என்ன காம்ரேட், பதில் சொல்லாம போறேள்?"

"கூழாட்பட்டு நின்றீர்களை எங்கள் குழுவினில் புகுதலொட்டோம்" என்று கேசவன் சொன்னான்.

"என்ன சொல்றே?"

"உன் கேள்விக்குப் பதில்."

"புரியலே."

"புரியாது, மிஸ்டர் பீட்டர்..."

"உன்னோட 'காம்ரேட்' வேஷமெல்லாம் கலைஞ்சு, பூணூல் தெரியறது மிஸ்டர் கேசவன்."

"சரி, சைக்கிள்லே, ஏன் இப்படி 'ஸ்லோ–சைக்கிள் காம்படிஷன்'லே கலந்துக்கற மாதிரி வந்துண்டிருக்கே... சைக்கிளை அதோ சோமு கடையிலே வச்சுட்டு, என்னோட வா... உனக்கும் ஒரு பூணூலை மாட்டிவிடறேன்."

"ஆதாயம் இருந்தா சொல்லு, மாட்டிக்கிறேன்" என்றான் ராஜமாணிக்கம் சிரித்துக்கொண்டே.

"ஒரு காலத்திலே இருந்தது. இப்போ இல்லே, இப்போ படற அவஸ்தையைப் பாத்துமா உனக்கு அந்த ஆசை இருக்கு?"

"எனக்கு அந்த ஆசை இல்லே, நீ கேட்டதினாலே சொன்னேன். அது கிடக்கட்டும், உனக்கு ஏன் இப்போ இந்த அவஸ்தை?"

"வெள்ளைக்காரனை என்னாலே அடிச்சு விரட்ட முடியும்னு நம்பிக்கை இருக்கு. ஆனா எங்கப்பாவை என்னாலே ஒரு 'ஸ்டேஜு'க்கு மேலே எதிர்க்க முடியலே ... அதெத் தவிர, நீ சொல்ற மாதிரி இதிலே ஆதாயமிருக்கு ..."

"என்ன ஆதாயம்?"

"சைக்கிள் வாங்கித் தரேன்னுருக்கார். நான் 'பூணூல் மாத்திண்டா ...' சிவ. ராஜமாணிக்கம் பீட்டர் ராஜமாணிக்கம் ஆனமாதிரின்னு வச்சுக்கோ ..."

"சைக்கிள் வாங்கப் போறயா..? இந்தச் சைக்கிளை வாங்கிக் கிறயா, இது புதுசுதான். சிங்கப்பூர் சைக்கிள். பாரு, டைனமோ கினைமோ எல்லாமிருக்கு. பளபளப்பு குறைஞ்சிருக்கா பாரு..."

"நீ ஏன் இதை விக்கறே?"

"நான் மோட்டார் சைக்கிள் வாங்கப் போறேன். மேரி சொல்லிச்சு, மோட்டார் சைக்கிள் ஓட்டறதுதான் ஆம்பிளைக்கு அடையாளம்னு..."

"சைக்கிள் ஓட்டறது?"

"குதர்க்கமா பேச ஆரம்பிச்சுட்டியா?... வாங்கறதா இருந்தா சொல்லு, உனக்காக வாங்கின விலைக்குத் தரேன்."

'என்னா எம்பெருமான் உந்தனுக்
கடியோமென் றெழுத்துப் பட்ட
அந்நாளே அடியோங்களடிக்குழல்
வீடுபெற் றுய்ந்தது காண்'

என்று ஒலித்துக்கொண்டிருந்த குரல் அலை திடீரென்று ஓய்ந்தது.

அப்பா திரும்பிப் பார்த்தார். அவர் பார்த்ததும் எல்லாரும் திரும்பிப் பார்த்தார்கள்.

அவர்களுடைய பார்வை தங்கள் மீதுதான் நிலைகுத்தி நின்றது என்பதை கேசவனும் ராஜமாணிக்கமும் உணர்ந்தார்கள்.

ராஜமாணிக்கம் சற்றுத் தயங்கி நின்றான். வேகமாகப் போய்விடுவதா அல்லது கேசவனுக்கு உறுதுணையாக நிற்பதா என்பது அவன் பிரச்சினை. போய்விட்டால், சைக்கிளை விற்க முடியாது. அது விலை உயர்ந்த சைக்கிள் என்பதால் அவனால் அவ்வளவு சுலபமாக விற்க முடியவில்லை. அந்த விலை கொடுத்து வாங்குகிறவர்கள் பெரும்பாலும் முஸ்லிம்கள். சிங்கப்பூரிலிருந்தே அவர்களால் புது சைக்கிள் வாங்கிவிட முடியும். கேசவன் வசதியான குடும்பத்தைச் சேர்ந்தவனென்று அவனுக்குத் தெரியும். ஆனால், சைக்கிள்களைப் பற்றி அதிகம் தெரியாத ஒரு வசதியான குடும்பம்.

உப்பிலி கேசவனிடம் வந்து சொன்னான்: "அப்பா கூப்பிடறார்."

கேசவன் அப்பாவிடம் சென்றான்.

"யார் அந்தப் பையன்?"

"என் கிளாஸ்-மேட்."

வேர்ப்பற்று

“எதுக்காகப் பேசிண்டே வந்துண்டிருக்கே? செய்யறதைச் சிரத்தையா செய்ய வேணாமா?”

“சிரத்தையாகப் பேசிக்கொண்டேதான் வந்தேன்” என்று சொல்லலாமா என்று கேசவன் ஒருகணம் நினைத்தான்.

“அவன் சைக்கிள் கடை வச்சிருக்கான். புது சைக்கிள் வந்திருக்காம், சிங்கப்பூர்லேந்து, ஒரே ‘டிமான்ட்’ வேணும்னா உடனே வந்து வாங்கிக்கோன்னான்.”

“கூப்பிடு அவனை”

உப்பிலி மறுபடியும் சென்றான்.

ராஜமாணிக்கம் பயந்துகொண்டு வந்தான்.

“நீ என்ன, சைக்கிள் விலைக்குத் தரேன்னு இவன்கிட்டே சொன்னியா?”

“ஆமாங்க.”

“என்ன விலை?”

“முன்னூத்தம்பது ரூபாய்ங்க. டைனமோ இருக்கு. . . அப்புறம்...’

“சரி. . . சரி. . . வீட்லே வந்து பேசு. நடுத்தெருவிலே வியாபாரம் பண்ணாதே. எது செஞ்சாலும் தொழிலுக்கு மரியாதை கொடுக்கணும், தெரிஞ்சுதா?”

“சரிங்க . . .”

அப்பா விட்ட இடத்திலிருந்து தொடர்ந்தார்.

ஏழு

முருகேசன் முன், தலைகுனிந்து நின்றான் கேசவன்.

'நான் கேட்டதெல்லாம் உண்மைதானா?' என்று முருகேசன் வினவியதற்கு விடையாக ஏற்பட்டதுதான் இத்தலைக் குனிவு.

முருகேசன் என்ன கேட்டிருப்பானென்று கேசவனுக்குத் தெரியும்.

கேசவனுடைய புதிய சிங்கப்பூர் சைக்கிள், கல்லூரி மாணவர்களிடையே பிரபலமாக விவாதிக்கப்பட்ட தலைப்புகளிலொன்று. லார்ட் மவுன்ட் பேட்டனுக்கும் இந்திய அரசியல் தலைவர்களுக்குமிடையே நிகழ்ந்த பேச்சு வார்த்தைகள் 'வெற்றி' பெற்று (காந்திஜியால் மத அடிப்படையில் ஒரு தனிநாடு என்ற கருத்தை ஜீரணிக்க முடிய வில்லை என்பதால் நாட்டின் அரசியல் விடுதலைக்குத் தாம் குறுக்கே நிற்கக் கூடாதென்ற நிலையில் 'ஒதுங்கி'விட்டார்.) சுதந்தரம் கிடைக்கப் போகின்றதென்பதுகூட, மாணவர்களின் கவனத்தை அவ்வளவாக ஈர்க்கவில்லை. அதனால் கேசவன், பீட்டர் ராஜமாணிக்கத்தின் சைக்கிளை வாங்கு வதற்காகக் காவிரிக் கரையில் காயத்திரி ஜெபித்து, பூணூலை மாற்றிக்கொண்டான் என்பதுதான் மிகவும் சுவாரஸ்யமான விஷயம்.

மாணவர்களிடையே இச்'சூடான' செய்தியைப் பரப்பியவன் ராஜமாணிக்கந்தான்.

தஞ்சை ஜில்லா 'ஸ்டுடன்ட்ஸ் ஃபெடரேஷன்' மாநாடு நடக்கப் போகும் சமயத்தில், மாணவர் தலைவர்களிலொருவ னான கேசவன், மார்க்ஸிய சித்தாந்தத்துக்கே இப்படித் துரோகம் இழைப்பானென்று முருகேசன் எதிர்பார்க்கவில்லை.

இந்தப் பின்னணியில் பார்த்தால்தான், முருகேசனுடைய கேள்வியும், கேசவனின் தலைக்குனிவும் விளங்கும்.

"திராவிடக்கழகப் பையங்க முன்னாலே என்னை இப்படிச் செருப்பாலே அடிச்சிட்டியே. உன்னைத்தான் மாநாட்டு வரவேற்புக் கமிட்டிக்குத் தலைவராப் போடணும்னு என் அண்ணன் எழுதியிருக்காரு" என்று சொன்னான் முருகேசன்.

"இல்லை, வேணாம். . . நான் தலைவனா இருக்க விரும்பலே. . ." என்றான் கேசவன்.

"பூணூல் மாட்டிக்கத்தான் விருப்பமோ?" என்று குரலைச் சற்று உயர்த்திக் கேட்டான் முருகேசன்.

"நான் என்ன சொன்னாலும் நீ புரிஞ்சுக்கப்போறதில்லே..." என்றான் கேசவன்.

"என்ன புரிஞ்சுக்கப் போறதில்லே, நீ பூணூல் மாட்டிக் கிட்டியா இல்லையா?"

"இல்லேன்னு சொல்லலே. . . மாநாடு நடக்கப் போறதுன்னா சைக்கிள் வேணும். . . இல்லாட்டா எப்படி ஓடியாடி வேலை செய்ய முடியும்? சைக்கிள் வேணும்னா பூணூலை மாட்டிண் டாவணும். அப்பத்தான் அப்பா சைக்கிள் வாங்கித் தருவாரு. ஒரு பெரிய இலட்சியத்தை அடையணும்னா எந்த வழியை வேணும்னாலும் தேர்ந்தெடுக்கலாம்னு ஏங்கல்ஸே சொல்லி யிருக்காரில்லே. . ."

முருகேசன் அவனை முறைத்துப் பார்த்தான். ஏங்கல்ஸ் இப்படிச் சொல்லிருக்காரா இல்லையா என்று அவனுக்குத் தெரியாது. கேசவன் அடித்துப் பேசுவதைப் பார்த்தால் அவர் அப்படிச் சொல்லியிருக்க வேண்டுமென்று அவனுக்குப்பட்டது. இருந்தாலும் அவன் கூற்றை அப்படியே ஏற்றுக்கொள்ள முருகேசனுக்கு இஷ்டமில்லை.

"ஏங்கல்ஸ் சொல்லியிருக்கிறது வேற சந்தர்ப்பத்திலே. . ." என்று இழுத்தான் முருகேசன்.

"எந்தச் சந்தர்ப்பத்திலே சொல்லு" என்றான் கேசவன். முருகேசன் சந்தேகமாக இழுக்கிறான் என்று கேசவனுக்குப் புரிந்துவிட்டது.

இதுவரை பேசாமல் நின்றுகொண்டிருந்த சின்னய்யன், முருகேசன் தோளைத் தட்டிக்கொண்டே, "சரி விடு, முருகேசா... கேசவன் சொல்றதிலேயும் 'பாய்ன்ட்' இருக்கு. கேசவனுக்குப் பூணூல்லே நம்பிக்கை இல்லே, ஒரு சைக்கிளை வாங்கிக்க, அதை அப்பாவுக்காக மாட்டிக்கிட்டா என்ன குடிமுழுவிப் போச்சு சொல்லு. சரி, மேலே நடக்க வேண்டிய காரியத்தைப் பார்ப்போம்..."

முருகேசன் சிறிது நேரம் பேசாமலிருந்தான். சின்னய்யன் சொன்னதை அவன் ஜீரணிக்க முயல்வது போல் தோன்றியது.

"சரி, சைக்கிள் உன்னோடதில்லே... மாநாட்டுக்குப் பொதுவான சொத்து... யார் வேணுமானாலும் எப்ப வேணுமானாலும் உபயோகிச்சுக்கலாம். சம்மதமா?" என்றான் முருகேசன் தீர்ப்பு வழங்குவது போல்.

"அது சரி... ஆனா, என்னை வரவேற்புக் கமிட்டி தலைவனாப் போடாதே."

"அது நடக்காது. என் அண்ணன் எழுதியிருக்காரு... முதல்லே, நோட்டீஸ் பிரிண்ட் பண்ணியாவணும்... நம்ம நிலையை மத்த மாணவர்களுக்கு நல்லா விளக்கிச் சொல்லியாவணும். எழுதிக்கொண்டா, சாயங்காலக் கூட்டத்திலே விவாதிப்போம்."

அப்பொழுது ராஜமாணிக்கம் அவன் புதிதாக வாங்கியிருந்த மோட்டார் சைக்கிளை நிறுத்தி வைத்துவிட்டு, அவர்களை நோக்கி வந்தான்.

"வணக்கம், காம்ரேட்ஸ்" என்றான் ராஜமாணிக்கம். அவன் குரலில் தெரிந்த லேசான கிண்டலை அவர்கள் கவனிக்காமலில்லை.

ஒருவரும் பதில் சொல்லவில்லை. அவனைக் கவனிக்காமலிருப்பதே விவேகம் என்று அவர்கள் மூவருக்கும் பட்டிருக்க வேண்டும்.

ராஜமாணிக்கத்துக்குக் கட்சித் தொடர்பு எதுவும் கிடையாது. ஆனால், திராவிடக் கழக மாணவர் அமைப்புக்கு அவன் நிதி உதவி செய்கிறான் என்பது எல்லோருக்கும் தெரிந்த செய்தி.

"என்ன, மாநாடு நடத்தப் போறீங்களாமே?" என்றான் ராஜமாணிக்கம்.

"ஆமாம்" என்றான் முருகேசன்.

“கேசவ ஐயங்கார்தான் வரவேற்புக் கமிட்டித் தலைவர்னு நீங்க சொன்னதா கதிர்வேலு சொன்னாரு.”

“ராஜமாணிக்கம், நீ ஒரு அயோக்கியன். எங்க வீட்டுக்கு வந்து, எங்கப்பாகிட்டே அவர் சொன்னதுக்கெல்லாம் தலையை ஆட்டிட்டு சைக்கிளை வித்தே... இப்போ கிண்டலா பேச உனக்கு என்ன உரிமை இருக்கு?” என்று சீறினான் கேசவன்.

“நீ சும்மா இருப்பா,” என்று கேசவனை அடக்கிவிட்டு, முருகேசன் ராஜமாணிக்கத்திடம் சொன்னான்... “அவன் பூணூலைத்தான் மாட்டிக்கிட்டான், நீ என்ன செய்தே? உன்னை விட பல வயது மூத்தவ, அவளைக் கட்டிக்கிட்டே எதுக்காக? அதோ, அந்த மோட்டார் சைக்கிளுக்காக. உனக்குப் பேச என்ன யோக்கியதை இருக்கு. மரியாதையா பேசாமப் போகலே, எனக்குக் கெட்ட கோபம் வரும், ஆமாம்..”

முருகேசனின் கோபம் பிரசித்தி பெற்றது. இதை நன்குணர்ந்த ராஜமாணிக்கம், தணிவான குரலில் சிரித்துக் கொண்டே சொன்னான்: “என்ன முருகேசன் இப்படிக் கோபப் படறீங்க. நான் ஏதோ விளையாட்டுக்காகச் சொன்னேன். கேசவன் எனக்கும் சினேகிதன்தான். நேத்து கதிர்வேலு சொன்னான். மாநாடு நடக்கப் போறதுன்னு, கேட்டேன், இது தப்பா?”

“பின்னே கேசவ ஐயங்கார் என்னடா மயிரு?” என்றான் முருகேசன்.

“தப்புதான்... உங்க மாநாட்டுக்கு ‘டொனேஷன்’ வேணுமா, நான் தர்றேன்.”

“திராவிடக் கழகக்காரன்களுக்குக் கொடு, எங்களுக்கு வேண்டாம்” என்றான் முருகேசன்.

சின்னய்யன் குறுக்கிட்டான். “என்ன முருகேசன் இப்படிச் சொல்றீங்க ‘டொனேஷன்’ தரேங்கிறாரு. வாங்கிக்கிறதலே என்ன தப்பு?”

“நான் ஒரு கட்சியையும் சார்ந்தவனில்லே. திராவிடக் கழகத்துக்கும் தருவேன். உங்களுக்கும் தருவேன். திராவிடக் கழகக்காரங்க, கோயில் கிடையாது, குளம் கிடையாதுங்கிறாங்க. எனக்கு அதிலே நம்பிக்கை இல்லே. நான் ஞாயிற்றுக்கிழமை ஞாயிற்றுக்கிழமை ‘சர்ச்சு’க்குப் போறவன்...” என்றான் ராஜ மாணிக்கம்.

“இல்லாட்டி வீட்டிலே சோறு கிடையாது, அப்படித் தானே” என்றான் முருகேசன்.

“நான் பணத்துக்காகத்தான் மதம் மாறினேன். ஒப்புத்துக்கிறேன். ஆனா ‘பைபிளை’ப் படிச்சப்புறம், ஏசுநாதர் சொல்றது தான் சரியான வழின்னு எனக்குப்படுது. இது சத்தியம். இதை சந்தேகிக்காதீங்க” என்றான் ராஜமாணிக்கம்.

“சரி, எவ்வளவு தருவே?” என்றான் சின்னய்யன்.

“கேளுங்கள், கொடுக்கப்படும்.”

“அப்புறம் வாங்கிக்கிறோம். . . நீ முதல்லே போய்ச் சேரு. . .” என்றான் முருகேசன்.

கல்லூரி மணி அடித்தது.

“இப்போ எனக்கு இங்கிலீஷ் கிளாஸ். புரொஃபஸர் சபேசன். . . எங்கப்பாவுக்குத் தெரிஞ்சவர். போகாம இருக்க முடியாது. சாயங்காலம் காந்தி பார்க்கிலே சந்திச்சுப் பேசுவோம்” என்று கூறிக்கொண்டே விரைந்தான் கேசவன்.

பேராசிரியர் சபேசனுக்கு நாற்பத்தைந்து வயதிருக்கலாம். மிக விரைவில் பதவி உயர்வு பெற்று, ஆங்கிலத் துறைத் தலைவராக இருக்கிறார்.

அவர் எப்பொழுதும் ‘சூட்’ அணிந்திருப்பார். அவர் இங்கிலாந்துக்குப் போயிருக்கிறாரென்றும், போனதில்லை. போனது போல் காட்டிக்கொள்கிறாரென்றும் பலவிதமான அபிப்பிராய பேதங்கள்.

அவர் ஆங்கிலம் பேசுவதைப் பார்த்தால், இங்கிலாந்து போயிருக்கக்கூடுமென்ற எண்ணம் தோன்றாமலிருக்காது. அவர் ஆங்கிலத்தை ‘ரைட் ஹானரபிள்’ ஸ்ரீநிவாசசாஸ்திரி அவர்களே வியந்து பேசியதாக ஒரு தகவலும் உண்டு. இது ஒரு பொய்யான தகவல் என்ற எதிர்க்கட்சியும் இருக்கிறது.

சபேசன் தம் தலைமயிரைக் கருப்பாக்க சாயம் பூசிக்கொள்கிறார் என்று அவர் வீட்டுக்குப் பக்கத்திலிருந்த ராமு ஒருதடவை சொன்னான்: “ஒரு சீமைச் சாயமிருக்காம். . . அதைத் தடவிண்டா தலைமயிர் கருப்பாயிருமாம். ஆனா, மாசத்துக்கொரு தடவை தடவிண்டே இருக்கணும்.”

ராமு சொல்வது உண்மையாக இருக்கலாமென்று கேசவனுக்குப்பட்டது.

இல்லாவிட்டால், சபேசன் தலைமயிர் இவ்வளவு கருப்பாக எப்படி இருக்க முடியும்? அதாவது, இயற்கையான கருப்பு நிறமில்லை. முகத்தை வந்து அடிப்பது போன்ற கருப்பு. அவர் முடிக்கு எண்ணெய் தடவிக்கொள்வதாகவும் தெரியவில்லை.

அவருக்கும் அவன் அப்பாவுக்கும் ஒரு தனி வகையான நட்பு.

அவர் அவன் அப்பாவிடம் ஒருநாள் வந்து, வேத வேதாந்தங்களைப் பற்றித் தெரிந்துகொள்ள விரும்புவதாகச் சொன்னார்.

"ஏன், இங்கிலீஷ்லே நிறையப் புத்தகங்கள் இருக்கே, படியுங்களேன்" என்றார் அவன் அப்பா.

"இல்லே. நேரே ஒரு பெரியவாகிட்டே கேக்கறதுக்குச் சமானம் கிடையாது. நீங்க சொல்லுங்கோ. வாரத்துக்கு ஒரு தடவை வரேன்" என்றார் சபேசன்.

அப்பாவும், அவர் பத்திரிகைகளில் ஆசிரியருக்கு எழுதும் கடிதங்களை கையெழுத்துப் பிரதியில் அவரிடம் படித்துக் காண்பிப்பார். சபேசன் அவற்றைக் கல்லூரிக்கு எடுத்துச் சென்று 'டைப்' செய்து பத்திரிகைகளுக்கு அனுப்புவது வழக்கம்.

சபேசனுக்கு ஒரு மாணவன் பெயரும் தெரியாது. 'பையா' என்றுதான் கூப்பிடுவது வழக்கம்.

கேசவன் பெயர் மட்டும் அவருக்குத் தெரியும்.

கேசவன் வகுப்பைச் சென்றடைந்தபோது, சபேசன் வந்து விட்டார் என்பதை உணர்ந்தான். 'கம் இன் காம்ரேட்' என்றார் சபேசன். கேசவனுக்குச் சற்றுச் சங்கடமாக இருந்தது. கேசவன் உட்கார்ந்ததும் சபேசன் கேட்டார், "காம்ரேட் கேசவன், 'இல்யூஷன் அன்ட் ரியாலிட்டி' என்ற நூலை எழுதியவர் யார்?" கேசவன் எழுந்து நின்றான். அவன் இந்நூலைப் பற்றிக் கேள்விப்பட்டதேயில்லை.

"கிறிஸ்டோபர் காட்வெல். . . நீ என்ன மார்க்ஸிஸ்ட், இது கூடத் தெரியாம?" என்றார் சபேசன்.

எட்டு

கேசவன் கல்லூரி நூல் நிலையம் முழுவதும் தேடிக் களைப்படைந்தான்.

இல்யூஷன் அன்ட் ரியாலிட்டி கிடைக்கவில்லை. ஆங்கிலத் துறைத் தலைவர், தாமே நூல் நிலையத்துக்கு வாங்காத புத்தகத்தைக் குறிப்பிட்டு, 'இந்தப் புத்தகத்தைப் படிக்காத நீ என்ன கம்யூனிஸ்ட்?' என்று எப்படிக் கேட்டார்?

அப்பொழுதுதான் அவனுக்கு ஞானோதய மாயிற்று. அது மார்க்ஸிஸ்ட் இலக்கியம். காருண்யம் மிக்க பிரிட்டிஷ் ஆட்சியில் அரசாங்கக் கல்லூரியில் இந்தப் புத்தகத்தை வாங்கிவைக்க ஒரு தனித் துணிவு வேண்டும்.

'லைப்ரரியன்' ஜெகந்நாதய்யர் கேட்டார், "அது என்ன அப்படி சுவாரஸ்யமான புத்தகமா?"

ஜெகந்நாதய்யருக்கு ஐம்பது வயதிருக்கலாம். கட்டுக் குடுமி. இன்னும் நரைக்க ஆரம்பிக்கவில்லை. நெற்றியில் பளிச்சென்று, திருநீறு. குங்குமம். தேவி உபாசகர் என்றார்கள். தத்துவத்தில் எம்.ஏ. பட்டம் வாங்கியும், ஆசிரியர் துறைக்குப் போகவில்லை.

"நல்ல புஸ்தகம்னார் புரொஃபஸர் சபேசன்", என்றான் கேசவன்.

"இங்கே வா..." என்றார் ஜெகந்நாதய்யர். அவர் குரல் இறங்கி ஒலித்தது.

என்ன ரகஸ்யம் சொல்லப் போகிறார்?

அவர் ஒரு பெரிய 'ஹம்பக்' கெட்ட புஸ்தகத்தை எல்லாம் வாங்கி ரகஸியமா படிக்கிறார்.

"அப்படியா?"

"ஆமாம். டி.எச்.லாரன்ஸ் கேள்விப்பட்டிருக்கியா?"

"லேடி சாட்டர்லீஸ் லவர் . . ?"

"ஆமாம். . . அவனேதான். அந்தப் புஸ்தகத்தை ரெண்டு வருஷமா வச்சிண்டிருக்கார். இன்னும் திருப்பிக் கொடுக்கவே யில்லே. இதுவும் அந்த மாதிரிப் புஸ்தகமா இருக்கும். தலைமயிருக்குச் சாயம் பூசற ஆளு, எப்பேர்ப்பட்ட வேஷதாரியா இருப்பான். புரிஞ்சுக்கோ. . ."

கேசவன் அவரை சிறிது நேரம் உற்றுப் பார்த்தான். இவருக்கு சபேசன் மீது ஏன் இவ்வளவு கோபம்?

"நீ ஒழுங்கா பாடப் புஸ்தகத்தைப் படி, அது போதும்", என்றார் ஜெகந்நாதய்யர் அவன் முதுகில் தட்டிக்கொண்டே.

ஒருவேளை இவர் சொல்வது போல், 'இல்யூஷன் அன்ட் ரியாலிட்' இவர் வாக்கில் சொல்லப்போனால், 'கெட்ட' புஸ்தகமாக இருக்குமோ? சபேசன் அவனைக் கிண்டல் செய்வதற்காகச் சொல்லியிருப்பாரோ.

அவன் அன்று மாலை சுப்ரமணிய ஐயர் வீட்டுக்குச் சென்றான். அவர் கூடத்தில் மிகச் சிரமப்பட்டுக் கண்களை இறுக்கிக்கொண்டு, ஒரு கையெழுத்துப் பிரதியைப் படித்துக் கொண்டிருந்தார்.

அவர் நீண்ட ஓய்விலிருந்தார்.

"வாங்க காம்ரேட்" என்றார் சுப்ரமணிய ஐயர் கிண்டலாக.

"இதென்ன மானுஸ்கிரிப்ட்?" என்று கேட்டான் கேசவன்.

"உன்னோட பேராசிரியர் கோவிழியாருடைய கைவண்ணம்"

"அப்படின்னா?"

"ஹோமரோட 'இலியட்'டைப் பஃறொடை வெண்பாவில் பாத்திருக்கிறார். படிச்சு அபிப்பிராயம் சொல்லச் சொன்னார்."

"எப்படியிருக்கு?" சுப்ரமணிய ஐயர் பதில் கூறாமல் புன்னகை செய்தார்.

“சரி... நீ எப்படி இருக்கே சொல்லு”, என்றார் சில விநாடிகள் கழித்து.

“‘இல்யூஷன் அன்ட் ரியாலிட்டி’ங்கிற புஸ்தகம் நீங்க படிச்சிருக்கேளா?”

“கிரிஸ்டபர் காட்வெல், மார்க்ஸிட் ஸ்காலர். அவன் கெட்டிக்காரன், அல்பாயுசிலே போயிட்டான். நல்ல புஸ்தகம். ஆனா, கொஞ்சம் சிரமப்பட்டுப் படிக்கணும்.”

“இன்னிக்குச் சபேசன் கேட்டார் என்னைக் ‘கிளாஸ்’லே, ஆசிரியர் யாருன்னு. ‘தெரியாது’ன்னேன். ‘நீ என்ன கம்யூனிஸ்ட்’டுன்னு பரிகாசம் பண்ணினார்...”

“அவன் படிச்சிருக்கான்னு நீ நினைக்கறயா?” என்றார் சுப்ரமணிய ஐயர்.

“எனக்குத் தெரியாது.”

“நான்தான் அவன்கிட்டே இந்தப் புஸ்தகத்தைப் பத்திச் சொன்னேன். ‘லைப்ரரி’க்கு வாங்கறதா சொன்னான், இன்னும் வாங்கலே. அவ்வளவு பயம்... அடுத்த ‘பிரமோஷன்’, ‘பிரின்ஸ்பல்’ இல்லியா? பயம் எனக்குப் புரியறது.”

“அந்தப் புஸ்தகம் எங்கே கிடைக்கும்?”

“அதோ அந்த அலமாரியிலே, மூணாவது தட்டிலே ஏழாவது புஸ்தகம். படிச்சுட்டுத் திருப்பிக் கொடுத்திடணும். புரியாது, புரிஞ்ச வரைக்கும் படி...”

கேசவன் அந்தப் புஸ்தகத்தை எடுத்தான். இவர் எந்தப் புத்தகம் எங்கிருக்கிறது என்று எப்படி ஞாபகம் வைத்துக் கொண்டிருக்கிறார் என்று அவன் வியந்தான்.

“உன்னோட ‘காம்ரேட்ஸு’க்கெல்லாம் ‘சர்குலேட்’ பண்ண ஆரம்பிச்சுடாதே. ஜாக்கிரதையா திருப்பிக் கொடுத்துடணும், தெரியுமா?” என்றார் சுப்ரமணிய ஐயர்.

“உங்ககிட்டே ‘மார்க்ஸிஸ்ட் லிட்ரேச்சர்’ எல்லாம் இருக்கும்னு நான் எதிர்பார்க்கலே” என்றான் கேசவன் புன்னகையுடன்.

“மார்க்ஸை நான் ஒரு கம்யூனிஸ்டா பாக்கலே. அவன் சர்வாகர் மாதிரி ஒரு ரிஷி. இப்படி ஒரு வரலாற்றுப் பார்வை யோட பார்த்தாதான் மார்க்ஸைப் புரிஞ்சுக்க முடியும். ஐரோப்பாவிலே, தொழிற்புரட்சி ஏற்பட்டபோது, மார்க்ஸ் உருவானதைத் தவிர்த்திருக்க முடியாது. இது ஒரு சரித்திர

நிர்ப்பந்தம். இந்த மாதிரி எல்லாத் துறையிலுமே சரி, ஒரு வரலாற்றுக் கட்டாயம் தொடர்ந்து ஏற்பட்டுண்டே இருக்கிறதி னாலேதானோ என்னவோ, ஐன்ஸ்டைன் சொன்னான், 'கடவுள் தாயக்கட்டை உருட்டறதில்லே'ன்னு. . . சரி, நானே பேசிண்டிருக்கேன். நீ எதுக்கு வந்தே சொல்லு. உள்ளே போய் கொஞ்சம் தண்ணி கொண்டு வந்து கொடுத்துட்டுச் சொல்லு."

கேசவன் சமையலறையை நோக்கிச் சென்றான்.

சமையலறை அலங்கோலமாயிருந்தது. எந்தப் பாத்திரத்தில் நல்ல தண்ணீர் இருக்கிறதென்று அவனுக்குத் தெரியவில்லை.

மூலையில் ஒரு பானை இருந்தது. அதைக் கவிழ்த்து ஒரு தம்ளரில் தண்ணீர் கொண்டு வந்து அவரிடம் கொடுத்தான்.

"பானையிலிருந்து கொண்டு வந்தேன், நல்ல தண்ணிதானே?" என்றான் கேசவன்.

"என் ஆயுசு கெட்டி, பயப்படாதே. எமனை ஒரு தடவை ஏமாத்தியாச்சு. மறுபடியும் கிட்டே வந்தான்னா, மார்க்ஸ், ஏங்கல்ஸ், ஃப்ராய்ட், ஐன்ஸ்டைன்னு பேச ஆரம்பிச்சேன்னா ஓடியே போயிடுவான். கிட்டே வரமாட்டான்," என்றார் சுப்ரமணிய ஐயர் சிரித்துக்கொண்டே.

"இதிலே ஐன்ஸ்டைனைத் தவிர மத்தவங்க அங்கேதானே இருக்காங்க..? அதெக் கண்டே அவன் பயப்படலே."

"நோ நம்ம எமலோகத்திலே யூதர்களுக்கு இடமில்லே. இந்த உலகத்திலே அவங்களுக்குத் தங்களுக்குன்னு சொல்லிக்க எங்கேயும் இடமில்லேங்கிறதாலேயேதான் உலகம் பூராவும் பரவினா. இந்த யுத்தம் முடிஞ்சப்புறம், அவங்களுக்குன்னு ஒரு தனி நாடு உருவாகப் போறதா சொல்லிண்டிருந்ததுக்கு அவா ஹிட்லருக்கு நன்றி சொல்லணும். லட்சக்கணக்கான யூதர்களைக் கொன்னுருக்கானில்லையா. இதனாலே உலகம் பூரா அவா பேரிலே ஒரு அனுதாபம்."

"அதெப்படி ஹிட்லர், ஜெர்மானியர்கள்தான் உண்மை யான ஆரிய இனம்னு சொன்னான்?" என்றான் கேசவன்.

சுப்ரமணிய ஐயர் சிரித்தார்.

"எதுக்குச் சிரிக்கறீங்க?" என்றான் கேசவன்.

"'ஹிஸ்டரியும்' தெரியாத 'கல்ச்சரும்' தெரியாத சில அரைவேக்காட்டு மேதாவிக இப்போ நம்மூர்லே சொல்லலியா, 'பாப்பான் ஆரியன்' மத்தவங்கள்ளாம் 'திராவிடர்கள்'னு. அதே

போலத்தான் ஹிட்லரும் சொன்னான். இதெ நம்பிண்டு, எத்தனை நம்மூர் முட்டாள் பாப்பாங்க ஹிட்லர் ஜெயிக்கணும்னு சுவாமியை வேண்டிண்டாங்க தெரியுமா உனக்கு? சிலசமயம் தோணறது. ஃபோர்டு சொன்ன மாதிரி, 'ஹிஸ்டரி ஒரு குப்பைத் தொட்டி'தானோன்னு. ஹெகல், 'ஹிஸ்டரி'யை ஒரு கடவுள் ஸ்தானத்துக்கு உசத்தியிருக்கானே அது ஒரு நம்பிக்கையா எனக்குத் தோணறது. நான் எனக்கு ஏற்படற பல சந்தேகங்களுடைய கைதி, நோ 'எக்ஸிட்'. . ."

"சந்தேகங்கள், அதாவது அறிவு பூர்வமான சந்தேகங்கள் ஏற்பட்டுண்டே இருக்கிறதுதான் மனுஷனோட வளர்ச்சிக்கு அறிகுறின்னு நீங்க ஒரு சமயம் சொன்னேளே' என்றான் கேசவன்.

'"நன்றறிவாரிற் கயவர் திருவுடையர் நெஞ்சத்து அவலமிலர்'னு ஒரு குறள் இருக்கு, இதுக்கு அர்த்தம் தெரியுமா உனக்கு? தெரியாட்டா, கோவிழியாரைக் கேளு. . ."

"நீங்க சொல்லுங்க."

"'கயவன்னா' அயோக்கியன்னு இப்போ அர்த்தம். திருவள்ளுவர் இந்த அர்த்தத்திலே சொல்லியிருக்கிறதா எனக்குப் படலே... 'கயவன்னா', ஃபிலிஸ்டெய்ன். அதாவது பாரதி சொல்ற மாதிரி 'வேடிக்கை மனிதர்கள்'ங்கிற அர்த்தத் திலே சொல்லியிருக்கார்னு தோணறது."

அவர் தமக்குத் தாமே பேசிக்கொள்வதுபோல் சொல்லிக் கொண்டிருந்தார். அவர் கண்கள் மூடியிருந்தன. மிகவும் களைப்படைந்தவர்போலக் காணப்பட்டார். இதற்குமேல் அவருக்குத் தொந்தரவாக இருக்கக் கூடாதென்று கேசவனுக்குப் பட்டது.

கண்கள் மூடியிருந்தும், அவர் வாய் முணுமுணுத்தது. "சந்தேகங்கள்தான் என்னோட நரகம். நரகமாவது, சொர்க்க மாவது"

"மில்டன் சொல்றமாதிரி, மனசுதான் சொர்க்கத்தையும் நரகத்தையும் நிர்ணயிக்கிறது. எஸ் ஹி ஈஸ் ரைட், ஹி ஈஸ் ரைட். . ."

அவர் தூங்கிவிட்டாரென்று தோன்றியது கேசவனுக்கு.

கதவைச் சத்தமில்லாமல் சாத்திவிட்டு அவன் வெளியேறினான்.

அவன் கல்லூரிக்குப் போனபோது, முருகேசன் வேகமாக அவனை நோக்கி வந்தான்.

"எங்கே போயிட்டே நீ! நான் காலைலேந்து தேடிக்கிட் டிருக்கேன்... நோட்டீஸ், ரஸீது புக் எல்லாம் 'ரெடி'யாயிடிச்சி. இந்தா..."

அவன் தன் தோளில் மாட்டியிருந்த பெரிய பையிலிருந்து ஒரு கட்டை எடுத்துப் பிரித்தான்.

சிவப்பு நிறக் காகிதத்தில் அச்சாகியிருந்தது.

"என்ன இது?" என்றான் கேசவன்.

"மாநாட்டு நோட்டீஸ்டா..."

பிரிட்டிஷ் ஏகாதிபத்தியத்தை எதிர்த்து ஒரு பத்தி, இந்திய முதலாளித்துவத்தைத் தாக்கி அடுத்த பத்தி, வகுப்புவாதத்தை முறியடிக்க யோசனைகள் எல்லாம் கனல் கக்கும் அடுக்கு மொழிநடையில் எழுதப்பட்டிருப்பதைக் கேசவன் படித்தான்.

கீழே 'கேசவன் – மாநாட்டுத் தலைவர்' என்று போட்டிருந்தது.

"என்னடா இது, என் பேரை வேற போட்டிருக்கே?"

"நீதானே தலைவர்?"

அதுக்காக? நான் சத்தியமா இந்த மாதிரி நடையிலே எழுதியிருக்க மாட்டேன்.

"இந்த மாதிரி எழுதினாத்தான் இப்போ எடுபடும். திராவிடக் கழகக்காரங்க 'பாப்புலரா'கிட்டு வர்றதுக்கு இது தான் காரணம்..."

"கேசவன் நோட்டீஸைப் படித்துக்கொண்டிருந்தான். 'நஞ்சை விளையும் தஞ்சையிலே பஞ்சம். பஞ்சத்தை மஞ்சத்துக்கு அழைக்கும் அரசாங்கம்...'என்னடா இது? அரசாங்கம் எதுக்காகப் பஞ்சத்தைப் படுக்கைக்குக் கூப்பிடணும்?"

"படுக்கைக்கா?"

"ஆமாம்... மஞ்சம்னா கட்டிலில்லையா?"

முருகேசன் சிறிது நேரம் பேசாமலிருந்தான்.

"எத்தனை நோட்டீஸ் பிரிண்ட் பண்ணியிருக்கே?"

"ஆயிரம்."

"செலவு"

"இன்னும் கொடுக்கல்லே. நம்ம காம்ரேட் கண்ணய்யன் பிரஸ்லே அச்சடிச்சேன்."

இந்திரா பார்த்தசாரதி

“அப்போ ஒண்ணு செய்யலாம். வேற பிரிண்ட் பண்ணிடுவோம். கண்ணய்யன்கிட்டே பணத்தை மெதுவாத் தரோம்னு சொல்லி வேற புதுசா ‘பிரிண்ட்’ பண்ணிடலாமா?”

“நான் அந்தப் பய நந்தகோபால் கிட்டே அவன் தமிழ்லே கெட்டிக்காரனா இருக்கான்னு எழுதுடான்னேன். அவன் இப்படி ‘மஞ்சம்’ ‘கிஞ்சம்’ன்னு எழுதுவான்னா யாருக்குத் தெரியும்? அவன் படிச்சுக் காட்டறப்போ கேக்க நல்லா இருந்திச்சி. அப்போ இந்த ஆயிரம் நோட்டீசும் வீண்தானா?”

“ஆமாம்... உங்க அண்ணனே இதைப் படிச்சார்னா கோவிச்சுப்பாரு. ‘ஜனசக்தி’ படிக்கிறியே, அதிலே இந்த நடையிலா எழுதறாங்க?”

“சரி. இப்போ கிளாசுக்கு நீ போக வேணாம். வேற ஒண்ணு எழுது... ‘கானோ கிளப்’கிட்டே உட்கார்ந்து எழுதலாம் வா. ஆத்தங்கரையிலே உட்கார்ந்துக்கிட்டு எழுதினா நல்லா எழுதுவே...”

“இது கவிதையில்லே, ஆத்தங்கரையிலே உட்கார்ந்தா ஐடியா வரும்கிறதுக்கு. விஷயத்தைத் தெளிவாச் சொல்லப் போற ஒரு அறிக்கை அவ்வளவுதான். நான் வீட்டிலே எழுதி, நாளைக் காலையிலே கொண்டு வரேன். எனக்கு வீட்லே எழுதினாத்தான் வரும்.”

‘அக்கிரஹாரத்துப் பாஷையிலே எழுதினியானா, யாரும் படிக்க மாட்டாங்க... உன் வீட்டிலே உட்கார்ந்து எழுதினா, சுற்றுப்புறச் சூழ்நிலை உன்னைப் பாதிக்காதுனு என்ன நிச்சயம்?’ என்று சிரித்துக்கொண்டே கேட்டான் முருகேசன்.

“சுற்றுப்புறச் சூழ்நிலை என்னைப் பாதிச்சிருந்தா நான் குடுமியோட, நாமம் போட்டுக்கிட்டு காயத்ரி சொல்லிட்டிருப்பேன்.”

“அதான் சொன்னியே... கேவலம் ஒரு சைக்கிளுக்காக... சரி, நாளைக்கு நீ கட்டாயம் கொண்டு வந்தாகணும்.”

“இன்னொரு விஷயம்... கருத்தெல்லாம் அப்படியே இருக்கட்டும். நடையை வேணும்னா மாத்திக்கோ... கருத்தெல்லாம் என் அண்ணன் சொல்லி அனுப்பிச்சிருக்காரு. மாத்தினா, அவருக்குக் கோபம் வரும்.”

“இது மாணவர் மாநாடு. மாணவர் பிரச்சினையைப் பத்தி ஒண்ணுமே இல்லேயே. ஆமாம், எல்லா சோஷலிஸ நாடுகள்லேந்தும், பிரதிநிதிகள் வரப்போறதா எழுதியிருக்கே, வரப்போறாங்களா?”

"வரப்போறதாத்தான் என் அண்ணன் சொன்னாரு. இதோ பாரு, அதெல்லாம் மாத்த உனக்கு அதிகாரமில்லே. . . எல்லோரும் படிக்கும்படியா, சுலபமான நடையிலே எழுதிகிட்டு வா, அவ்வளவுதான். . ."

கேசவன் வீட்டுக்குப் போனபோது, கூடத்தில் ராமபத்திர அய்யங்கார் உட்கார்ந்துகொண்டிருந்தார். ஆறடி உயரம், அதற்கேற்ற ஆகிருதி, தீர்க்கமான நாமம், மாட்சிமை தாங்கிய மன்னர்பிரான் ஆட்சியில் இன்ஜினீயராக இருந்து ஓய்வு பெற்று வெள்ளையரின் ஆட்சியின் நற்பலன்களை உலகத்துக்கு ஓயாமல் அறிவித்துக்கொண்டிருந்த 'ஆங்கிலே'யத் தொண்டர். அவருக்கு 'வெள்ளை ஆழ்வார்' என்ற இன்னொரு பெயருமுண்டு. வெள்ளையரை ஆதரித்ததினால் இந்தப் பெயர் வந்ததா அல்லது நல்ல சிவப்பாயிருந்தாரென்பதால் இந்தப் பெயர் வந்ததா என்பது ஆராய்ச்சிக்கு உரியது.

"சர்ச்சிலைத் தூக்கி எறிஞ்சிட்டா, அந்த வெள்ளைக்கார முட்டாள் ஜனங்க. . . கொஞ்சமானும் 'கிராட்டிடியூட்' இருந்தா, இப்படிச் செய்திருப்பாளா? அட்லி வந்து என்ன செய்யறான்? எல்லா தேசத்துக்கும் சுதந்தரம் தரப் போறானாம். இப்ப என்ன ஆகப்போறது? நம்ம தேசத்திலே, ஏற்கனவே பறையனைக் கோயிலுக்குள்ளே விட்டாச்சு, இன்னும் என்னென்ன நடக்கப் போறதோ? வெள்ளைக்காரன் நம்முடைய குல ஆசாரத்திலே குறுக்கிட்டு ஏதாவது செஞ்சிருக்கானா?" என்று அவர் சொல்லிக் கொண்டிருந்தார்.

"ஏண்டா மேதாவி, ஒழுங்காப் படிக்கிறியா?" என்றார் ராமபத்திர அய்யங்கார், கேசவனிடம்.

கேசவனுக்கு எரிச்சலாக வந்தது. பதில் கூறாமல் உள்ளே சென்றான்.

"பதில் சொல்றானா பாருங்கோ. . . முன்னெல்லாம் இப்படி நடந்திருக்குமா? பெரியவான்னா ஒரு பவ்யம். மரியாதை இருக்கும், இப்போ பெரியவாளும் சின்னவாளும் சமம், புருஷனும் பெண்டாட்டியும் சமம், பாப்பானும் பறையனும் சமம். தேசம் எங்கே போயிண்டிருக்கோ பெருமாளுக்குத்தான் தெரியும்." என்று ராமபத்திர அய்யங்கார் சொல்லிக்கொண் டிருப்பது கேசவன் காதில் விழுந்தது. அவன் சமையலறைக்கு நேரே சென்றான்.

"காலை அலம்பிண்டு வா, காபி தரேன்" என்றாள் அம்மா.

"இவர் ஏன் தினம் வந்து இப்படிக் கழுத்தை அறுக்கிறார்?" என்றான் கேசவன்.

அம்மா கோபத்துடன் அவனைப் பார்த்தாள்.

"பின்னே என்ன, தினம் வந்து வெள்ளைக்காரன் ஸ்துதியா?" என்றான் கேசவன்.

"வெள்ளைக்காரனுக்குச் சேவகம் பண்ணதினாலேதான் அவராலே, பாட்ராச்சார் தெருவிலே ரெண்டு வீடு, அய்யங்கார் தெருவிலே ரெண்டு வீடு, எக்ஸ்டென்ஷன்லே ஒரு வீடு, நம்ம தெருவிலே ஒரு வீடுன்னு வாங்க முடிஞ்சுது... அவர் வெள்ளைக் காரனை ஸ்தோத்திரம் பண்றதிலே என்ன தப்பு?" என்றாள் அம்மா கீழ்க்குரலில்.

அம்மாவின் குரலில் கிண்டலின் சாயை துளிகூட இல்லை. பக்தியின் பலன்கள், சேவகத்தின் பலன்கள் என்று இரண்டையும் ஒரே தராசில் போட்டு மதிப்பிடுகின்ற பாரம்பரியப் பண்பாட்டுணர்வு, எதற்கும் பலனிருந்தாக வேண்டும். யாருக்குப் பக்தனாக இருந்தால் என்ன? பக்தி முக்கியம்.

அப்பா, ராமபத்திர அய்யங்கார் சொல்லும் கருத்துகளை ஏற்றுக்கொள்கின்றாரா இல்லையா என்று கேசவனுக்குத் தெரியாது. ராமபத்திர அய்யங்கார் பேசும்போதெல்லாம் அப்பா மௌனமாக இருப்பதுதான் வழக்கம். அவருடைய உதவி அப்பாவுக்குத் தேவையாக இருந்தது. பக்கத்துக் காலிமனையில் அப்பா வீடு கட்டிக்கொண்டிருந்தார்.

ஒன்பது

கேசவன் ஆறு மணிக்கு எழுந்து கீழே வந்ததும், அவன் அம்மா அவனை ஆச்சரியத்துடன் பார்த்தாள்.

"உனக்குப் புத்தி வந்துடுத்து" என்றாள். புடைவையைக் கொடியில் உலர்த்திக்கொண்டே.

அவள் நீராடிவிட்டாள் என்பதற்கு அடையாள மாக அவள் தலையில் சிவப்பு நிறத் துவாலை இருந்தது.

வாசலிலிருந்து ஒரு பழுத்த கிழவர் வைதிகக் கோலத்துடன் உள்ளே வந்துகொண்டிருப்பதைப் பார்த்தபோதுதான் கேசவனுக்கு நினைவு வந்தது.

அன்று அவன் தாத்தா சிரார்த்தம்.

அம்மாவின் பாராட்டும் அவனுக்கு அப்பொழுதுதான் புரிந்தது.

ஆனால் அவன் எழுந்ததற்கு வேறு காரணம் இருந்தது.

ரெயில்வே ஸ்டேஷனுக்குப் போக வேண்டும். சென்னையிலிருந்து கட்சித் தலைவர்கள் வருகிறார்கள். மாநாட்டின் தலைவர் என்ற முறையில் அவர்களை வரவேற்க அவன் ஸ்டேஷனில் இருந்தாக வேண்டும்.

"நேற்றே முருகேசன் கூறியிருந்தான்: 'நாளைக்கு ஏழுமணிக்கு ஸ்டேஷனுக்கு வந்துடு, நான் மாலை வாங்கிட்டு வந்துடறேன்.'ஏதானும்

நொண்டிச் சாக்கு சொல்லிக்கிட்டு 'லேட்' பண்ணாதே... என்ன புரிஞ்சுதா? 'ஏழு'ன்னா 'ஏழு' மணி..."

கேசவன் குளித்துவிட்டு ஸ்டேஷனுக்குப் போகச் சரியாக இருக்கும். ஆனால்... அன்று அவன் தாத்தா வீட்டுக்கு விஜயம் செய்ய இருக்கும்போது, கட்சித் தலைவர்களை வரவேற்க ஸ்டேஷனுக்குச் செல்வது சாத்தியமா? அப்பாவிடம் என்ன காரணம் சொல்வது?

அன்று மாநாடு ஆரம்பமாக இருக்கிறது. அவன்தான் வரவேற்புரை நிகழ்த்தியாக வேண்டும்.

மணலி கந்தசாமி, சேலம் தாமோதரன், மோகன் குமாரமங்கலம், பார்வதி, பாலதண்டாயுதம் போன்ற எல்லாத் தலைவர்களும் வருகிறார்கள்.

தாத்தாவின் திதி இன்றைக்கு என்று பார்த்தா வரவேண்டும்?

இதை எப்படிச் சமாளிப்பது?

கிணற்றங்கரையில் குளித்துவிட்டு, அப்பா 'மடி'யாக வந்தார்.

"இன்னிக்குக் 'காலேஜ்' போக வேணாம். சீக்கிரம் குளிச்சுட்டு வா... இன்னிக்காவது 'காயத்ரி' சொல்லு."

"இன்னிக்குப் போயாகணும்" என்றான் கேசவன் தீர்மான மான குரலில். அவன் குரலில் கண்ட உறுதி அவனுக்கே சற்று ஆச்சரியத்தைத் தந்தது.

"ஏன்?"

அப்பா அவனை நிமிர்ந்து பார்த்தார்.

"இன்னிக்குக் 'காலேஜ்'லே ஒரு ஃபங்ஷன்! பெரிய புரொஃபஸர்ஸெல்லாம் வெளியூர்லேந்து வரா... நான், இங்கிலீஷ் நன்னா பேசறேன்னு, 'பிரின்ஸ்பல்' என்னை அவாளை வரவேற்றுப் பேசச் சொல்லியிருக்கார். நான் இப்போ ஸ்டேஷனுக்குப் போய், அவாளை அழைச்சிண்டு, 'பிரின்ஸ்பல்' ஆத்துலே கொண்டுபோய் விட்டாகணும்..."

அப்பா அவனைச் சில விநாடிகள் உற்றுப் பார்த்துக் கொண்டே இருந்தார். அவர் பார்வையிலிருந்து, அவர் அவனை நம்பினாரா இல்லையா என்று தெரியவில்லை. அல்லது தம்முடைய மகன் இவ்வளவு கெட்டிக்காரனா, கல்லூரித் தலைவர், அவனிடம், வெளியூரிலிருந்து வரும் பெரும் பேராசிரியர்களை வரவேற்றுப் பேசும் பொறுப்பை ஒப்படைக்கும் அளவுக்கு என்ற சந்தேகமாகவும் இருக்கலாம்.

அவர் மௌனமாகச் சமையலறையை நோக்கிச் சென்றார்.

அப்பா இதை இவ்வளவு சுலபமாக ஏற்றுக்கொண்டு விட்டாரென்பது அவனுக்குச் சற்று ஆச்சரியத்தைத் தந்தது.

அவன் குளித்துவிட்டு, 'ட்ரெஸ்' செய்துகொண்டு புறப்பட்ட போது, அப்பா கூப்பிடுவது காதில் விழுந்தது.

சாளிக்கிராமத்தை எழுந்தருளப் பண்ணிக்கொண்டிருந் தவர், அவன் பக்கம் திரும்பாமலேயே கேட்டார்: "யார் யார் புரொஃபஸர் வரா?"

இந்தக் கேள்வியை எதிர்பாராத அவன், ஒரு விநாடித் தயக்கத்துக்குப் பிறகு சொன்னான், "எல்லாரும் இங்கிலீஷ் புரொஃபஸர் போலிருக்கு..."

"யார் யாரு?"

"புரொஃபஸர் சாக்கோ, புரொஃபஸர் மேனன், புரொஃபஸர் கேதாரி ராவ்" என்று மலையாள, தெலுங்கு, கன்னடப் பெயர்களை அவன் அடுக்கினான். ஏதாவது தமிழ்ப் பெயரைச் சொல்லிவிட்டு, அவன் அப்பாவுக்குத் தெரிந்தவராக இருந்துவிட்டால் என்ன செய்வதென்று முன் எச்சரிக்கை.

அப்பா எழுந்தார்.

"சரி, நான் சபேசன்கிட்ட சொல்லிக்கிறேன். நீ காலேஜுக்குப் போக வேணாம்."

சபேசன் பேரைக் கேட்டதும் கேசவனுக்கு வியர்த்துவிட்டது. அப்பா அவரிடம் இதைப் பற்றிக் கேட்காமலா இருப்பார்?

பொய் மேல் பொய்யாக அடுக்கிக்கொண்டு போவது அவனுக்குப் பிடிக்கவில்லை.

இதைப் பற்றிச் சுப்ரமணிய ஐயரிடம் விவாதித்தபோது, அவர் சொன்னது அவன் நினைவுக்கு அப்பொழுது வந்தது. 'இதோ பாரு... நீ ஒண்ண நம்பினா, அது மத்தவாளுக்குப் பிடிக்கறதா இல்லையா என்கிறதைப் பத்திக் கவலைப்படக் கூடாது... உங்கப்பாவுக்கு அது பிடிக்காமலிருக்கலாம்... அதை எதிர்நோக்க உனக்குத் தைர்யமில்லேன்னா, ஆட்டு மந்தையோட சேர்ந்துடு... எதுக்காக எனக்கு ஒரு தனிமுகம் இருக்கு. அது இதுங்கிற புண்ணாக்கெல்லாம்?'

அவன் அப்பாவை எதிர்நோக்க வேண்டிய தருணம் வந்து விட்டது.

"நான் இப்போ சொன்னதெல்லாம் பொய்" என்றான் கேசவன்.

அப்பா ஒன்றும் சொல்லவில்லை. அவருடைய மௌனம் அவனைச் சித்திரவதை செய்தது.

“என்னடா பொய்?” என்று கவலையுடன் கேட்டாள் அம்மா.

“இன்னிக்குக் ‘காலேஜ்லே’ ஒரு ஃபங்ஷனுமில்லே. நான் புரொஃபஸர் யாரையும் வரவேற்க ஸ்டேஷனுக்குப் போகலே. இன்னிக்கு ஸ்டூடன்ட்ஸ் ஃபெடரேஷன் மாநாடு நடக்கப் போறது. கம்யூனிஸ்ட் கட்சித் தலைவர்கள் வரப்போறா, அவாளை வரவேற்க நான் ஸ்டேஷனுக்குப் போறேன்.”

இதைச் சொல்லி முடித்தவுடன் அவனுக்கு நிம்மதியாக இருந்தது.

அம்மா அப்பாவைப் பார்த்தாள்.

அப்பா மௌனமாகப் பஞ்சபாத்திரங்களை ஒரு வெள்ளைத் துணியால் துடைத்துக்கொண்டிருந்தார்.

கேசவன் வாசலை நோக்கிச் சென்றான்.

“கேசவா. . .”

அம்மா கூப்பிட்டுக்கொண்டே வந்தாள்.

“எனக்குப் பயமாருக்குடா. . .” என்றாள் அம்மா.

“என்ன பயம்?”

“அப்பா பேசாமே இருக்காரேடா. . .”

அப்பாவின் மௌனம் அவனையும் சற்றுச் சங்கடத்துக் குள்ளாக்கியது. ஆனால், அவன் இதை வெளிக்காட்டிக்கொள்ள விரும்பவில்லை.

“நான் போயாகணும்மா!” என்றான் குரலில் குழைவு தோன்ற.

“தாத்தா சிரார்த்தம்னு தெரிஞ்சும் நீ போறயே, இது நன்னாருக்கா?”

“நான்தான் ‘பிரஸிடென்ட்’, போகாமலிருக்க முடியா தும்மா. . .”

“மத்தியானம் சாப்பிட வந்துருவியா?”

“அது எப்படிம்மா முடியும்?”

“அலமேலு, உள்ளே வா. . . அவன் போனா போகட்டும். . . கெஞ்சாதே” என்று உள்ளிருந்து அப்பா உரத்த குரலில் சொன்னதும் அம்மா, “எக்கேடும் கெட்டுப் போ” என்று சொல்லிக் கொண்டே உள்ளே போனாள்.

அவன் ஸ்டேஷனைச் சென்றடைவதற்கும், வண்டி வருவதற்கும் சரியாக இருந்தது.

மணலி கந்தசாமி, சேலம் தாமோதரன், பாலதண்டாயுதம் ஆகிய மூவர் மட்டும் வந்திருந்தார்கள். மற்றவர்கள் காரில் வருவதாகச் சொன்னார்கள். தான் வருவது சந்தேகமென்று சொல்லியிருந்த முருகேசனின் அண்ணன் சோமசுந்தரம் முதல் நாளிரவே வந்துவிட்டதாக முருகேசன் சொன்னான். அவர் ஸ்டேஷனுக்கு வந்திருந்த மாணவர்களை, தலைவர்களுக்கு அறிமுகம் செய்து வைத்தார்.

பாலதண்டாயுதம் பேசுவது கேசவனுக்கு மிகவும் பிடித்திருந்தது. குரலில் ஒரு நாசூக்கும் தெளிவும் இருந்தது.

"காம்ரேட் மோகன் ஏன் வல்லே?" என்று கேட்டான் முருகேசன்.

"மோகனுக்கு ஒரே அலைச்சல். 'ஃபஸ்ட் கிளாஸ் ட்ரை' பண்ணோம், கிடைக்கலே. அதனாலே காரிலே வராரு" என்றார் மணலி.

"வந்துடுவாரில்லே?" என்றான் சோமசுந்தரம்.

"நிச்சயமா. . . மதியம் சாப்பாட்டுக்கு வந்துடுவாரு. அவர் சாயங்காலந்தானே பேசப் போறாரு. இங்கே மாணவர்கள்லே நல்லா மொழிபெயர்த்து பேசறவங்க யாரானும் உண்டா?" என்றார் மணலி.

"யார் பேச்சை மொழி பெயர்க்கணும்?" என்றான் கேசவன்.

"காம்ரேட் மோகன் பேச்சை. அவருக்குத் தமிழ் இன்னும் சரியாப் பேசவல்லே. இங்கிலீஷ் பேசினார்னா, இங்கிலீஷ்காரன் தோத்துப் போயிடுவான்" என்றார் சோமசுந்தரம்.

கேசவன் பள்ளிக்கூடத்தில் படித்துக்கொண்டிருந்தபோது, அவனுடைய இங்கிலீஷ் வாத்தியார் ரங்காச்சாரியார் அடிக்கடிச் சொல்வது அவன் ஞாபகத்துக்கு வந்தது. 'நீங்க எல்லாரும் வலங்கிமான் ஸ்ரீநிவாச சாஸ்திரி மாதிரி இங்கிலீஷ் பேசக்கத்துக்கணும். அவர் இங்கிலீஷ் பேசறதை இங்கிலீஷ் காரங்களே காசு கொடுத்துக் கேட்டாங்க. . . அப்படி ஒரு சர்க்கஸ் வித்தை. . .

இப்படி இங்கிலீஷ் பேசுவதில் இங்கிலீஷ்காரர்களைத் தோற்கடிக்கும் தமிழர் பட்டியல் நீண்டுகொண்டே போனால், சுதந்தரப் போராட்டம் எதற்கு என்று யோசித்தான் கேசவன். மவுண்ட் பேட்டனிடம் நேரு, படேல், ராஜாஜி, ஜின்னா எல்லோரும் இங்கிலீஷில் பேசின காரணத்தினால்தானோ

என்னவோ, நமக்குச் சுதந்தரம் கிடைக்கும் நாள் நெருங்கி விட்டது என்று கேசவனுக்குப்பட்டது.

சுப்ரமணிய ஐயர் சொல்லுவார்: 'இதுதான் நம்மோட தாழ்வு மனப்பான்மைங்கிறது. சர்ச்சில் பேசின இங்கிலீஷ்ல சாஸ்திரி இலக்கணப் பிழை கண்டுபிடிச்சாரம். உடனே நம்ம மைலாப்பூர் மாமாக்கள்ளாம் எப்படிச் சந்தோஷத்திலே எகிறிக் குதிச்சா தெரியுமா? ஹிட்லர் சரமாரியா குண்டு போட்டுண்டே யிருக்கான். இங்கிலீஷ் ஜனங்களுக்கு இது ஒரு 'லைஃப் அனட் டெத் ப்ராப்ளம்.' ஜனங்களுக்கு தைரிய மூட்றதற்காக சர்ச்சில் பேசியிருக்கான். அதிலே இங்கிலீஷ் தப்புக் கண்டுபிடிச்சாராம் நம்ம பிரஹஸ்பதி... பிரிட்டிஷ் ஏகாதிபத்தியமே இதனாலே ஆட்டம் கண்ட மாதிரி நமக்கு அவ்வளவு சந்தோஷம், கொண்டாட்டம்..'

"என்ன பேசாமே இருக்கே, ஏதானும் சொல்லு" என்றான் முருகேசன் கேசவனிடம் கீழ்க்குரலில்.

"தம்பிதான் மாநாடுக் கமிட்டி பிரசிடெண்ட். இங்கிலீஷ், தமிழ் ரெண்டிலயும் வெளுத்து வாங்கும்" என்றார் சோமசுந்தரம், கேசவன் முதுகில் தட்டிக்கொண்டே.

"அப்போ மோகன் பேச்சை, தம்பியே தமிழ்லே மொழி பெயர்க்கட்டும்" என்றார் மணலி.

"அதான் நானும் சொல்லலாம்னு நினைச்சேன்" என்றான் முருகேசன்.

இது ஒரு புதிய சோதனையாகக் கேசவனுக்குப்பட்டது. காலையில் வீட்டுப் பிரச்சினை. . . இப்பொழுது மொழி பெயர்த்துப் பேச வேண்டுமென்கிறார்கள். 'மேடைப் பேச்சாளன் இல்லை' என்று அவனுக்குத் தெரியும். வரவேற்புரையை எட்டுப் பக்கத்துக்குத் தயாரித்து மனப்பாடம் செய்திருக்கிறான். கோவிழியாரோ, அல்லது திராவிடக் கழக மாணவத் தலைவர் களோ மேடையில் சரளமாகப் பேசுவது போல் அவனால் பேச முடியாது. அப்படியிருக்கும்போது, மோகன் பேச்சை எப்படி மொழிபெயர்த்துச் சொல்வதென்பது ஒரு பெரிய பிரச்சினைதான்.

மோகன் இங்கிலீஷ் படித்தவர். இங்கிலீஷ்காரர்களே தோற்றுப் போகும்படியாக இங்கிலீஷ் பேசுகிறவர். அதை உடனுக்குடன் புரிந்துகொண்டு, தமிழில் தன்னால் மொழி பெயர்த்துச் சொல்ல முடியுமா?

ரயிலடிப் பக்கத்தில் ஒரு சுமாரான கட்டடத்தில் மாநாடு நடப்பதற்கு ஏற்பாடு செய்யப்பட்டிருந்தது.

கும்பகோணம் பஸ் தொழிலாளர் சங்கத்தின் தலைவர் பாலு ராவின் சகலைக்குச் சொந்தமான கட்டடம் அது. அதை மிகப் பெரியதென்றோ அல்லது மிகவும் சிறியதென்றோ சொல்ல முடியாது. தலைவர்கள் இளைப்பாறுவதற்கென்று மூன்று அறைகள் இருந்தன.

வாசலில் ஒரு பெரிய பந்தல் போட்டிருந்தார்கள். இருநூறு நாற்காலிகள். இதற்கு மேல் கூட்டம் வந்தால் நின்றுகொண்டு தான் தலைவர்களின் சொற்பொழிவுகளைக் கேட்டாக வேண்டும்.

கட்டடத்தில் ஒரு பெரிய கூடம். அங்குதான் மதியச் சாப்பாட்டுக்கு ஏற்பாடு செய்திருந்தார்கள்.

மாநாட்டுப் பந்தலை அடைந்தபோதுதான், கேசவன் உணர்ந்தான். மாணவர் மாநாட்டுக்கு வந்திருந்த மாணவர்கள் முப்பதுக்கு மேலிருக்காது. தொழிலாளர்கள் குடும்பமாக வந்திருந்தார்கள். மாநாட்டுப் பந்தலில் குஞ்சும் குளுவான்களுமாக நிறைந்திருந்தன. பந்தல் கம்பங்களைச் சுற்றிச் சுற்றி விளையாடிக் கொண்டிருந்த சிறுவர்களும் சிறுமிகளும் தலைவர்கள் வந்ததும் விளையாட்டை நிறுத்திவிட்டு அவர்களை அதிசயமாகப் பார்த்துக்கொண்டு நின்றார்கள்.

மாணவர்கள் அதிகமாக இல்லை என்பதை முதலில் உணர்ந்தவர் தோழர் பாலன்.

அவர் கேசவனைக் கேட்டார் "நீங்கதானே மாணவர் தலைவர்?"

"மாநாட்டுக் கமிட்டித் தலைவர்" என்றான் கேசவன்.

"பரவாயில்லே. நான் கேட்டதுக்கும் நீங்க சொல்றதுக்கும் பெரிய வித்தியாசம் ஒண்ணுமில்லே. 'ஸ்டூடன்ட்ஸ்' அதிகமாக் காணலியே என்ன காரணம்?"

"வருவாங்க" என்றான் முருகேசன் நம்பிக்கையுடன்.

"மெம்பர்ஷிப் எவ்வளவு?"

"நூறு இருக்கும்." என்றான் சின்னய்யன்.

"இவ்வளவு பெரிய ஊர்லே, எத்தனைப் பள்ளிக்கூட மிருக்கு. பழைய காலேஜ், நானூறு பேர் படிக்கிறாங்க. 'மெம்பர்ஷிப்' நூறுங்கிறீங்களே, இது உங்களுக்கே நல்லா யிருக்கா?" என்றார் பாலன். . .

"இப்போ இந்த மாநாட்டுக்கப்புறம், நிறையப் பேர் சேருவாங்க" என்றான் முருகேசன்.

"மாணவர் கூட்டத்தையே காணோம். எங்கேருந்து சேருவாங்க?"

"காம்ரேட், மாணவர் இல்லாட்டா பரவாயில்லே. தொழிலாளர் நிறையப் பேர் வந்திருக்காங்க... வந்தவுடனேயே மாணவர்கள் கிட்டே இப்படிப் பேசி அவங்க உற்சாகத்தைக் குறைக்காதீங்க" என்றார் மணலி.

"ஸ்டூடன்ட்ஸ் காங்கிரஸ் ரொம்ப 'பவர்ஃபுல்லா' இருக்கு... அதுக்கப்புறம் திராவிடக் கழகம், அதுக்கப்புறந்தான் நாம..." என்றான் கேசவன்.

"என்ன காரணம்?"

"ஸ்டூடன்ட்ஸ் ஃபெடரேஷன், கம்யூனிஸ்ட் கட்சியைச் சார்ந்திருக்கிறதினாலே இருக்கலாம்" என்றான் கேசவன்.

"ஸோ வாட்?"

"ஸ்டூடன்ட்ஸ் காங்கிரஸ் பிரச்சாரமே, நாம யுத்தத்தின்போது இங்கிலீஷ்காரனுக்கு ஆதரவா இருந்தோம்னுதான்."

"இங்கிலீஷ்காரனுக்கில்லே சோவியத் யூனியன் பக்கம், தொழிலாளர் பக்கம், மக்கள் பக்கம். ஏகாதிபத்தியப் போர் எப்போ மக்கள் போராச்சு? ரஷ்யாவை ஹிட்லர் தாக்கின போது... இந்த மாணவர்களுக்கு எடுத்துச்சொல்ல வேண்டியது உங்க கடமையில்லையா?" என்றார் மணலி.

"போலந்து வீழ்ந்தவுடனே ஏற்பட்டது ஹிட்லர்-ஸ்டாலின் ஒப்பந்தம். அப்போ ஹிட்லர் நல்லவனா இருந்தானான்னு கேக்கிறாங்க..." என்றான் கேசவன்.

"அவர்கள் கேக்கல்லே... நீங்க கேக்கறீங்க... சோஷலிஸம் உருவான ஒரே நாடு ரஷ்யா. இந்தத் தொழிலாளர் ஆட்சி அமைப்பைக் கவிழ்க்க, காக்கா, கழுகு மாதிரி நாலாப் பக்கமும் முதலாளித்துவ நாடுகள் காத்துக்கிட்டிருக்கு. இந்தச் சூழ்நிலையிலே, ஸ்டாலினாலே என்ன செய்ய முடியும்? சோஷலிசத்தைக் காப்பாத்த, மக்கள் ஆட்சியைக் காப்பாத்த ஹிட்லரோட ஒப்பந்தம் செய்துக்கிட்டாரு... இதிலே என்ன தப்பு?" என்றார் மணலி.

"ராஜாஜியுந்தான் காங்கிரஸ்லேந்து வெளியே வந்து, வெள்ளைக்காரங்களை சண்டை நடக்கிறப்போ சப்போர்ட் பண்ணாரு. இப்போ என்ன நடக்குது? மவுண்ட் பேட்டனோட பேச்சுவார்த்தை நடத்தற கோஷ்டியிலே அவரும் ஒரு முக்கியப் புள்ளி. ராஜாஜி தேசத்துரோகின்னு மாணவர் காங்கிரஸ் காரங்க சொல்றாங்களா?" என்றார் சோம சுந்தரம்.

வேர்ப்பற்று

"தட் ஈஸ் எ குட் பாய்ன்ட்" என்றார் பாலன்.

"நான் மாணவர் காங்கிரஸ்காரங்களை ஆதரிக்கலே... இன்னிக்குக் கூட்டத்திலே நாம நம்ம 'ஸ்டாண்ட்' என்னன்னு தெளிவாச் சொல்லியாகணும்" என்றான் கேசவன்.

கூட்டம் தொடங்கியதும் கேசவன் எல்லாரையும் வரவேற்றுப் பேசத் தொடங்கினான்.

பேச ஆரம்பித்ததும் மனம் சூன்யமாகிக்கொண்டு வருவது போல் அவனுக்குப்பட்டது.

இரண்டு வாக்கியங்கள் பேசி முடிப்பதற்குள் அவனுக்கு வியர்க்க ஆரம்பித்தது.

அப்பொழுதுதான் கவனித்தான், ஜானகியும் கூட்டத்தில் இருப்பதை.

திடீரென்று அவனுக்கு ஒரு வேகம் வந்தது, வார்த்தைகள் பிரவாகமாகப் பெருக்கெடுத்து ஓடின.

பிரிட்டிஷ் ஏகாதிபத்யத்தைச் சாடினான். உலக முதலாளித்துவத்தைத் தாக்கினான். டாட்டாக்களுக்கும் பிர்லாக்களுக்கும் வால் பிடிக்கும் கட்சி மாணவர் காங்கிரஸ் என்று ஏசினான்.

பேசி முடிந்ததும் சிவப்பாக இருந்த ஒருவர், இரண்டு மூன்று பேர் பின்தொடர, மேடையில் வந்து உட்கார்ந்தார்.

'தோழர் மோகன் வாழ்க' என்று கூட்டம் கோஷம் எழுப்பியது.

பத்து

காலைக் கூட்டம் முடிந்து மதியச் சாப்பாட்டுக்குத் தயாரானபோது, ஜானகி ஓர் இளைஞனுடன் கேசவனை நோக்கி வந்தாள்.

அவ்விளைஞன் ஜெயச்சந்திரன் என்று கேசவனுக்கு ஏற்கனவே அறிமுகப்படுத்தப்பட்டு இருந்தான். சென்னையில் படிக்கும் மாணவன். அவன் நடை, உடை பாவனைகளும், சுலபமாக ஆங்கிலம் பேசும் திறமையும் அவனை மற்றைய மாணவர்களிடமிருந்து தனியாக வேறுபடுத்திக் காட்டியது.

“என் ‘கஸின்’ ஜெயச்சந்திரன். இவர்தான் கேசவன். நீங்க நல்லாப் பேசினீங்க...” என்றாள் ஜானகி.

‘தேங்க் யூ... நைஸ் மீட்டிங் யூ காம்ரேட்’ என்று ஜெயச்சந்திரனுடன் கை குலுக்கினான் கேசவன்.

அவன் உள்ளத்தின் அடித்தளத்தில் ஒரு லேசான சங்கட உணர்வு. அது ஏன் ஏற்பட்ட தென்று ஆராய கேசவன் விரும்பவில்லை.

“ஜெய், இங்கிலீஷ்லே ஒரு ‘பவர்’ புல் ஸ்பீக்கர் என்றாள் ஜானகி. அவள் குரலில் பெருமை வெளிப்படையாகத் தெரிந்தது.”

“வாட் எ பிட்டி! இங்கே மோகனைத் தவிர வேறு யாரும் இங்கிலீஷ்லே பேச முடியாது. பாக்கப் போனா, காம்ரேட் பாலனாலேயும் இங்கிலீஷ்லே அழகாகப் பேச முடியும். ஸ்ரீநிவாச சாஸ்திரியே

அவரைப் பாராட்டிப் பேசியிருக்கார். ஆனா பாலன் தமிழ்லே தான் பேசப் போறார். தமிழ்லேயும் அவர் 'பவர்புல்' ஸ்பீக்கர்" என்றான் கேசவன்.

"எஸ், எஸ், ஐ நோ" என்றான் ஜெயச்சந்திரன்.

"நீங்க மத்தியான 'செஷன்லே' பேசலாமே" என்றான் கேசவன்.

"ஐ ஆம் ஸாரி, ஐ ஆம் நாட் ஆல் தட் குட் இன் டமில். . ." என்றான் ஜெயச்சந்திரன்.

"நீங்க தமிழ்லே இவ்வளவு நல்லாப் பேசுவீங்கன்னு நான் எதிர்பார்க்கலே" என்றாள் ஜானகி, கேசவனிடம்.

"எனக்கே அது ஒரு டிஸ்கவரிதான். உங்க கஸின் முயற்சி செஞ்சார்னா அவராலயும் முடியும்."

"பேசிப் பாரேன் ஜெய்."

"ஓ, நோ நோ" என்று சிரித்துக்கொண்டே பலமாகத் தலையை ஆட்டினான் ஜெயச்சந்திரன்.

"சரி, ஜெய்யை எங்க வீட்டுக்குச் சாப்பிட அழைச்சுப் கிட்டுப் போறேன்" என்றாள் ஜானகி.

"அது சரியா எனக்குப் படலே. காம்ரேட்ஸ் எல்லாரும் ஒண்ணா சேர்ந்து சாப்பிடணுங்கிறதுதான் ஏற்பாடு. நீங்களும் எங்களோடே சாப்பிடலாம்" என்றான், கேசவன்.

"ஜெய்யை அம்மா அழைச்சுக்கிட்டு வரச் சொன்னாங்க. 'மோர் ஓவர்' காம்ரேட்ஸ் எல்லோரும் சேர்ந்து சாப்பிடப் போறதா சொல்றீங்களே அது தப்பு. . . மோகன் எங்க வீட்டுக்குச் சாப்பிட வர்றாரு. என்னோட அண்ணனும், மோகனும் இங்லண்ட்லே ஒண்ணாப் படிச்சவங்க. . ." என்றாள் ஜானகி.

கேசவன் மௌனமாகச் சிறிது நேரம் நின்றான்.

"நாங்க போகலாமா?" என்றாள் ஜானகி.

"நான் சொல்ல என்ன இருக்கு? இட் ஈஸ் யுவர் பிளஷர்" என்றான் கேசவன்.

அவர்கள் போன பிறகு கேசவன் முருகேசன் அண்ணனிடம் சென்று கேட்டான்: "மோகன் இங்கே சாப்பிடலியா?"

"இல்லே. . . அவரோட படிச்ச காம்ரேட் ஒருத்தர் இங்கே 'எக்ஸ்டன்ஷன்லே' இருக்காராம், அங்கே போறாரு" என்றார் சோமசுந்தரம்.

"அப்படியா?" என்றான் கேசவன்.

"ஆமாம்."

அப்பொழுது அருகில் நின்றுகொண்டிருந்த பாலன் சொன்னார்: "இங்கேதான் எல்லாரும் ஒண்ணா சாப்பிடணுங்கிறதிலே நீங்க கண்டிப்பா இருந்திருக்கணும். மாணவர்களும் சந்தோஷப்பட்டிருப்பாங்க இல்லியா?"

சோமசுந்தரம் ஒன்றும் பேசாமல் போய்விட்டார்.

கேசவன் அங்கு பந்தலில் போடப்பட்டிருந்த நாற்காலியில் போய் உட்கார்ந்தான்.

ஜானகியைக் கூட்டத்தில் பார்த்த சந்தோஷம் போய்விட்டது.

இவ்வளவு உற்சாகத்துடன் வரவேற்ற தொழிலாளர்களுடன் சேர்ந்து சாப்பிடாமல் மோகன் புறப்பட்டுச் சென்றதும் அவனுக்குப் பிடிக்கவில்லை.

ஆனால், பாலனைத் தவிர மற்றவர்கள் அதை ஏற்றுக் கொண்டார்கள் என்பதுதான் அவனுக்கு ஆச்சரியமாக இருந்தது. குழந்தைகள் பந்தலைச் சுற்றி விளையாடிக்கொண்டிருந்தன.

பிற்காலத்தில் ஏற்படப் போகிற மாணவர், தொழிலாளர் புரட்சிக்கு அறிகுறி எதுவும் இருப்பதாக அவனுக்குத் தெரியவில்லை.

மோகனுடன் அவன் நிறைய விவாதிக்க வேண்டுமென்று நினைத்திருந்தான். புன்னகையுடன் அவன் தோளில் தட்டிக் கொடுத்துவிட்டு, ஜானகி வீட்டுக் காரில் அவர் போய்விட்டார். உலகமே அவனுக்குச் சூன்யமாக விரிந்தது.

ஜானகி, ஜெயச்சந்திரனை விரும்புகிறாள் என்றால் அதில் ஆச்சரியமில்லை. பட்டணத்துப் பையன், மிகச் சுலபமாக இயல்பாக இங்கிலீஷ் பேசுகிறான். பார்ப்பதற்கும் ஒரு கம்பீரத் தோற்றம்.

கேசவன் பந்தலை விட்டு வெளியே வந்தான். அவனுக்கு அங்குச் சாப்பிடப் பிடிக்கவில்லை.

வீட்டுக்குப் போனால் சிரார்த்தச் சாப்பாடு. தாத்தா வந்திருந்தால் அவர் மனம் சந்தோஷப்படக்கூடும்.

ஆனால் அவனுக்குத்தான் சிரார்த்தச் சாப்பாடு பிடிக்காது.

அவன் தாத்தா அவனுடைய அப்பா மாதிரி ஆசாரமானவர் அல்லர் என்று அம்மா சொல்லி அவன் கேள்விப்பட்டிருக்கிறான்.

வைஷ்ணவ பிராமணர்கள் செய்யக் கூடாத பல காரியங்களைச் செய்திருக்கிறாரென்று கேள்விப்பட்டிருக்கிறான்.

பஞ்சாமி அய்யர் ஹோட்டலுக்கு விடியற்காலையில் சென்று வெங்காயச் சாம்பாரில் இட்டிலியைத் தோய்த்துச் சாப்பிடுவாரென்று சன்னதித் தெரு புராணம் சொல்லுகிறது.

ஆனால், அந்தத் தாத்தாவுக்கு இன்று வெங்காயச் சாம்பார் கிடைக்காது. எப்படித்தான் அவர் ஆத்மா சந்தோஷப் பட்டிருக்குமோ தெரியவில்லை.

தாத்தாவின் ஆத்மா குளிர வேண்டுமென்றால் அவன் இன்று வெங்காயச் சாம்பார் சாப்பிட வேண்டும்.

இன்று அவன் வீட்டில் அது கிடைக்காது. என்றுமே கிடைக்காது. அவன் அப்பா அவ்வளவு ஆசாரம்.

அவன், காந்திபார்க் எதிரிலிருந்த கணபதி விலாசுக்குள் நுழைந்தான்.

அப்பாவுக்குத் தெரிந்தவர்கள் யாரேனும் பார்த்துவிடப் போகிறார்களே என்று உள்ளூரப் பயம்.

கணபதி விலாஸ் வாசலில் இருந்த பொடிக் கடையில், தலையாட்டி பொடி வாங்கிக்கொண்டிருந்தார்.

"ஐயரே, எத்தனை நாளா பாக்கி நிக்குது, கடன் வாங்கிக் கிட்டே இருந்தா?" என்று கடைக்காரப் பையன், தலையாட்டி யிடம் சொல்லிக்கொண்டிருந்தான்.

"இன்னும் இரண்டு நாள்ளே தலையை அடகு வச்சாவது தந்துடறேன், கோவிச்சுக்காதே!" என்று தலையாட்டி மன்றாடிக் கொண்டிருந்தார்.

"தலையை வைக்க வேணாம், மூக்கை அடகு வைங்க" என்று சிரித்துக்கொண்டே சொன்னான் கடைப் பையன்.

கேசவன் 'பிராம்மணாள் உட்காருமிடத்துக்குச் சென்று உட்கார விரும்பவில்லை. தெரிந்தவர்கள் யாரேனும் இருக்கக் கூடும்.

"ஹாலில்" உட்கார்ந்தான்.

ஹோட்டல் முதலாளியின் பெரிய பிள்ளை அவனை, நோக்கி வந்தார். அவருக்கு நாற்பது வயதிருக்கலாம். வைரக் கடுக்கன், சட்டையில் பொன் பித்தான்கள், கடிகாரத்துக்குத் தங்கச் செயின், கழுத்தில் சங்கிலி, கையில் வைர மோதிரங்கள். அவரை 'மைனர்' என்று கூப்பிடுவார்கள். அவர் கண்கள் எப்பொழுதும் சிவந்திருப்பதற்குக் காரணமும் சொல்வதுண்டு.

“என்ன தம்பி, நீ நடாதூர் அய்யங்கார் மவன்தானே, இங்கே உக்காந்திட்டே?” என்றார் மைனர்.

“பரவாயில்லே…”

“உங்க வீட்லே இன்னிக்குத் திதியா?”

கேசவனுக்குத் திக்கென்றது. இவருக்கு எப்படித் தெரியும்?

கேசவன் பேசாமலிருந்தான்.

“இன்னிக்கு உங்க வீட்லே சக்கரவர்த்தி ஐயங்காரும் ஒரு இலை போலிருக்கு, அவரு காலையிலே இங்கே காப்பி குடிக்க வந்தாரு, சொன்னாரு… அப்பாகிட்டே போய்ச் சொல்லாதே, சக்கரவர்த்தி ஐயங்கார் காப்பி குடிச்சுட்டு வந்தார்னு” என்று கூறியவர், சில விநாடிகளுக்குப் பிறகு சிரித்துக்கொண்டே சொன்னார், “நீ எப்படிச் சொல்லுவே? நீயே இங்கே சாப்பிட வந்திருக்கே… சரி, என்ன சாப்பிடப் போறே சொல்லு.”

“சாப்பாடு. . .”

“சிரார்த்தச் சாப்பாடு உனக்குப் பிடிக்காதா?”

“பிடிக்காது.”

“தோ பாரு, தம்பி… நீங்க பிராமணப் பிள்ளைக, ரொம்ப துணிச்சல்காரங்க… உங்க தாத்தா திதி அன்னிக்கு இங்கே நீ சாப்பிட வந்திருக்கே… என்னாலே நினைச்சுக்கூடப் பார்க்க முடியாது. நான் குதிரைப் பந்தயம் போறேன், குடிக்கறேன், கூத்தி வச்சுக்கிட்டிருக்கேன். ஆனா, உன்மாதிரி இப்படி ஆசாரம் தவறினேன்னா அதாவது தாத்தா திதி அன்னிக்கி இதோ இங்கே ஹோட்டலுக்கே சாப்பிட வந்தேன்னு தெரிஞ்சுது, எங்க நயினா ஒரேயடியா என்னை வெட்டிப் போட்டுடுவாரு… சரி, என்ன சாப்பிடறே சொல்லு, சாப்பாடுதானே…” என்றார் மைனர்.

“சரி, நான் வீட்டுக்கே போய்ச் சாப்பிடறேன்” என்று எழுந்தான் கேசவன்.

“அப்படிச் செய், அதான் நல்லது… பெரியவங்க மனுசும் சந்தோஷப்படும்… இந்த பிராம்மணங்க இப்படி அக்கிரமம் பண்றதினாலதான் பிராம்மணங்களுக்கு மதிப்பு இல்லாமயே போச்சு… சக்கரவர்த்தி ஐயங்காரைப் பாரு, இங்கே காப்பி குடிச்சிட்டு உங்க வீட்டுப் பிராம்மணார்த்தத்துக்கும் போறாரு… எனக்கும் அவர் நல்ல சிநேகிதர்தான், ‘ரேஸ் டிப்ஸ்’ கொடுக்கற திலே மன்னன். இருந்தாலும், தப்பு செஞ்சா சொல்லத்தானே வேணும்?”

கேசவன், கணபதி விலாஸை விட்டு வெளியே வந்தான்.

மைனர், அவனைத் தடுத்தாட்கொண்டு வெளியில் அனுப்பியது போல் அவனுக்குத் தோன்றியது.

அவன் வீட்டுக்குச் சென்றபோது, 'பிராம்மணார்த்தம்' முடிந்திருந்தது. வைதிகர்கள் திண்ணையில் உட்கார்ந்து வெற்றிலை போட்டுக்கொண்டிருந்தார்கள். அவர்கள் கேசவனைப் பார்த்ததும் புன்னகை செய்தார்கள்.

சக்கரவர்த்தி ஐயங்கார் புகையிலை டப்பாவிலிருந்து, புகையிலையை உருட்டி வாயில் அடக்கிக்கொண்டார்.

"என்னடா பொல்லாத வேலை! தாத்தா வந்திருக்கார், ஆத்திலே இருக்க வேணாமோ?" என்றார் சக்கரவர்த்தி.

கேசவன் அப்பா வெளியில் வந்தார். அவர் அவனைச் சிறிது நேரம் உற்றுப் பார்த்தார்.

"எங்கடா போனேன்னு இப்பொத்தான் கேட்டேன்" என்றார் சக்கரவர்த்தி.

அப்பா பேசாமலிருந்தார்.

"பெரியவா மனசைப் புண்படுத்தக் கூடாது. ஆத்திலே நீ இருந்திருந்தா எவ்வளவு நன்னா இருந்திருக்கும். சிரத்தையா செய்யணுங்கிறதினால்தான் இதுக்கு 'சிரார்த்தம்'னு பேரு, இது எங்கே உனக்குத் தெரியப் போறது? இந்தக் காலத்துப் பிராம்மணப் பிள்ளைகளுக்குப் பூணூல் போடறதே விரயந்தான்னு தோணறது" என்றார் சக்கரவர்த்தி.

கேசவன் அப்பாவைப் பார்த்துக்கொண்டே "பிராம்மணப் பிள்ளைகள் சரி, பிராம்மணப் பெரியவாள் பூணூல் போடறது எப்படி?" என்றான்.

"என்னடா சொல்றே?" என்றார் அப்பா கோபத்துடன்.

"இந்த மாமாவையே கேளுங்கோ. கார்த்தாலே கணபதி விலாஸ்லே காப்பி குடிச்சிட்டு நம்மாத்தலே பிராம்மணார்த்தம் சாப்பிட வந்திருக்கார். கணபதி விலாஸ் மைனருக்கு 'ரேஸ் டிப்ஸ்' தரார். இவர் எந்த வகையிலே பிராம்மணர், நான் இல்லாமே போயிட்டேன்?" என்றான் கேசவன்.

'அபாண்டம், அபாண்டம்' என்று கத்தினார் சக்கரவர்த்தி.

"மாமா, சும்மாக் கத்தாதீங்கோ... நான் மைனரைக் கூட்டிண்டு வந்து சொல்லச் சொல்லுவேன்..."

கேசவன் அப்பா சக்கரவர்த்தியைக் கோபத்துடன் பார்த்தார்.

"அவன் சொல்றதை நம்பாதீங்கோ..." என்றார் சக்கரவர்த்தி.

"எங்கப்பாகிட்டேயிருந்து நான் கத்துண்ட முக்கியமான விஷயம், பொய் சொல்லக் கூடாதுன்னு. நான் இப்பொ கணபதி விலாஸ் மைனரைப் பார்த்தேன். அவர்தான் சொன்னார். நீங்க இன்னிக் கார்த்தால காப்பி குடிக்க வந்தேள்னு. எனக்கு ஆசாரத்திலே நம்பிக்கை கிடையாது. ஏன்னா, ஆசாரத்திலே நம்பிக்கை இருக்கிறதா சொல்லிண்டு, உங்க மாதிரி பிராம்மணாள்ளாம் ஊரை ஏமாத்தறா. அதே சமயத்திலே இன்னிக்கு எனக்கு இன்னொண்ணும் தெரிஞ்சுது வேஷதாரித்தனங்கிறது மனுஷாளுக்கே பொதுவா இருக்கிற குணம்னு. இதிலே முற்போக்கு, பிற்போக்குன்னு பாகுபாடே கிடையாது... நான் உள்ளே போய் சாப்பிடப் போறேன்."

பதினொன்று

கேசவன் கல்லூரிக்குச் சென்றபோது, பாலத்தருகே நின்றுகொண்டிருந்த முருகேசன் முகத்தை வேறு பக்கமாகத் திருப்பிக்கொண்டான்.

அவன் கோபமாயிருக்கிறான் என்று கேசவனுக்குப் புரிந்தது.

அவனுடன் பேசுவதா வேண்டாமா என்று கண நேரத் தயக்கம்.

பேசி விடுவதென்று தீர்மானித்தான்.

"என்ன கோபமா?" என்றான் கேசவன்.

முருகேசன் பதில் கூறவில்லை. காவேரியைப் பார்த்துக்கொண்டு நின்றான். நீர் சுழித்துக் கொண்டு ஓடுவதை அவன் ரசித்துக்கொண்டிருந் தானா அல்லது வெட்ட வெளிப்பார்வையா என்று கேசவனால் ஊகிக்க முடியவில்லை.

முருகேசன் முகத்தில் கோபத்தைக் காட்டிலும் ஏமாற்றம்தான் அதிகம் தெரிந்தது.

"ஐ ஆம் ஸாரி, முருகேசா... நேத்து நடந்தது எனக்குப் பிடிக்கலே..."

"என்ன பிடிக்கலே?" என்று சீறினான்.

"மோகன் ஏன் எல்லாரோடயும் சாப்பிடலே? அவர் ஜானகி வீட்டுக்குச் சாப்பிடப் போனாரு. தெரியுமா உனக்கு?"

"மோகன் எங்கே சாப்பிடப் போனா, உனக்கென்ன வந்தது?"

"நாம நம்மை கம்யூனிஸ்ட்டுன்னு சொல்லிக்கிறோம். ஆனா, மோகன் பெரிய வீட்டுப் பிள்ளைங்கிறதை நம்மாலே மறக்க முடியலே. இது நியாயமா, நீயே சொல்லு. காம்ரேட் பாலனுக்கும் இது பிடிக்கலே, தெரியுமா உனக்கு?"

"அது சரியா தப்பாங்கிறது பிரச்சினையேமில்லே. நீ வரவேற்புக் குழு தலைவர்ங்கிறப்போ, உன் வேலையை மறந்துட்டு, வீட்டுக்கு ஓடிப்போனதை மன்னிக்கவே முடியாது... நீ போனதுக்கும் காரணம் எனக்குத் தெரியும்..."

"என்ன காரணம்?"

"அந்தப் பட்டணத்திலேந்து வந்த 'காம்ரேடைக்' கூட்டிக் கிட்டு, ஜானகி வீட்டுக்குப் போனது, உனக்குப் பிடிக்கலே... சும்மா, மோகன் போனது பிடிக்கலே அது இதுன்னு கதை பண்ணாதே."

"மோகன் போனது சரிங்கிறியா?"

"நேத்துச் சாயந்திரம் எல்லாரும் உன்னை எங்கேன்னு கேட்டாங்க... குறிப்பா மோகன் கேட்டாரு. ஓடிப் போயிட் டேன்னு நான் சொல்ல முடியுமா? உடம்பு சரியில்லேன்னு பொய் சொன்னேன். உனக்குக் கட்சி முக்கியமா, ஜானகி முக்கியமா, இப்பொவே நீ தீர்மானிச்சாகணும்."

"எனக்கும் ஜானகிக்கும் என்னடா சம்பந்தம்?"

"அதான் நானும் கேக்கறேன்."

"முற்போக்கோ, பிற்போக்கோ, எனக்கு வேஷம் போடறது பிடிக்கலே. அவ்வளவுதான்."

"யாரு வேஷம் போட்டாங்க?"

"எல்லாரும் சமம்ங்கிறப்போ, மோகன் நம்மகூட உட்கார்ந்து சாப்பிட்டிருக்க வேணாமா? தொழிலாளிங்கள்ளாம் எவ்வளவு சந்தோஷப்பட்டிருப்பாங்க!..."

"நீ சாப்பிட்டியா?"

"மோகன் சாப்பிடலே, நானும் சாப்பிடலே..." முருகேசன் சிறிது நேரம் பேசாமல் நின்றான். அவனுடைய மௌனம், அவனுக்குள்ளேயே மோகன் செய்தது சரியா தப்பா என்பது பற்றி மனப்போராட்டம் நிகழ்ந்துகொண்டிருப்பதுபோல் கேசவனுக்குப்பட்டது.

"என் அண்ணனுக்கு உன் பேரிலே ரொம்பக் கோபம். உன்னை 'ஸ்டூடன்ட் ஃபெடரேஷன்' விலக்கி விடும்படிச் சொல்லிட்டாரு" என்றான் முருகேசன் சில விநாடிகளுக்குப் பிறகு. கேசவனுக்கு இது அதிர்ச்சியைத் தந்தது. அண்ணனின் கட்டளையை நிறைவேற்றுவதில் முருகேசனுக்கு அவ்வளவாகச் சம்மதமில்லை என்பதும் அவன் குரலினின்றும் தெரிந்தது.

முருகேசன் ஒரு நல்ல நண்பன். எல்லாருக்கும் நல்லது செய்வதையே அடிப்படை குணமாகக்கொண்டவன். உணர்ச்சி வயப்படக் கூடியவன். தனக்கும் முருகேசனுக்குமிடையே நிலவிய நட்புணர்வு, கட்சிக்கு அப்பாற்பட்டதென்பதும் கேசவனுக்குத் தெரியும்.

"சரி, செஞ்சது தப்புன்னு எழுதிக் கொடு... அண்ணன் கிட்டே சொல்லிப் பாக்கறேன். இருந்தாலும், உள்ளூர் 'காம்ரேட்ஸ்' என்ன முடிவு எடுக்கறாங்களோ அதைப் பொறுத்தது" என்றான் முருகேசன்.

கேசவன் ஒன்றும் பேசாமல் கல்லூரிக்குள் போக முற்பட்டான்.

"கேசவா, என்னடா பேசாமப் போறே?" என்று முருகேசன் கேட்பது அவன் காதில் விழுந்தும், அவன் திரும்பிப் பார்க்காமல் மேலே நடந்தான்.

முருகேசன் வேகமாக அவனைத் தொடர்ந்து தோளை உலுக்கினான்.

"மன்னிப்பு கேட்டாதான் என்னவாம். குறைஞ்சு போயிடுவியோ?" என்றான் முருகேசன்.

"நான் தப்பு பண்ணதா நினைக்கலே... நினைச்சாத்தானே, மன்னிப்பு கேக்கணும்?"

"தப்பு தப்பு தப்புதான். எல்லா பொறுப்பை ஒப்பு கிட்டேயோ, அதெ பூரா நிறைவேற்றி அப்புறம், கட்சிக் கூட்டத்திலே இதெ பத்தி நீ விவாதிச்சிருந்தா, உன் கோபம் நியாயமானதுன்னு எல்லாருக்கும் புரிஞ்சிருக்கும்... இப்பொ, நீ திடீர்னு போனதுக்குக் காரணம் ஜானகி ஜெயச்சந்திரனை வீட்டுக்குக் கூட்டிட்டு போனதனால்தான்னு உன்கிட்டே சொல்லுவேன்... ஆனா, மத்தவங்ககிட்டே சொல்லமாட்டேன். ஏதோ ஒரு பெரிய கொள்கை முடிவு எடுத்துக்கிட்ட மாதிரி என்கிட்டே கதை பண்ணாதே. பேசாமெ மன்னிப்புக் கடிதம் எழுதிக் கொடு. உன் சைக்கிளைக் கொண்டு வந்திருக்கேன். வீட்டுக்குப் போறப்போ, எடுத்துக் கிட்டுப்போ" என்று மூச்சு விடாமல் பேசிவிட்டு, முருகேசன் வேகமாகப் போய்விட்டான்.

அன்று முழுவதும் வகுப்புப் பாடநூல்களில் அவன் சிந்தனை செல்லவேயில்லை.

முருகேசன் கூறியது உண்மைதான்.

ஜானகி ஜெயச்சந்திரனை வீட்டுக்கு அழைத்துச் சென்றாள் என்பது அவனை இந்த அளவுக்குப் பாதிக்க வேண்டியது அவசியந்தானா?

அவ்வப்பொழுது ஜானகி அவனைக் கண்டு புன்னகை செய்தாள் என்பதற்குப் பலவிதமான அர்த்தங்களை தான் கற்பித்துக் கொண்டதற்கு, அவள் எப்படிப் பொறுப்பாக முடியும்?

அப்படி அர்த்தங்களைக் கற்பித்துக்கொண்டது, அவன் படைப்பாற்றலுக்கு ஓர் அர்த்தத்தைத் தந்தது என்பதற்கு அவன் ஜானகிக்கு நன்றி செலுத்த வேண்டும்.

'தாந்தே – பியாட்ரிஸ்' – இதைப் பற்றிச் சுப்ரமணிய அய்யர் அடிக்கடிக் கூறுவதுண்டு.

தன்னை தாந்தேயுடன் ஒப்பிட்டுக்கொண்டது அவனுக்குச் சிரிப்பைத் தந்தது. அவன் 'படைப்பாற்றல்!'

மிகப் பெரிய வார்த்தை! அவன் ஜானகியின் நீண்ட, அழகான கண்களின் உந்துதலின்போது ஒரு கதை எழுதினான். 'அவள் கண்கள்' என்பது தலைப்பு.

ஒவ்வொரு வரியும் காவிய வரியாக அவனுக்குப்பட்டது. ஆனால், இதை யாரிடம் படித்துக் காட்டுவதென்ற பிரச்சினை ஏற்பட்டது. முருகேசனுக்கு இலக்கியத்தில் ஈடுபாடு கிடையாது. அதோடு மட்டுமல்லாமல், 'காம்ரேட்ஸ்' காதல் கதை எழுதக் கூடாதென்பது அவனுடைய உறுதியான கொள்கை.

சுப்ரமணிய அய்யரிடம் காட்டலாமா என்று ஒரு சபலம் ஏற்பட்டது. அவர் பாராட்டக் கூடும். ஆனால், பார்க்கும்போதெல்லாம் கிண்டல் செய்துகொண்டிருப்பார். கோவிழியாரிடம் காட்டுவதென்று தீர்மானித்தான். அவனுடைய உறவினர் ஒருவர் எழுதிய கதை, அதைப்பற்றி கோவிழியாரின் அபிப்பிராயம் என்ன என்று அவனுடைய உறவினர் அறிய விரும்புவதாகச் சொல்லி, அவரிடம் கொடுத்தான். கோவிழியார் அவனெதிரிலேயே அக்கதையைப் படித்தார்.

கோவிழியார் சிறிது நேரம் பேசாமலிருந்தார். சிறிது நேரத்துக்குப் பிறகு, 'ஹும்', என்று உறுமினார். அவர் தொண்டையைக் கனைத்துக்கொண்டாரா அல்லது அவ்வொலிதான் அவருடைய விமர்சனமா என்று கேசவனுக்குப் புரியவில்லை.

கேசவன் கதையைத் திரும்ப வாங்கிக்கொள்ள, கையை நீட்டினான்.

கோவிழியார் ஒன்றும் கூறாமல் கொடுத்தார்.

"கதை எப்படி இருக்கிறது?" என்றான் கேசவன்.

"நிறைய இலக்கணப் பிழைகள். ஒருமை பன்மை மயக்கம். அவற்றை வழுவமைதியாக ஏற்றுக்கொண்டால்கூட ஒற்றுப் பிழைகளை எப்படி ஒப்புக்கொள்ள முடியும்?" என்றார் கோவிழியார்.

கேசவன் மௌனமாக அவரைப் பார்த்துக்கொண்டே நின்றான்.

'கண்களைப் பற்றி எழுதியிருக்கிறாரே, அவருக்குக் கம்பன் எழுதியிருப்பது பற்றித் தெரியுமா?'

'கம்பன் என்ன எழுதியிருக்கார்?'

'கஞ்சத்தினளவற்றேனும் கடலினும் பெரிய கண்கள்...' 'கஞ்சம்' என்றால் தாமரை சேற்றில் முளைத்தாலும், கடலாழத்தைக் கொண்ட கண்கள். இதை எழுதியவர் கம்பனை மேற்கோள் காட்டியிருக்க வேண்டும்.'

'கதை எழுதும்போது, மேற்கோள் காட்டும் வழக்கம் கிடையாது. அப்படி எழுதினா கட்டுரை மாதிரி இருக்கும்...' என்றான் கேசவன்.

"நீ எனக்கு எப்படிக் கதை எழுத வேண்டுமென்று சொல்லிக் கொடுக்கிறாயா, நான் நூறு கதைகள் எழுதியிருக்கிறேன்."

கேசவனுக்குத் திடீரென்று பயம் வந்தது. கோவிழியார் உள்ளே சென்று அந்தக் கதைகளை எடுத்துக்கொண்டு வந்து, அவனைப் படிக்கச் சொல்லிவிடுவாரோ என்ற பயம்.

'என் கதைகள் இலக்கிய நிகழ்ச்சிகளை அடிப்படையாகக் கொண்டவை. நவீன இலக்கியமென்று சொல்லிக்கொண்டு, இலக்கியத்தைப் பாழ் செய்கின்றனரே, அந்த மாதிரியான கதைகள் அல்ல. மனிதனை உய்விக்கும் கதைகள். தமிழன்னையை அரியாசனத்தில் ஏற்றுவிக்கும் கதைகள். சரி, இன்னொரு சமயம் வீட்டுக்கு வா, காட்டுகிறேன்.'

கேசவனுக்கு நிம்மதியாக இருந்தது.

'அவள் கண்களை'த் தொடர்ந்து அவன் பல கதைகள் எழுதினான். ஆனால், அவற்றை யாருக்கும் காட்டவில்லை. தன்னுடைய ஆத்மதிருப்திக்காக எழுதுவதாக அவன் தனக்குத் தானே சொல்லிக்கொண்டான்.

ஆனால் எல்லாக் கதைகளுமே, 'கண்களை' அடிப்படைக் கருவாகக்கொண்டவை. ஜானகியின் கண்கள் அந்த அளவுக்கு அவன் மனத்தில் பாதிப்பை ஏற்படுத்தியிருந்தன.

ஜானகி வேறு, அவள் கண்கள் வேறு. உதட்டளவில் ஆங்கிலம் பேசும் ஒரு நகரத்து வாலிபனைக் கண்டு மயங்கும் ஜானகிக்கும், ஒரு குழந்தையின் பேதை மொழியைப் பேசும் அவளுடைய நீண்ட, அழகிய கண்களுக்கும் என்ன சம்பந்தம்? இயற்கை தவறு செய்துவிட்டது. அக்கண்கள் அவள் முகத்தில் இருந்திருக்கக் கூடாது.

பிறகு யாருடைய முகத்தில் இருந்திருக்க வேண்டும்? கேசவன் தனக்குத் தெரிந்த பல பெண்களின் முகத்தை நினைவுக் கொண்டு வந்து, அக்கண்களைப் பொருத்தி வைத்துப் பார்த்தான்.

பொருந்தவில்லை. கேலிச் சித்திரங்களாக உருவாவது போல் அவனுக்குப் பட்டது.

"என்ன ஆழ்ந்த யோசனை?"

நூல் நிலையத்தில் உட்கார்ந்துகொண்டிருந்த கேசவன் திரும்பிப் பார்த்தான். ஜானகி!

'கஞ்சத்தினளவற்றேனும் கடலினும் பெரிய கண்கள்' கதையில் மேற்கோள் காட்டக் கூடாது என்பது சரிதான். ஆனால் கோவிழியார் காட்டிய மேற்கோள், இப்பொழுது ஏன் அவன் நினைவுக்கு வரவேண்டும்?

'இமைகளின் தாலாட்டில், கண்கள் உன் வழிக்காணும் கவிதைக் கனவுகள்'

ஷெல்லியின் வரிகள். 'Baby sleep is Pillowed' என்பதை எப்படி மொழிபெயர்ப்பது?

கேசவன் எழுந்து நின்றான்.

ஜானகி புன்னகை செய்தாள். கண்களுமா சேர்ந்து புன்னகை செய்ய வேண்டும்?

"ஐ லவ் யு, ஜானகி' என்றான் கேசவன்.

பன்னிரண்டு

ஜானகியின் சிரிப்புதான் அன்றிரவு கேசவனைத் தூங்கவிடாமல் அலைக்கழித்தது.

நூல் நிலையத்திலிருந்த சில மாணவர்களும், மாணவிகளும் அவர்களிருந்த திக்கை நோக்கிப் பார்த்தார்கள். அவன் ஏதோ ஹாஸ்யமாகச் சொல்லி அவள் சிரித்திருப்பாள் என்று அவர்கள் நினைத்திருக்கக்கூடும்.

அவன் சொன்னது 'ஹாஸ்யமா?'

ஜானகிக்கு இது ஹாஸ்யமாகப் பட்ட தென்பதுதான் அவன் மனத்தை உறுத்தியது.

'ஐ ஆம் ஸாரி... இது உங்களுக்கு ஹாஸ்ய மாகப் பட்டா, நான் சொன்னதை மறந்துடுங்க.'

ஜானகி தொடர்ந்து சிரித்துக்கொண்டே யிருந்தாள். கேசவன் நூல் நிலையத்தை விட்டு வெளியே போவதற்குத் திரும்பினான்.

'மிஸ்டர் கேசவன், ஒரு விஷயம்' என்றாள் ஜானகி.

'என்ன?' என்று திரும்பினான் கேசவன்.

'நீங்க மெச்சோர் பர்ஸன்'னு நான் நெனச்சேன். 'மீடிங்'லே அவ்வளவு நல்லா பேசினீங்க... ஆனா இப்படி... சாதாரண சராசரி பையங்க மாதிரி பேசிட்டீங்களே?!

'மனதிலே பட்டதைச் சொல்லறது சராசரித் தனங்கறீங்களா?'

‘இல்லே. ஒரு கம்யூனிஸ்ட் இப்படிப் பேசுவார்னு நான் எதிர்பார்க்கலே.’

‘கம்யூனிஸ்டுக்குக் காதல் உணர்வு கிடையாதுங்கிறதுதான் உங்க அபிப்பிராயமா!’

‘இருக்கலாம், சொல்ல மாட்டாங்க...’

சொல்லாமல் அதை எப்படித் தெரியப்படுத்துவது. கேட்கலாமா என்று நினைத்தான், கேட்கவில்லை.

‘நீங்க அப்படி ஏன் சிரிச்சீங்க?’

‘உங்களைப் பார்த்தா பரிதாபமா இருந்தது. ஒரு கம்யூனிஸ்டுக்கு இருக்க வேண்டிய தன்னம்பிக்கை இல்லே... நீங்க சொல்றது உங்களுக்கே தப்புங்கிற மாதிரி ஒரு குற்ற உணர்வு...’

அப்படியானால், அவள் ஆட்சேபணை அவன் ‘ஐ லவ் யூ’ என்று சொன்ன விதத்தில்தானா, கேட்கலாமாவென்று நினைத்தான், கேட்கவில்லை.

அவள், அவனருகில் வந்து சொன்னாள் ‘இன்னொரு விஷயம். என் கஸின் இருக்காரே, ஜெயச்சந்திரன், அவரோட தான் எனக்குக் கல்யாணம். இது எப்போதோ தீர்மானிக்கப் பட்ட விஷயம்.’

‘ஐ ஆம் ஸாரி’ என்றான் கேசவன்.

‘எதுக்கு ஸாரி, நான் ஜெயச்சந்திரனைக் கல்யாணம் செய்துக்கப் போறேங்கிறதுக்காகவா!’

இரண்டாம் தடவையாக அசட்டுத்தனமாகப் பேசியதற்கு வெட்கமடைந்தான் கேசவன். அவன் ஒன்றும் பேசாமல் அந்த இடத்தை விட்டு அகன்றான்.

அவன் விடியற்காலையில்தான் தூங்க ஆரம்பித்திருக்க வேண்டும். எழுந்தபோது சுவர்க்கெடியாரம் மணி ஏழரை என்று அறிவித்தது. அம்மா, ஆறுமணிக்குப் பிறகும் தூங்கிக் கொண்டிருந்தால், எழுப்ப வருவாளே, ஏன் வரவில்லை?

அவன் மாடியை விட்டுக் கீழே வந்தபோது, அம்மா தூணைப் பிடித்துக்கொண்டு, நின்ற நிலையில் ஏதோ யோசித்தவாறு இருந்தாள்.

அப்பா, சாய்வு நாற்காலியில் உட்கார்ந்திருந்தார். அவர் கண்கள் மூடியிருந்தன. தியானம் செய்கிறாரோ என்று கேசவன் நினைத்தான். ஆனால் அப்பாவோ, அம்மாவோ குளித்ததாகத்

தெரியவில்லை. விடியற்காலையிலேயே குளித்துவிடும் அப்பாவோ, அம்மாவோ இன்னும் ஏன் குளிக்கவில்லை?

அவன் அப்பாவையும் அம்மாவையும் மாறிமாறிப் பார்த்தான். அம்மா அவனைப் பல் தேய்த்துவிட்டு வரும்படி சைகை செய்தாள். அவன் கொல்லைப்புறம் சென்றான். அவன் திரும்பி வந்தபோது, அம்மா சமையலறையில் இருந்தாள்.

'உன்னோட சித்தப்பா போயிட்டாராம்' என்றாள் அம்மா.

அவனுடைய சித்தப்பா, அவன் தாத்தாவின் இளைய தாரத்தின் பிள்ளை. தாத்தாவின் விதவைச் சகோதரி தத்தெடுத்துக்கொண்டாள். ஏராளமான சொத்து. சித்தப்பா 'புகுந்து விளையாடி'யதின் விளைவு. அவருக்கு மேல் துண்டும், வேட்டியும்தான் மிஞ்சிற்று.

அவர் அவன் வீட்டுக்கு வந்து வாசல் திண்ணையில், தூணோடு தூணாக உட்கார்ந்திருப்பார். வாயைத் திறந்து ஒன்றும் கேட்க மாட்டார். மணிக்கணக்காக உட்கார்ந்திருப்பார். அவர் பேசி அவன் பார்த்ததே கிடையாது. அவர் எப்பொழுது வந்தாலும் சாப்பாடு போட வேண்டுமென்பது அவனுடைய அப்பாவின் கட்டளை. சாப்பிட்டுவிட்டுப் போனபிறகு, பல நாள்கள் வர மாட்டார். திடீரென்று மறுபடியும் ஒருநாள் வருவார்.

அவர் மற்றைய நாள்களில் எங்கேயிருக்கிறார், எங்கே சாப்பிடுகிறார் என்பது அவனுக்குப் புதிராக இருந்தது. அவன் இதைப் பற்றி ஒருசமயம் அம்மாவிடம் கேட்டபோது, அவள் சொன்னாள்: 'அவர் எங்கே போனா உனக்கென்ன? நம்ம கழுத்தை வந்து அறுக்கலே.'

'அவர் எங்கம்மா இங்க வரபோதுகூட நம் கழுத்தை அறுக்கிறார்! வரார், ஒரு வார்த்தை பேசறதில்லே... சாப்பாடு போட்டா சாப்பிடறார், இல்லாட்டா பேசாமெயிருக்கார்' என்றான் கேசவன்.

'போடா, நீதான் மெச்சிக்கணும். ஊர்லே ஒரு தேவடியா பாக்கியில்லே. சொத்தைப் பூரா அழிச்சிட்டு வந்து உட்கார்ந்திருக்கார். இவாள்ளாம் பிராம்மணாளா?' என்று சீறினாள் அம்மா.

'எனக்குத் தெரிஞ்சவரை, நம்ம அப்பாவைத் தவிர, எல்லா பிராம்மணாளும் இப்படித்தான் இருந்திருக்கா, இப்பவும் இருக்கா...திராவிடர் கழகம் ஏற்பட்டிருக்கிறதே இவாளால் தான்!' என்றான் கேசவன்.

இந்திரா பார்த்தசாரதி

'சரி. போறும் வாயை மூடு!'

அந்தச் சித்தப்பாதான் போய்விட்டார். அப்பா வருத்தத்தில் ஆழ்ந்திருக்கிறாரா அல்லது மேலே என்ன செய்வதென்று யோசித்துக்கொண்டிருக்கிறாரா என்று கேசவனுக்குப் புரிய வில்லை.

'அவர் போயிட்டார்னு யார் வந்து சொன்னா? எங்கே போயிட்டார்?' என்று கேட்டான் கேசவன்.

'மூணாவது ஆத்து ராமசாமி அய்யங்கார் வச்சிண்டிருக் காரே, அவாத்துக்கு வந்தாராம், உக்காந்திண்டேயிருந்தாராம், போயிட்டாராம்.'

'அவாத்துக்கு ஏன் போகணும்?'

'அவளோட அம்மாவையும் வச்சிண்டிருக்கார் இந்தப் பாவி பிராம்மணன். அவாத்துக்குப் போயும் சாப்பிடுவாராம். அவளே இவரோட பொண்ணுதான்னு சொல்லிக்கிறா!

'ராமசாமி அய்யங்கார் வந்து சொன்னாரா?'

'அவரோட பையன் உப்பிலி வந்து சொன்னான்.'

'அப்பா அங்கே போகணுமா இப்பொ?'

'நன்னாயிருக்குடா நீ கேக்கறது. எவ வீட்டிலியோ அந்தப் பிராம்மணன் செத்துப் போயிருக்கான். அப்பா போகணு மான்னு கேக்கறியா, உனக்கு வெக்கமா இல்லே?'

'அப்பொ அப்பா ஏன் இப்படி உக்காந்திருக்கார்?'

'அங்கே காரியம் ஆற வரையிலும் நாம் குளிக்கக் கூடாது.'

அப்பொழுது கூடத்தில் ராமஸ்வாமி அய்யங்கார் குரல் கேட்டது:

'மாமா, நீங்க என்ன வரேளா?'

கேசவன் சமையலறையை விட்டு வெளியே வந்தான். அப்பா பேசாமலிருந்தார்.

'சொல்லுங்கோ மாமா, காரியம் யாராவது பண்ணி யாகணுமே!' என்றார் ராமஸ்வாமி அய்யங்கார்.

அப்பா அவரைப் பார்த்த பார்வையில் சுடுகனல் தெரிந்தது.

ராமஸ்வாமி அய்யங்கார் என்ன செய்வதென்றறியாமல் கேசவனைப் பார்த்தார்.

'அவருக்குக் குழந்தை கிடையாதா?' என்றான் கேசவன். அவனுக்கு இதைப் பற்றி உண்மையாகவே எதுவும் தெரியாது.

'கல்யாணமே பண்ணிக்கலியே அவர். பார்க்கப் போனா நீதான் அவரோட குழந்தை!' என்றார் ராமஸ்வாமி அய்யங்கார்.

'சீ, வாயை மூடு!' என்று திடீரென்று கோபத்தில் குரலெழுப்பிக் கத்தினார் கேசவனின் அப்பா.

'கோவிச்சுக்காதீங்கோ. நான் என்ன தப்பா சொல்லிட்டேன்? கேசவனோட சித்தாப்பாதானே அவர்? காரியம் பண்ண அவனுக்கு உரிமை இருக்கே?'

'உன்னோட வப்பாட்டியுந்தான் அவனோட பொண்ணு. அவளைப் பண்ணச் சொல்லு...'

'பொம்மனாட்டி பண்ணலாம்னு நம்ம சாஸ்திரத்திலே சொன்னா, நிச்சயம் பண்ணலாம். ஆனா நம்ம சாஸ்திரத்திலே அப்படிச் சொல்லலியே...'

'உனக்கு ஏதுடா சாஸ்திரம்? அனுமார் கோயில்லே காரியம் பண்ணிண்டு வப்பாட்டி வச்சிண்டிருக்கே. இது அந்த பகவானுக்கு அடுக்குமா?'

'மாமா! இது இப்பொ என்னபத்திய பிரச்சினை இல்லே. உங்க தம்பி இப்பொ அங்கே வந்து மண்டையைப் போட்டுட்டார். காரியம் ஆகணும். அதுக்கு வழியைச் சொல்லுங்கோ.'

பதின்மூன்று

கேசவனுக்கு மிகவும் பெருமையாக இருந்தது. அக்கிரஹாரத்து முணுமுணுப்புகளைப் பற்றி அப்பா கவலைப்படவில்லை என்பது, அப்பாவைப் பற்றிய அவன் கணிப்பை மறு பரிசீலனைக்குள்ளாக்கியது.

அப்பா ஆசாரசீலர்தான். அனுஷ்டானங்கள் தவறாதவர். இருந்தாலும், மனிதாபிமான நெறிமுறை களில் ஆசாரம் குறுக்கிடக் கூடாதென்ற கொள்கை யுடையவராக இருக்கிறாரென்பது கேசவனுக்கும் பெருமையாக இருந்தது.

சித்தப்பாவின் சடலத்தை சன்னதித் தெருவுக்குக்கொண்டு வரக் கூடாதென்று பலர் எதிர்ப்பு தெரிவித்தார்கள்.

அப்பா எதிர்ப்பைப் பொருட்படுத்தவில்லை.

'நடாதூர் பிராம்மணனுக்குப் புத்தி மழுங்கிப் போச்சு!' என்றார்கள். கோயில் பட்டாச்சாரிகள், 'சவத்'தைக்கொண்டு வந்து, பெருமாளைப் பட்டினி போடுவது நியாயமா?' என்று அப்பா விடம் வந்து கேட்டார்கள்.

'அநாதைப் பொணமாக இருந்தாலும், அதுக்கு சம்ஸ்காரம் பண்ணறது யக்ஞம் பண்ணறதுக்குச் சமானம்!' என்றார் அப்பா.

அப்பாவின் பிடிவாதத்துக்கும் பணத்துக்கும் முன்னால் அவர்களால் ஒன்றும் செய்ய முடிய வில்லை.

'பிராயச்சித்தம்' செய்ய எத்தனை வேண்டுமானாலும் செலவழிக்கத் தயாராக இருந்தார் அப்பா.

அம்மாவுக்கும் அப்பா செய்தது பிடிக்கவில்லை. ஆனால் அப்பாவை ஒரு நிலை வரைதான் எதிர்க்க முடியுமென்றும் அவளுக்கும் தெரியும்.

அப்பா, எது தமக்கு நியாயம் என்று படுகின்றதோ, அதைப் பற்றி ஒரு முடிவு எடுத்தாரானால், அதை மாற்றிக்கொள்ளவே மாட்டாரென்றும், அம்மாவுக்குத் தெரியும். 'கூத்துதான் போ' என்பதோடு தன் எதிர்ப்பை நிறுத்திக்கொண்டு விட்டாள்.

சித்தப்பாவின் ஈமக்கிரியைக் 'கூத்தாக'த்தான் நடந்தது. சித்தப்பா உடலில் பூணூல் இல்லை என்பது அவருடைய சடலம் வீட்டுக்கு வந்த பிறகுதான் தெரிந்தது. அவர் அவன் வீட்டுக்கு வந்தபோதெல்லாம் அவரைப் பூணூலுடன் பார்த்ததாகத்தான் கேசவனின் ஞாபகம்.

சௌகரியப்படும் போதெல்லாம் போட்டுக்கொள்வதும், சௌகரியப்படாவிட்டால் கழற்றி விடுவதும் அவருடைய பழக்கமாக இருக்கலாமென்று கேசவனுக்குத் தோன்றியது.

'இதென்ன அபசாரம், பூணூல் இல்லியே உடம்பிலே?' என்றார் சுந்தரம் வாத்தியார்.

'பூணூல் போட்டுத்தான் காரியம் பண்ணணும்' என்றார் சக்கை.

'பிரேதத்துக்கா பூணூல்?' என்றார் அப்பா.

'காரியம் பண்ணறமுன்னு தீர்மானம் பண்ணிட்டேள். நடாதூர் வம்சம், பிராமணனா போனாத்தானே வைகுண்டம் கிடைக்கும்?' என்றார் சக்கை.

'பூணூல் வேண்டாம்' என்றார் அப்பா தீர்மானமாக.

'அப்பொ ஜாதி இல்லாத வெறும் பொணமா போகணுங்கிறேள்?' என்றார் சுந்தரம் வாத்தியார்.

பிணமான பிறகுகூட ஜாதி உண்டா என்று கேட்கலா மென்று கேசவன் ஒருகணம் யோசித்தான். ஆனால் அப்பா இதை வெகுவாக ரசிக்க மாட்டாரென்று அவனுக்குத் தோன்றியது.

கேசவன்தான் காரியம் செய்ய வேண்டுமென்றார் அப்பா.

அம்மாவுக்கு இது பிடிக்கவில்லை.

இந்திரா பார்த்தசாரதி

'நமக்குக் கொள்ளி போட வேண்டிய பிள்ளை. அவனைப் போய் முதல் கொள்ளி ஜாதி கெட்டவருக்குப் போடுன்னா நன்னாவா இருக்கு?' என்றாள் அம்மா.

'எல்லாம் எனக்குத் தெரியும், வாயை மூடு' என்றார் அப்பா.

நடந்த எல்லாக் கிரியைகளும் ஒரு 'கூத்து'ப் போல்தான் நிகழ்ந்தன.

சித்தப்பாதான் மௌன கதாநாயகன். அவர் முகத்தில் புன்னகையின் சாயை தெரிவதுபோல் கேசவனுக்குப்பட்டது.

இக் 'கூத்தை' அவர் ரசித்துக்கொண்டிருக்கிறாரோ என்று கேசவனுக்குத் தோன்றியது.

ராமஸ்வாமி அய்யங்காரின் மனைவியைச் சன்னதித் தெருவுக்குள் வரவிடக் கூடாதென்று சிலர் சொன்னார்கள்.

அப்பா, அவளைச் சன்னதித் தெருவுக்குள் வரவிட்டதோடு மட்டுமல்லாமல் ஈமக்கிரியைகளில் கடைசிவரை இருந்து விட்டுப் போவதற்கும் அனுமதித்தார்.

'அவளோட தோப்பன். அவளை வரக் கூடாதுன்னா என்ன நியாயம்?' என்று கர்ஜித்தார் அப்பா.

'வப்பாட்டியெல்லாம் வீட்டுக்குள்ளே விடறதாவது?' என்றார் சக்கை.

'இதுக்கு ராமசாமியைக் கட்டி வச்சு உதைக்கணும். அவ என்ன பண்ணுவ!' என்றார் அப்பா.

'வப்பாட்டி, வப்பாட்டிதானே?'

'சக்கை, ரொம்பப் பேசாதே. எனக்கு இங்கே இருக்கிறவ ஒவ்வொருத்தருடைய யோக்கியதையும் தெரியும். இதுக்கு மேலே யாரும் பேச வேணாம்' என்றார் அப்பா.

ராமசாமி அய்யங்காருடைய 'வப்பாட்டி'யின் முகம் நல்ல களையாக இருந்தது. சித்தப்பாவின் தீர்க்கமான மூக்கு. அகலமான நெற்றியில் காலணா அளவுக்குக் குங்குமப் பொட்டு. அவளுடைய அம்மா, சித்தப்பாவை ஏமாற்றிப் பணம் சேர்த்து வைத்திருக்கலாம். ஆனால் பிராயச்சித்தமாக, வேறொரு பிராமணனுக்கு, அதுவும் ஏழை பிராமணனுக்கு உதவி புரிகின்றாளோ என்று கேசவனுக்குத் தோன்றியது.

அங்கு வந்தவர்களில் சித்தப்பாவின் மரணத்துக்காக உண்மையிலேயே கண்ணீர் விட்டவள் அவள்தான்.

ராமஸ்வாமி அய்யங்காரின் மனைவி அவளைத் திட்டிக் கொண்டே இருந்தாள். அவள் அதைப் பற்றிக் கவலைப்பட்டதாகவே தெரியவில்லை. அவள் கடைசிவரை மௌனமாகவே இருந்தாள். கண்களில் மட்டும் நீர்த் திரை.

ஆவணியவிட்டத்தின் போது, காவிரிக்கரைக்குச் செல்ல வெட்கப்பட்டது போல் கேசவன் இப்பொழுது வெட்கப்படவில்லை.

ஒரு நல்ல காரியம் செய்வது போல் மனத்தில் குதூகலம். எத்தனை பீட்டர் ராஜமாணிக்கங்களையும் சந்திக்க அவன் தயார்.

ஆனால், அவனுக்குத் தெரிந்தவர்களில் யாரும் கண்ணில் படவில்லை.

இது ஒரு வகையில், அவனுக்கு ஏமாற்றமாகவுமிருந்தது. அப்பாவைப் பற்றிப் பெருமையாகப் பேச அவனுக்கு வாய்ப்பில்லாமல் போய்விட்டது.

பதின்மூன்று நாள் காரியங்களையும் அவன் மிகுந்த சிரத்தையுடன் செய்தான். அப்பாவின் ஏவலை இவ்வளவு சந்தோஷத்துடன் இதற்கு முன்னால் செய்ததே கிடையாது.

இப்பொழுது அவனுக்கு அப்பா ஒரு புதிய மனிதராகத் தோற்றமளித்தார்.

ஒரு புதிய கதாநாயகன்.

மனிதாபிமானமுள்ள கதாநாயகன்.

ஆசாரங்களிலும், அனுஷ்டானங்களிலும் அவருக்கு ஆழ்ந்த நம்பிக்கை இருந்தாலும் அவரைச் சுற்றிச் சூழ்ந்திருந்த 'ஆஷாடபூபதி'த்தனம் அவருக்கு வெறுப்பைத் தந்ததென்பது தெளிவாகத் தெரிந்தது.

ஆனால், இதற்கு எதிர்வினையாகத் தம் ஆசாரத்தைக் கைவிட அவர் தயாராக இல்லை.

சுப்ரமணிய அய்யர் இதற்கு எதிர்வினையாகத் தம் ஆசாரத்தைக் கைவிட்டவர்.

கேசவன் தனக்குள் இக்கேள்வியை எழுப்பிக்கொண்டான். அவன் எவ்வாறு உருவாகப் போகிறான்?

ஷேதாரித்தனம் எவர்களிடத்தில்தான் இல்லை?

முற்போக்குச் சிந்தனை உடையவர்கள் என்று அறியப்படுகின்றவர்களிடத்தில் இல்லையா? இதைச் சமீபத்தில் நடந்த மாணவர் மாநாட்டில் காண முடிந்தது.

இந்திரா பார்த்தசாரதி

கையில் 'டிரிக்னாமெட்ரி' புத்தகத்தை வைத்துக்கொண்டு, படிக்க முயன்ற அவன் மனம், மேற்கண்டவாறு பலவாறு அலைபாய்ந்துகொண்டிருந்த அத்தருணத்தில் அப்பாவின் கனமான குரல் உரக்க ஒலித்தது.

"உன் பணம் யாருக்கு வேணும்? என்ன தைரியம் உனக்கு, என் வீடேறி வந்து இப்படிப் பணத்தைக் கொடுக்க?"

கேசவன் கீழே இறங்கிச் சென்றான்.

ராமஸ்வாமி அய்யங்காரின் 'வப்பாட்டி' அப்பா எதிரே நின்றுகொண்டிருந்தாள்.

கேசவனைக் கண்டதும் அவள் புன்னகை செய்தாள்.

"மன்னிச்சுக்கணும், பெரியவர் கோவிச்சுக்கக் கூடாது. இந்தப் பணம் உங்க தம்பி அவர் கடைசிக் காரியத்துக்காக என்கிட்டே கொடுத்து வச்சது. இது என் பணமே இல்லே... சத்தியமா சொல்றேன், என் பணமே இல்லே..."

"அவன் உன்கிட்டே கொடுத்து வச்சிருந்தான்னு யாருக்குத் தெரியும்?" என்றார் அப்பா.

"என்னோட வார்த்தைகள் தம்மோட காரியம் அவர் பணத்திலேதான் நடக்கணும்னு அவர் என்கிட்டே கொடுத்து வச்சிருந்தார். நான் பொய் சொல்ல மாட்டேன். சத்தியமாச் சொல்றேன்."

"இதை நீ ஏன் அப்பவே சொல்லலே?"

அவள் பதில் கூறாமல் மௌனம் சாதித்தாள்.

"சொல்லு, நீ ஏன் இதை அப்பவே சொல்லலே?"

"சொன்னா, கேசவன் கொள்ளி போடாம, எங்க வீட்டிலேயே காரியம் நடந்துடுமோன்னு பயந்தான். அவர் கேசவன்தான் கொள்ளி போடணும்னு ஆசைப்பட்டார்."

"உன்கிட்டே சொன்னானோ?"

"ஆமாம்."

சாய்வு நாற்காலியில் உட்கார்ந்திருந்த அப்பா எழுந்து, கைகளைப் பின்னாகக் கட்டிக்கொண்டு, சிறிது நேரம் யோசனையில் ஆழ்ந்திருந்தார்.

அம்மா சமையலறையிலிருந்து வெளியே வந்தாள்.

"பணத்தை வாங்கிக்காதீங்கோ, அது நன்னாயிருக்காது!" என்றாள் அம்மா.

“அப்படிச் சொல்லாதீங்கோம்மா வாங்கிக்காட்டா அவரோட ஆத்மா...”

“சரிதான் போடி... எனக்கு நியாயம் சொல்ல வந்துட்டா...” என்று கோபத்துடன் இடைமறித்தாள் அம்மா.

“எனக்கு இங்கே காரியம் நடந்தது பத்தி எவ்வளவு சந்தோஷமாக இருந்தது தெரியுமா? பெரியப்பா ஊராருக்குப் பயப்படாம...”

“யாருடி பெரியப்பா” என்றாள் அம்மா திடுக்கிட்டு.

“கேசவனோட அப்பாவைச் சொல்றேன்.”

“அடிப்பாவி! உறவு கொண்டாடிண்டு பேச வந்துட்டியோ? பெரியப்பாவாம், பெரியப்பா. உனக்கு வெக்கமா இல்லே, இப்படிப் பேச?” என்றாள் அம்மா.

“நீங்க என்ன கோவிச்சுண்டாலும் நான் கோவிச்சுக்கப் போறதில்லே. எங்கப்பாவோட ஆசை... நான் நிறைவேத்தி ஆகணும். அப்பொவே கொடுக்கலே, தப்புதான். ஆனா காரணமும் சொல்லிட்டேன்.”

“சரி. அந்தப் பணத்தை வச்சுண்டு மாசாந்திர காரிய மெல்லாம் பண்ணிக்கோ... கோயிலுக்குக் கொடுத்துடு...” என்றார் அப்பா.

“எல்லாத்துக்கும் சேர்த்துதான் கொடுத்திருக்கார். வருஷா வருஷம் சிரார்த்தம்...”

“என்ன நொள்ளைப் பணம்?” என்றாள் அம்மா.

“இருபதினாயிரம் ரூபா...”

அப்பா திடுக்கிட்டார்.

“எவ்வளவுன்னு சொன்னே?”

“இருபதினாயிரம் ரூபா!”

அப்பா அவளை ஏற, இறங்கப் பார்த்தார். ஒரு பெண், ‘வப்பாட்டி’ என்று சித்திரிக்கப்பட்ட ஒரு பெண், இறந்து போனவர் ஒருவர் கொடுத்ததாக, இருபதினாயிரம் ரூபாயைக் கொண்டு வந்து தருவாளென்று அவர் எதிர்பார்க்கவில்லை யென்பது அவளைப் பார்த்த பார்வையினின்றும் தெரிந்தது.

“அவன்கிட்டே எப்படி இவ்வளவு பணம் மிஞ்சித்து?” என்றார் அப்பா.

“இது எங்கம்மாவுக்குக்கூடத் தெரியாது. தெரிஞ்சிருந்தா பிடுங்கிண்டிருப்பா. அவர் எங்கம்மா போனப்புறம்தான் என்கிட்டே கொடுத்தார். நான் எங்காத்துக்காரர்கிட்டே கூடச் சொல்லலே.!”

“யாருடி உன் ஆத்துக்காரர்? இன்னொரு பொம்மனாட்டிக்குத் துரோகம் பண்ணிண்டு, உறவு கொண்டாட வந்துட்டியா?” என்றாள் அம்மா.

“நீ செத்த வாயை மூடிண்டிரேன்...” என்றார் அப்பா கோபமாக.

“என்கிட்டே ஏன் கோவிச்சுக்கிறேள். ஒரு நடத்தைக் கெட்டவ வீடு தேடிண்டு வந்து ஏதோ பிச்சை போடற மாதிரி பணத்தைக் கொடுக்க வரா! என்னை வாயை மூடிண்டிருங்கிறேளே, இது நன்னாயிருக்கா?” என்றாள் அம்மா.

கேசவன், அப்பாவிடம் இவ்வாறு அம்மா பேசி இது வரைக் கேட்டதே கிடையாது. இன்னொரு பெண்ணுக்குத் துரோகமிழைத்தவள் என்பதினால் ஏற்பட்ட பெண்மையின் சீற்றமா? அல்லது ‘நடத்தை கெட்டவ’ எது வேண்டுமானாலும் செய்யக் கூடியவளென்ற அச்சத்தில் விளைந்த தற்காப்புணர்வா? கோபத்தில் அம்மாவின் உடம்பு லேசாக ஆடியது.

“உனக்குப் புத்தி இருக்கா? அப்பா தன் கடைசிக் காரியத்துக்காகக் கொடுத்து வச்சிருந்தார்னு இருபதினாயிரம் ரூபாயைச் சொளையாக்கொண்டு கொடுக்கிறாளே, இவளா நடத்தை கெட்டவ? இந்தத் தெருவிலே கோயில் காரியம்னு, பாதிப்பேர் கோயில் பணத்தைச் சாப்பிட்டிண்டு, தேவடியாளுக்குப் போய் கொட்டிண்டிருக்கான். ராமசாமி இவ மடியிலே போய் விழுந்தான்னா, இவளா பொணை? சரிம்மா, உப்பிலி என் தம்பிக்குப் பேரந்தான் ஒரு வகையிலே பாக்கப் போனா! இந்தப் பணத்தை ‘பாங்க்’ லே, போட்டுவை, அவனோட படிப்புக்காக!’ என்றார் அப்பா .

பதினான்கு

1947, ஆகஸ்டு 15.

சுதந்தர இந்தியாவில் கேசவன் கண் விழித்த போது, நேரம் காலை எட்டு மணி.

நேரம் கழித்து எழுந்திருந்ததற்குக் காரண மிருந்தது.

வக்கீல் லட்சுமி நரசிம்ம அய்யங்கார் வீட்டில் இரவு சரியாகப் பனிரெண்டு மணிக்கு ஒரே கலாட்டா.

நேருவின் பேச்சை ரேடியோவில் கேட்க முடிய வில்லை.

தெருவில் ஒரே கூச்சல், கூப்பாடு.

அவன் எழுந்து வாசலுக்கு வந்தபோது, அப்பா வும் அம்மாவும் அங்கு நின்று கொண்டிருந்தார்கள்.

'என்ன சண்டை?' என்று கேட்டான் கேசவன் அம்மாவை.

'வக்கீல் ஆத்துலே' என்றாள் அம்மா.

'அங்கேதான் என்ன தகராறு?'

பெரிய மொட்டை பொடியை உறிஞ்சிய வாறு வந்தார்.

'பெரிய மொட்டை, அங்கே என்ன சண்டை?' என்றார் அப்பா.

பெரிய மொட்டை துண்டினால் மூக்கைத் துடைத்துக்கொண்டார்.

'பெரிய இடத்து விவகாரம்' என்றார் பெரிய மொட்டை.

'சொல்லேன்' என்றார் அப்பா.

'வக்கீலாத்திலே யாருமில்லே. எல்லாரும் கல்யாணத்துக்கு மன்னார்குடி போயிருக்கா, வக்கீல் மட்டும் இருந்திருக்கார்.'

இதைச் சொல்லிவிட்டு அவர் பலமாகச் சிரித்தார்.

அவர் தனியாக இருந்ததில் என்ன ஹாஸ்யமென்று கேசவனுக்குப் புரியவில்லை .

'சொல்லேன், அப்புறம் சிரிச்சுக்கலாம்' என்றார் அப்பா சற்றுப் பொறுமையை இழந்த நிலையில்.

'அவாத்து வேலைக்காரப் பொண்ணு, கொஞ்சம் பாக்கிறதுக்கு லட்சணமா இருப்பா. கேசவா நீ உள்ளே போடா...'

கேசவன் நின்றுகொண்டிருந்தான்.

'வக்கீல் விளையாடியிருக்கான். அந்தப் பொண்ணு அவ மனுஷாளைக் கூட்டிண்டு வந்திருக்கு, அவ்வளவுதானே?' என்றார் அப்பா.

'ஆமாம்.'

'மஞ்ச பொட்டிக்கு ஓட்டுப் போடுங்கோன்னு எலக் ஷனுக்கு நின்னானே, பாத்துக்கோங்கோ உங்க தலைவர் யோக்கியதையை!' என்றார் அப்பா.

'அதுவும் சுதந்தர தினம் அதுவுமா?' என்று இழுத்தார் பெரிய மொட்டை.

'இதுக்குத்தான் சுதந்திரம்' என்றார் அப்பா.

கூச்சல் அதிகமாயிற்று.

'ஐயரே வாங்க வெளியிலே' என்ற கூப்பாடு.

கோபத்திலும் அவர்கள் மரியாதைப் பன்மையோடு பேசியது கேசவனுக்கு ஆச்சரியமாக இருந்தது.

அப்பா வீட்டை விட்டு வெளியில் சென்றார்.

'போய்ப் பாருடா, உங்கப்பா நாட்டாமைக்குப் போறார், அவருக்கு அடி விழப்போறது' என்றாள் அம்மா.

'பாப்பான்', 'பாப்பான்'னு பிராமணாளை ஆகவிட்டேங் கிறாங்க, நம்மாத்து மாமா எதுக்காகப் போறார்?' என்றார் பெரிய மொட்டை.

'கேசவா போடா' என்றாள் அம்மா.

கேசவன் அப்பாவைத் தொடர்ந்தான்.

அப்பா அந்தக் கூட்டத்தினருகில் சென்றார்.

'எதுக்குடா கூப்பாடு போடறீங்க?' என்றார் அப்பா.

‘ஐயரே வாங்க. எங்க வீட்டுப் பொண்ணு மேலே கை வைக்கப் பாத்தாரு, இந்த ஐயரு. ரெண்டுலே ஒண்ணுன்னு பாக்க வந்திருக்கோம். அந்த ஆளு வீட்டுக் கதவை அடைச்சிக்கிட்டு உள்ளே உக்காந்திருக்காரு; ஆம்பிளையா இருந்தா வெளியிலே வரச் சொல்லுங்க’ என்றான் ஒருவன்.

அவனுக்கு இருபது வயதிருக்கலாம். நன்றாகக் குடித்திருந் தான் என்று தெரிந்தது.

‘இதோ பாருங்க. வக்கீல் செஞ்சது சரின்னு சொல்லலே. கார்த்தாலே வாங்க, ராத்திரிலே எல்லார் தூக்கத்தையும் கெடுத்துண்டு நீங்க இப்படிச் செய்யறது நன்னா இல்லே’ என்றார் அப்பா.

‘கார்த்தாலே ஓடிப் போயிடுவாரு’ என்றான் இன்னொருவன்.

‘இப்போ என்ன பண்ணணுங்கிறீங்க?’

‘அவர் வெளியே வந்து செய்தது தப்புன்னு ஒப்புகிட்டு, எங்க கால்லே விழுந்து மன்னிப்பு கேக்கணும்.’

‘அவ்வளவுதானே? நாளைக்கு நான் அவன்கிட்டே பேசி...’ என்று அப்பா கூறுவதற்குள் ஒருவன் இடைமறித்தான். ‘நாளைக்கிங்கிற கதையெல்லாம் வேணாம். பட்சி பறந்து போயிடும். இன்னிக்கே எங்களுக்குத் தண்ணிக்குக் காசு தரச் சொல்லு. சுதந்தரத்தைக் கொண்டாடறோம்!’

‘ஏ களுதை, நீ போடா அப்பாலே. உன் மாதிரி குடிகாரப் பயல்வ இருக்கிறதனாலேதான் பாப்பாங்க துள்ளிக்கிட்டுத் திரியறானுவ!’ என்றான் இளைஞன் ஒருவன்.

‘ஏய் என்னடா ஐயரு மனசக் குத்தறே, பாப்பான் கீப்பானு கிட்டு’ என்றான் நடு வயதுக்காரனொருவன்.

அவன் கிண்டல் செய்கின்றானா அல்லது உண்மையாகவே இப்படிச் சொன்னானா என்று கேசவனுக்குப் புரியவில்லை.

‘அந்தப் பையன் சொன்னது சரிதான். இந்தக் காலத்துப் ‘பாப்பாங்க’ இந்த வக்கீல் மாதிரி ஆட்கள், துள்ளிண்டுதான் திரியறா. இந்தச் சன்னதித் தெருவிலே வீட்டுக்கு வீடு வாசல் படி. பிராம்மணன் அவனுக்கு விதிச்ச கிரமப்படி இருந்திருந்தா, இந்த மாதிரி நீங்க கூப்பாடு போட வேண்டிய அவசியமே இருந்திருக்காது. ஆனா, உங்க சுயமரியாதையை நீங்க ஒசத்திக்கணும்னா, இந்த மாதிரி ரா வேளையிலே வந்து கூச்சல் போடாதீங்கோ. வேணும்னா, வாசல்லே ரெண்டு பேர், கொல்லைப் பக்கம் ரெண்டு பேர் காவல் இருங்கோ. கார்த்தாலே பேசித் தீர்த்துப்போம். என்ன சொல்றீங்க?’ என்றார் அப்பா.

அதுவும் நல்ல யோசனைதான்' என்றார் வயதான ஒருவர்.

'அப்பொ தண்ணிக்கு யார் காசு கொடுப்பாங்க? ஐயரே, நீங்க கொடுப்பீங்களா?'

'ஏய் வாயை மூடுடா!' என்று கத்தினான் ஒருவன்.

பிறகு அவர்களுக்குள் பேசிக்கொண்டு, வாசலில் இருவரும், கொல்லைப் பக்கம் இருவருமாகக் காவல் இருக்கத் தீர்மானித்தனர்.

அப்பா வீட்டுக்குத் திரும்பியதும், பெரிய மொட்டை சொன்னார் 'மாமா, உங்களுக்கு ஏன் இந்த வம்பு?'

'பாரு, எல்லாரும் அவா பாஷையிலே சொல்லப்போனா, எல்லா 'பாப்பான்க'ளும் அவா அவா ஆத்துக்குள்ளே இருந்துண்டு, என்ன நடக்கிறதுன்னு பாக்கிறானே தவிர, ஒருத்தனாவது அங்கே போனானா? தப்புப் பண்ணாதான், மனத்திலே பயம் இருக்கும். நான் தப்பு பண்ணலே, தைரியமா போனேன். என் தைரியத்துக்கு அவாளுக்கு மரியாதை கொடுக்கத் தெரிஞ்சிருக்கு' என்றார் அப்பா.

'பாப்பானை அடின்னு, அடிச்சிருந்தா என்ன பண்ணி யிருப்பேள்?' என்றார் பெரிய மொட்டை.

'பாப்பான்னு அடிக்கத்தான் வேணும். அதுவும் அந்த வக்கீல், லட்சுமி நரசிம்மன் மாதிரி பாப்பானை . . . அவன் சுதந்தரத்துக் காகப் போராடினானாம், அயோக்கியன். கோயில் ட்ரஸ்டின்னு சொல்லிண்டு, கோயில் பணத்தைச் சாப்பிட்டுண்டிருக்கான். அவன் இந்த ஊர்லே ஒரு தேவடியாளை விட்டு வச்சிருப்பானா? எல்லாரும் பாத்திண்டுதானேடா இருந்தேள்? வேலைக்காரப் பெண்ணை, அவன் பொண்ணுக்குச் சமானமானவளைக் கையைப் பிடிச்சு இழுத்திருக்கான்னா, ஏன் அவங்க 'பாப்பாரத் திமிரு'ன்னு சொல்ல மாட்டான்?' என்று மூச்சிரைக்கக் கோபமாகப் பேசினார் அப்பா.

'மாமா, நீங்களும் திராவிடர் கழகத்திலே சேர்ந்துடுவேள் போலிருக்கே?' என்றார் பெரிய மொட்டை.

'அன்னிக்குக் கேளு, கேசவனை. எங்காத்துச் சிரார்த்தத்தின் போது, மூச்சு முட்ட கணபதி விலாஸ்லே வெங்காயச் சாம்பார் சாப்பிட்டு' டு வரான் ஒரு பிராம்மணாத்துக்காரன். இவங்கள்ளாம் உருப்படுவாங்களா?'

'சரி, உள்ளே வாங்கோ. நேரமாறது' என்றாள் அம்மா.

அப்பாவிடம், அதுவரை அடக்கிவைக்கப்பட்டிருந்தது பீரிட்டுக் கிளம்பிக்கொண்டிருப்பது போல் கேசவனுக்குப்

பட்டது. இல்லாவிட்டால், சன்னதித் தெருவை இவ்வளவு கடுமையான விமர்சனத்துக்கு உள்ளாக்கியிருக்க மாட்டார்.

உள்ளே வந்ததும் அப்பா கேசவனிடம் சொன்னார்: ‘பாத்துக்கோ. இன்னிக்குத்தான் சுதந்தரம் கிடைச்சிருக்கு. தனிப்பட்ட சத்தியாக்கிரகம்னு சொல்லிண்டு, காசு கொடுத்து ‘ஏ’ கிளாஸ் ஜெயில்லே இருந்துட்டு வந்தவன், இன்னிக்கு செஞ்சிருக்கிற காரியத்தைப் பாத்தியா? இவனைப் போலிருக்கிறவன்தான் இனிமே ஆளப் போறான். இது தெரிஞ்சுதான் காந்தி எனக்கும் இதுக்கும் சம்பந்தமில்லேன்னு ஒதுங்கிண்டுட்டார் போலிருக்கு.’

‘இதுக்காக இல்லே, பாகிஸ்தான்’ என்று அவன் ஆரம்பித்ததும், அம்மா இடைமறித்தாள்: ‘சரி, நீ போய்த் தூங்கு. ராக்கூத்து போறும்.’

அவனுக்கு வெகுநேரம் வரை தூக்கம் வரவில்லை. இந்த நிகழ்ச்சி அவன் மனத்தை அலைக்கழித்துக்கொண்டிருந்தது. சுதந்தர தினத்தன்றா இது நடக்க வேண்டும்?’

வக்கீலின் அப்பாவும் வக்கீல். எழுபத்தைந்து வயதிருக்கும். ‘எக்ஸ்டென்ஷனி’ல் அவருடன் ஒரு நடுத்தர வயதுப் பெண் இருப்பதாகச் சொல்கிறார்கள். பரம்பரையாகச் செய்துவரும் காரியம்.

அப்பாவின் கோபம் அவனுக்குப் புரிந்தது.

எட்டு மணிக்கு அவன் கீழே இறங்கி வந்ததும், அம்மா சொன்னாள்: ‘நீ பல் தேச்சுட்டு, காபி குடிச்சிட்டு, அங்கே போய்ப் பாரேன். உங்கப்பாவுக்கு வேற வேலையே இல்லே. அங்கே போயிருக்கார்.’

அங்கே அவன் போனபோது, போலீஸ் வந்திருந்தது. அப்பா கோபத்தில் கத்திக்கொண்டிருந்தார்.

“இது நியாயமில்லே. நான்தான் இவா நேத்து ராத்திரி கூட்டமா வந்திருந்தா, வாசல்லே ரெண்டு பேரா, கொல்லைப் பக்கம் ரெண்டு பேரா இருங்கோன்னு சொன்னேன். இவாளைத் திருட வந்தவங்கன்னு இப்படிப் பிடிச்சு வைக்கிறது அதர்மம். லட்சுமி நரசிம்மா, நீ பிராம்மணனா பொறந்துட்டே, சத்தியத்துக்குக் கட்டுப்படணும். நீ செய்யறது அக்கிரமம்னு உனக்கே தெரியலியா?”

வக்கீல் ஒன்றும் பேசாமல் நாற்காலியில் உட்கார்ந்திருந்தார்.

போலீஸ்காரர்கள் இரண்டு பேரைப் பிடித்து வைத்திருந்தார்கள். இரண்டு பேர் ஓடிவிட்டார்கள் போலிருக்கிறது.

கேசவன் சொன்னான்: "நான் இவரோட பிள்ளை. நேத்து ராத்திரி எங்கப்பா இப்படிச் சொன்னது வாஸ்தவந்தான். இவங்க திருடங்க இல்லே."

வக்கீல் புன்னகையுடன் சொன்னார்: "இவங்க ரெண்டு பேரும் வீட்டுக்குள்ளே குதிச்சு, என் பீரோவைத் தெறக்கப் பாத்துக்கொண்டிருக்கிறபோது நான் இவங்களைக் கையும் களவுமாப் பிடிச்சிருக்கேன். அப்படியிருக்கிறபோது, உங்கப்பா, நன்னாப் படிச்சவர்தான். பெரியவர் என் பேரிலே அபாண்டமா ஏதோ சொல்றாரே, இது நியாயமா? நீயும் வேலிக்கு ஓணான் சாட்சின்னு ஏதோ சொல்லவரே! நீ காம்ரேட், 1942லே. வெள்ளைக்காரனுக்கு வால் பிடிச்ச கட்சி. இப்பொ நம்ம ஆட்சி வந்தாச்சு ..." என்று சொல்லிக்கொண்டே போன வக்கீலை அப்பா இடைமறித்தார்: "உன்னோட ஆட்சின்னு சொல்லு."

இன்ஸ்பெக்டர் சொன்னார்: "பெரியவரே, நேத்து ராத்திரி நீங்க சொன்ன மாதிரி நடந்ததுன்னு இந்தத் தெருவிலேயிருக்கிற வேற யாருக்கான்னு தெரியுமா? சாட்சி சொல்வாங்களா?"

"சொல்ல மாட்டா. பெரிய மொட்டையைக் கூப்பிட்டுக் கேளு, "என்ன மாமா நடந்தது?"ன்னு ஆகாசமா பூமியான்னு மிரண்டு போனமாதிரி நிப்பான். இந்தத் தெருவிலேயிருக்கிறவா அத்தனை பேரும் அவ்வளவு குணவான்க. நேத்து ராத்திரி இவாளோட வந்ததே ஒரு பெரிய கூட்டம், அவாளை விஜாரிச்சுப் பாருங்க" என்றார் அப்பா.

"விஜாரிச்சுட்டுத்தான் வரோம். அப்படியொண்ணும் நடக்கலேங்கிறாங்க..."

"அப்பொ அந்தப் பொண்ணு எங்கே?" என்று கர்ஜித்தார் அப்பா.

"அது ரெண்டு மாசமா ஊரிலேயே இல்லையாமே!" வக்கீல் புன்னகை செய்துகொண்டிருந்தார். 'டெலிபோனி'ல் கண்ணும் காதும் வைத்தாற்போல் நடக்க வேண்டியது, நடந்தேறிவிட்டது என்று கேசவனுக்குப் புரிந்தது.

அப்பாவைப் பார்க்கப் பரிதாபமாக இருந்தது.

அவர் மௌனமாக அந்த வீட்டை விட்டு வெளியே வந்தார்.

கேசவனுக்கு, காந்திஜியின் மௌனத்துக்கும் அப்பாவின் மௌனத்துக்கும் வித்தியாசமிருப்பதாகத் தெரியவில்லை.

அன்று ஆகஸ்ட் 15, 1947.

பதினைந்து

கேசவன் கல்லூரி மைதானத்திலிருந்தான்.

கிரிக்கெட் ஆட்டம் முடிந்து எல்லோரும் பேசிக்கொண்டிருந்தார்கள்.

அன்று நரசிம்ஹாச்சாரி 130 'ரன்'கள் எடுத்திருந்தான். அவன் ஆட்டத்தின் காரணமாகத் திருச்சியிலிருந்து வந்திருந்த 'டீம்' தோற்றுப் போயிற்று. சதம் போட்டதோடு மட்டுமல்லாமல், நான்கு 'விக்கெட்டு'கள் அவனுக்கு.

நரசிம்ஹாச்சாரி, வெள்ளைக்காரன் விளையாட்டில் தேர்ந்திருந்தாலும், தன் குடுமியைத் தியாகம் செய்யவில்லை. குடுமியை இறுக்கி முடித்து, தலைப்பாகை கட்டிக்கொண்டுதான் விளையாடு வான். எப்படித் தலைப்பாகை அவிழாமல், அவனால் விளையாட முடிகின்றது என்பதே எல்லோருக்கும் ஆச்சரியம்.

விளையாட்டுத் துறை ஆசிரியர் பன்னீர் செல்வம் அவனிடம் எவ்வளவோ சொல்லிப் பார்த்தார். "நீ சுமாரா விளையாடறே, ரஞ்சி ட்ராஃபியிலேகூட விளையாட 'சான்ஸ்' இருக்கலாம். ஆனா, அங்கெல்லாம் விளையாடப் போனா, உன் குடுமியை எடுக்கச் சொல்வாங்க. இப்பவே எடுத்திடு."

அவனால் குடுமியை எடுக்க முடியாது.

அவன் ஒரு வைதிகக் குடும்பத்தைச் சேர்ந்தவன். அவன் அப்பா பதினான்கு குழந்தை களுக்குப் பிறகு 'சந்நியாசம்' வாங்கிக்கொண்டு, ஏதோ ஒரு வைஷ்ணவ மடத்து ஜீயராக இருந்தார்.

நரசிம்ஹாச்சாரிதான் 'கடைக்குட்டி', அவனுடைய மூத்த அண்ணனைப் பார்த்தாலே, அவன் நரசிம்ஹாச்சாரியின் அப்பா மாதிரி இருப்பான். அவர் கேசவனின் அப்பாவைப் பார்க்க சில சமயம் கேசவன் வீட்டுக்கு வருவதுண்டு.

நரசிம்ஹாச்சாரியின் குடும்பத்தைப் பற்றி அவனிடமே மாணவர்கள் ஜோக் அடிப்பதுண்டு.

'உங்கம்மாவுக்கு உங்களுடைய எல்லாருடைய பெயரும் தெரியுமாடா?'

'ஏன் தெரியாது, தெனம் கார்த்தாலே, அட்டென்டென்ஸ் எடுப்பா... எப்படி மறந்து போகும்?' என்பான் நரசிம்ஹாச்சாரி.

இன்று அவன் அபாரமாகவே ஆடினான். பதினெட்டு 'பவுண்டரி' அடித்தான்.

கேசவன், 'விசிறி'கள் புடைசூழ நின்றுகொண்டிருந்த நரசிம்ஹாச்சாரியிடம் சென்று கை குலுக்கினான்.

'தாங்க் யூ' என்றான் நரசிம்ஹாச்சாரி.

அவன் தலைப்பாகையை அவிழ்த்திருந்தான். இறுகக் கட்டப்பட்டிருந்த குடுமிக்கும் விடுதலை. அது காற்றில் அசைந்தாடிக்கொண்டிருந்த தோற்றம் பார்க்க அழகாயிருந்தது.

கீழே வெள்ளைப் 'பாண்ட்', வெள்ளைச் சட்டை, குடுமி, நாமம்... மேற்கும் கிழக்கும் நேர்த்திசையில் சந்தித்தன.

"பருப்புச் சோறு தின்னுகிட்டு, எப்படிடா இப்படி 'பவுண்டரி' விளாசரே?" என்று கேட்டான் பஞ்சவனம்.

"பருப்புச் சோறு மட்டுமில்லே, கார்த்தாலே பழையது... ஆட்டுக்கறியை விட்டுட்டுச் சாப்பிட்டுப்பாரு, நீயும் விளாசுவே" என்றான் நரசிம்ஹாச்சாரி.

பன்னீர்செல்வம் மாணவர்கள் பேசுவதை ரசித்துக் கொண்டு ஓரமாக நின்றவாறு, 'சிகரெட்' குடித்துக்கொண் டிருந்தார்.

அவர் மிகவும் நிதானமானவர். எளிதில் உணர்ச்சி வயப்படாதவர். அவர் பேசும் ஒவ்வொரு வார்த்தைக்கு மிடையே நீண்ட இடைவெளி இருக்கும்.

உயர்வு நவிற்சி என்பது அவருக்கு அறவே தெரியாத விஷயம்.

நரசிம்ஹாச்சாரி சதம் அடித்த பிறகு, அவர் அவன் கைகளைக் குலுக்கிவிட்டுச் சொன்னதைப் பற்றி ராபர்ட்

கூறினான். சார் என்ன சொன்னார் தெரியுமா இவன்கிட்டே நீ... பரவாயில்லே... கொஞ்சம்... சுமாராத்தான்... விளையாடினே...'

பன்னீர்செல்வம் இதையும் கேட்டுக்கொண்டிருந்தார். முகத்தில் புன்னகை.

ராபர்ட் அப்பொழுது கேசவனைப் பார்த்தான்.

"கேசவா, இங்கே வா... இவனை முதல்லே இந்தக் குடுமியை எடுக்கச் சொல்லு. போன மாசம், மதுரைக்கு விளையாடப் போயிருந்தோமில்லே, அப்பொ, இவன் தலைப்பா சரியாகக் கட்டிக்கலே, குடுமியையும் இழுத்து முடியலே... ரன் எடுக்கறப்போ, குடுமி அவிழ்ந்து இவன் ஓடின காட்சி இருக்குதே, கண்கொள்ளாக் காட்சி..." எல்லோரும் சிரித்தனர்.

"ஒருவேளை இவன் குடுமியை எடுத்துட்டான்னா, இவனாலே இவ்வளவு நன்னா விளையாட முடியாமெப் போயிடலாம்... சாம்ஸன் மாதிரி இவன் திறமையெல்லாம்..." என்று கேசவன் கூறிமுடிப்பதற்குள், பஞ்சவனம் குறுக்கிட்டான்.

"இவன் சாம்ஸனா இருந்தா எந்த டிலைலா வருவ, இவன் குடுமியைப் பாத்து?" என்று கேட்டான்.

"அப்படி ஒரு டிலைலா வந்து, 'குடுமியை எடு'ன்னா எடுத்துடுவான். கிரிக்கெட்டாவது, ஆசாரமாவதுன்னு" என்றான் ராபர்ட்.

"நீங்க இப்படியெல்லாம் பேசறது நல்லாயில்லே" என்றார் பன்னீர்செல்வம்.

இதுதான் அவருடைய உயர்ந்தபட்ச கோபம். சாதாரணமாக விளையாட்டுத் துறை ஆசிரியர்களைக் கண்டுதான் மாணவர்கள் பயப்படுவார்கள் என்பது பொதுவிதி. இது பள்ளிக்கூடங்களுக்கேற்ற விதியாயிருக்கலாம். கல்லூரிகளில் இல்லை.

அப்பொழுது ஒரு மாணவன் மூச்சிறைக்க ஓடி வந்தான்.

"சார்... சார்... சார்..." அவனால் அதற்குமேல் பேச முடியவில்லை .

"என்ன ஆச்சுது, சொல்லு..." என்றான் ராபர்ட் அவன் தோள்களை இறுகப் பற்றியவாறு.

"வந்து... வந்து... மகாத்மா காந்தியைச் சுட்டுட்டாங்க..."

"என்னது?" எல்லோருடைய குரல்களும் ஒரே சமயத்தில் ஒலித்தன.

"ஆமாம்... அவரு 'ப்ரேயர்' கூட்டத்துக்கு வரப்போ, ஒரு ஆளு துப்பாக்கியிலே சுட்டுட்டானாம்..."

பன்னீர்செல்வம் நிதானமாகச் சொன்னார், "மகாத்மா காந்தி ஒரு நல்ல மனுஷர்..."

இப்பேர்ப்பட்ட ஓர் உணர்ச்சிகரமான சூழ்நிலையில், பன்னீர்செல்வத்தின் மிகவும் அடக்கமான அபிப்ராயம் கேசவனுக்குச் சிறிது எரிச்சலைத் தந்தது.

அவன் அந்த இடத்தை விட்டு அகன்றான்.

மகாத்மா காந்தியின் மரணம் அவனை ஏன் இந்த அளவில் பாதிக்க வேண்டும்? அவருடைய போராட்ட முறைகள் எதிலியுமே அவனுக்கு உடன்பாடில்லை.

சமயத்தையும் அரசியலையும் இணைப்பது பற்றி, குறியீட்டுப் போராட்டம் பற்றி, நூல் நூற்றால் சுதந்தரம் கிடைத்துவிடுமா? எப்பொழுதோ கிடைத்திருக்க வேண்டிய சுதந்தரம், அவரால் தான் தடைப்பட்டுப் போயிற்று என்பது அவனுடைய அபிப்ராயம்.

ஒரு போலீஸ் ஸ்டேஷனைக் கொளுத்தியதற்காக, போராட்டத்தையே நிறுத்திவிட்டாரே! அப்பொழுது நாட்டிலிருந்த கொந்தளிப்பில், மக்கள் தந்த ஆதரவில், நிச்சயமாகச் சுதந்தரம் கிடைத்திருக்கக்கூடும்.

ரஜினி பாமிதத், காந்தியைப் பற்றி விமர்சனம் செய்திருந்தது அவனுக்குச் சரியாகத்தான் பட்டது...

ஆனால், சமீபத்திய வகுப்புக் கலவரங்களின்போது காந்திஜி காட்டிய கொள்கைத் துணிவு, தனி மனித வீரம் ஆகியவை அவன் மனத்தில் பல சலனங்களை ஏற்படுத்தியிருந்தன.

வேறு யாரால் நவகாளிக்குப் போயிருக்க முடியும்?

வேறு யாரால், நாடு பிரிந்தது பற்றி வேதனையுற்றாலும், பாகிஸ்தானுக்குக் கொடுக்கவேண்டிய 56 கோடி ரூபாயைக் கொடுத்துத்தான் ஆக வேண்டுமென்று உண்ணாவிரதம் இருக்க முடியும்?

வேறு யாரால் தில்லி மசூதிகளை ஆக்ரமித்துக்கொண்ட ஹிந்து அகதிகளை அப்புறப்படுத்தி அவர்களுக்கென்று அமைக்கப்பட்டிருந்த முகாம்களுக்கு அவர்களை அனுப்பியாக வேண்டுமென்று வற்புறுத்தியிருக்க முடியும்?

பத்து நாள்களுக்கு முன்பு காந்திஜியின் 'பிரேயர்' கூட்டத்தில் வெடிகுண்டு வீசப்பட்ட செய்தி வந்தபோது, போலீஸ் எதற்கும் தயாராக இருந்திருக்க வேண்டும். ஆனால் காந்திஜி தனக்குப் போலீஸ் பாதுகாவல் வேண்டாமென்று மறுத்து விட்டார். மக்கள் மீது அவ்வளவு நம்பிக்கையா?

சுதந்தரம் கிடைத்து ஆறு மாதங்கள்தான் ஆகிறது. முதல் பலி தேசத்தின் பிதா!

அவன் இதயத்தை ஏதோ பிடித்தழுத்துவது போலிருந்தது. காந்திஜி, அவனையறியாமலேயே அவன் மனத்தை ஊடுருவியிருந்தார்.

அவனுக்கு அழுகை வரும்போலிருந்தது. கஷ்டப்பட்டு அடக்கிக்கொண்டான்.

காந்திஜி இந்த அளவுக்கா தன்னை பாதித்திருக்கிறார் என்பது அவனுக்கு ஆச்சரியமாக இருந்தது.

அவன் அம்மாவின் அப்பா போன வருஷம் இறந்தபோது அவனுக்கு அழுகை வரவில்லை. அவரிடம் அவனுக்கு மிகவும் பாசம் இருந்ததாக அவன் நினைத்துக்கொண்டிருந்தான். அவர் அவன்பால் காட்டிய பரிவை ஞாபகப்படுத்திப் பார்த்துக் கொண்டான். அப்பொழுதும் அவனால் அழமுடியவில்லை.

ஆனால் காந்திஜிக்கு அவனைத் தெரியாது. ஆனால் அவர் மரணம், அவன் அடிவயிற்றில் ஏதோ பிசைவதுபோல் உணர்ச்சியை ஏற்படுத்துகிறது. இது அவனுக்கு ஏற்பட்டுள்ள பெருத்த நஷ்டம். ஈடு செய்ய முடியாத நஷ்டம்.

அவன் பள்ளிக்கூடத்தில் படித்துக்கொண்டிருந்தபோது காந்திஜியைப் பார்த்திருக்கிறான். மிகத் தொலைவில்.

அரசலாற்றங்கரையில் கூட்டம் அலைமோதியது. அவர் ட்ரெயினில் நின்றவாறு எல்லோருக்கும் கைகூப்பினார்.

பேசவில்லை. அன்று மௌனவிரதம்.

இந்த அரைநிர்வாண ஆசாமியைக் கண்டா பாரதம் சொக்கிப் போய் நிற்கிறதென்று அவன் அப்பொழுது நினைத்தான்.

அந்த 'தரிசனம்' அவன் மனத்தில் எந்தவிதமான சலனத்தையும் ஏற்படுத்தவில்லை.

ஆனால்... ஆனால்... உண்மையைப் பேச அஞ்சாத ஒரு மாமனிதரைக் கொன்றுவிட்டார்கள். மக்களின் விருப்பத்துக் காகத் தம்முடைய சத்தியத்தை விட்டுக்கொடுக்க இசையாத ஓர் ஆதர்ஸ புருஷரைக் கொன்றுவிட்டார்கள்.

மக்களை விரோதித்துக்கொள்ள எந்த அரசியல் தலைவன் துணிவான்?

ஆனால், காந்திஜி அரசியல்வாதி அல்லர்.

பட்டேல் அரசியல்வாதி. பாகிஸ்தானின்று ஓடிவந்த அகதிகளைப் பராமரிப்பதற்கு இந்த 56 கோடி ரூபாயைப் பயன்படுத்த வேண்டுமென்பது அவர் வாதம். இந்தியாவிலிருந்து யாரும் அகதிகளாகப் பாகிஸ்தானுக்கு ஓடவில்லை. தாங்களாகவே விருப்பப்பட்டுச் சென்றார்கள். அல்லது ஏதேனும் ஆபத்து ஏற்படுமோ என்ற பயத்தில் சென்றவர்களும் உண்டு.

ஆனால் காந்திஜி உள்ளவரை இந்தியாவில் தங்களுக்குப் பயமில்லை என்ற பாதுகாப்பு உணர்வு இந்தியாவிலிருந்த முஸ்லிம்களுக்கு இருந்தது.

அப்பேர்ப்பட்ட மகான் அவர்!

கொன்று விட்டார்கள்!

அவன் வீட்டுக்குச் சென்றபோது, அப்பா ரேடியோ கேட்டுக் கொண்டிருந்தார்.

சோக கீதம்.

அவன் அப்பா அருகில் போய் உட்கார்ந்தான்.

"ஒரு நல்ல மனுஷன் இருந்தான், அவனும் போயாச்சு" என்றார் அப்பா.

"நேருவும் நல்லவர்தான்" என்றான் கேசவன். அப்பா பதில் சொல்லவில்லை.

"அக்கிரமம்... சுட்டிருக்கானே படுபாவி" என்றார் அப்பா.

"சுட்டவன் யாரு?" என்றான் கேசவன்.

"யாரோ கோட்ஸேன்னு சொன்னான். ஆர்.எஸ்.எஸ். கட்சியா இருக்கலாம்னும் சொன்னான். அது என்ன கட்சி, ஆர்.எஸ்.எஸ்?"

"அது கட்சியில்லே, ஒரு இயக்கம். மறுபடியும் ஹிந்துக்களுக்குப் பொற்காலம் வரணுங்கிறதுக்காகப் போராடற இயக்கம்."

"அதுக்காகத்தான் இன்னொரு ஹிந்துவைப் போய் சுட்டானோ?"

"காந்திஜி அந்த 56 கோடி ரூபாயைப் பாகிஸ்தானுக்குத் தரணும்னு சொன்னது பல ஹிந்துக்களுக்கு பிடிக்கலே."

"இது ஹிந்து, முஸ்லீம் பிரச்சினையேயில்லை, கொடுத்த வாக்கைக் காப்பாத்தறது. ஹிந்து மதத்திலே திரும்பத் திரும்ப சொல்ற ஒரே விஷயம் 'சத்தியம்'. 'சத்யம் மேவ ஜெயதே'. கொடுக்கறேன்னு ஒப்புத்துண்டுட்டுக் கொடுக்க மாட்டேன்னு சொல்றதுக்கு எந்தக் காரணம் சொன்னாலும், அதை ஏத்துக்க

முடியாது. பாரு, உன் சுதந்தரத்தை, முதல் பலி, சுதந்தரம் வாங்கித் தந்தவன்...” என்றார் அப்பா.

அப்பாவையும் காந்திஜி பாதித்திருக்கிறது என்பதைக் கேசவனால் உணர முடிந்தது.

அம்மா சமையலறையிலிருந்தாள்.

“நான் சாப்பிடலேம்மா... எனக்குப் பசிக்கலே” என்றான் கேசவன்.

“நன்னாயிருக்குடா... காந்திஜியைச் சுட்டுட்டான்னா?”

“அதுக்காக இல்லே... எனக்கு என்னமோ பசிக்கலே. ஒருவேளை அதுவும் காரணமா இருக்கலாம்.”

“நல்ல மனுஷன்... மூஞ்சியைப் பார்த்தாலே யாருக்கும் தீங்கு நினைக்க மாட்டார்னு தெரியறது. இப்படியொரு சாத்வீகமான மனுஷனைக் கொல்ல அவனுக்கு எப்படி மனம் வந்தது?”

காந்திஜி அம்மாவையும் பாதித்திருக்கிறார். எல்லாரையும் அவரவர் அளவில்.

அப்பொழுது அப்பா உரக்கக் கத்துவது அவன் காதில் விழுந்தது.

“போய்ப் பாரு, அப்பா யார்கிட்டே கத்ரார்னு. வரவர அவருக்குக் கோபம் ஜாஸ்தியாயிண்டுதான் போறது” என்றாள் அம்மா.

கூடத்தில் சக்கை நின்றுகொண்டிருந்தார்.

அப்பா கத்திக்கொண்டிருந்தார். “நீ உருப்படுவியா, காந்தி செத்தது நல்லதுதான்னு சொல்றியே. யார் யாரைக் கொன்னா லும் அது நல்லதில்லே. அது பாவம். இதுதான் நம்ம தர்மம். நாட்டைத் துலுக்கனுக்கு தாரை வார்த்துக் கொடுத்துட்டார்ங் கிறியே, அவன் என்ன தாரை வார்த்துக் கொடுத்தான்? நீ ஆத்துக்கீரை வாங்கறது யார்கிட்டே, நீ வெத்திலை வாங்கிறது யார்கிட்டே? அன்னிக்குப் பேரனுக்கு விஷக்கடின்னு மேலக் காவேரிக்குத் தூக்கிண்டு ஓடினியே, யார்கிட்டே? துலுக்கன் உனக்கு என்ன செஞ்சான்? சந்தோஷமா இருக்கிற ஜனங்களை, இருக்க விடாதபடி இந்த எழவெடுத்த அரசியல் வந்து முளைச்சிருக்கு! பகவான்தான் இந்த நாட்டைக் காப்பாத்தணும்!”

பதினாறு

கேசவன், காந்திபார்க் அருகே சென்று கொண்டிருந்தான். கும்பல், கும்பலாக ஜனங்கள் கூடிப் பேசிக்கொண்டிருந்தனர். எல்லாருடைய முகங்களிலும், துயரம் எழுதி ஒட்டப்பட்டிருப்பது போல் அவனுக்குத் தோன்றியது.

இதே காந்தி பார்க்கில் 1942இல் நடந்த ஆகஸ்டு மாதக் கூட்டத்தின்போதுதான் துப்பாக்கிச் சூடு நிகழ்ந்தது. அப்பொழுது அவன் பள்ளிக்கூடத்தில் படித்துக்கொண்டிருந்தான். வேடிக்கை பார்க்கப் போயிருந்தான். போலீஸார் சுட ஆரம்பித்ததும், கூட்டத்தினர் 'மகாத்மா காந்திக்கு ஜே! வந்தே மாதரம்!' என்று கோஷங்கள் எழுப்பிக்கொண்டே அங்குமிங்கும் ஓடினார்கள்.

மகாத்மா காந்தியின் பெயர் ஒரு தாரக மந்திரமாயிருந்தது. அவன் காந்தி பார்க்கை ஒட்டியிருந்த ஒரு சந்தில் புகுந்து சன்னதித் தெருவிலிருந்த ஒரு வீட்டின் கொல்லைப்புற வாசல் வழியாக உள்ளே ஓடியது நினைவுக்கு வந்தது.

போலீஸ் சுட்டுக்கொண்டேயிருந்த சப்தம் அவனுக்குக் கேட்டது. 'மகாத்மா காந்திக்கு ஜே' என்ற கோஷமும் உடன் ஒலித்தது.

அவன் அந்த நிகழ்ச்சியை இப்பொழுது நினைத்துப் பார்த்தான்.

ஹோட்டல்கள் மூடியிருந்தன. ஆனால் வானொலிப் பெட்டிகளிலிருந்து, 'வைஷ்ணவ

ஜனதோ' என்ற காந்திஜிக்குப் பிடித்தமான பாட்டு ஒலிபரப்பாகிக்கொண்டிருந்தது.

'வைஷ்ணவ ஜனதோ' என்ற பாட்டின் அர்த்தத்தை அவன் சில நாள்களுக்கு முன்பு ஒரு பத்திரிகையில் படித்தான்.

'இதென்ன பாட்டு, வைஷ்ணவன் என்பவன் எப்படி யிருக்க வேண்டுமென்று ஓர் ஒழுக்கவிதிப் பட்டியல் போட்டுத் தருகின்றது. காந்திஜி, அரசியலை ஏன் இப்படி ஒரு சமயச் சடங்காக மாற்றிக்கொண்டு வருகின்றார்' என்று அவன் அப்பொழுது சிந்தித்தது, அவனுடைய ஞாபகத்துக்கு வந்தது.

ஆனால், இப்பொழுது அந்தப் பாட்டில் தெரிந்த, ஒரு புதிய சோகம் அவன் மனத்தை இறுகப் பற்றியது. சோகம், பாட்டின் அர்த்தத்தினால் ஏற்படவில்லை. அதைப் பாடும் விதம், அது யாருக்குப் பிடித்த பாட்டு, அது இப்பொழுது பாடப்படுகின்ற சூழ்நிலை – எல்லாமாகச் சேர்ந்து அவன் கண்களை அவனை யறியாமலேயே ஈரமாக்கின.

தன்னால் இவ்வளவு சுலபமாக உணர்ச்சிவயப்பட முடியு மென்பது அவனுக்குச் சிறிது வெட்கத்தைத் தந்தது.

எல்லாக் கடைகளும் மூடியிருந்தன. முதல் நாளிரவு நேரு பேசியது அவன் காதுகளில் ஒலித்தது: 'ஜோதி, அணைந்து விட்டது'. 'ஜோதி' தானாக அணையவில்லை. அணைத்து விட்டார்கள்.

இந்த கோட்ஸே என்பவன் யார்? காந்திஜியை நேருக்கு நேர் சந்தித்து கொல்ல வேண்டுமென்றால் அவனுக்கு அவர் மீது எவ்வளவு கோபம் இருந்திருக்க வேண்டும்?

ஆர்.எஸ்.எஸ். கட்சியைப் பற்றி அவனுக்கு ஓரளவு தெரியும். கரந்திக்கர் என்பவர் அவனைப் பல தடவைகள் அணுகி, அவர் நடத்தும் சண்டைப் பயிற்சிகளில் சேரச் சொல்லியிருக்கிறார். அவர் அவனிடம் அரசியல் பேசியதே கிடையாது. முருகேசன் கரந்திக்கரைப் பற்றி அவனிடம் கூறினான்: 'இவங்க நாட்டை ஹிந்துக்கள்தான் ஆளணுங்கிறவங்க. முஸ்லிம்களை அடிச்சு விரட்டணுங்கிறாங்க.' 'முஸ்லிம்களை எப்படி அடிச்சு விரட்ட முடியும்?' என்று அவன் கேட்டதற்கு, முருகேசன் சொன்னான்: 'அதான் நம்ம கட்சி அவங்களை எதிர்க்குது.'

கரந்திக்கர் முகத்தில் ஒரு சாத்வீகக் களை நிரந்தரமாகக் குடிகொண்டிருந்தது. அவர் முஸ்லிம்களை அடித்து விரட்டக் கூடியவரென்று அவனால் நினைத்துக்கூட பார்க்க முடிய வில்லை.'

'சண்டைப் பயிற்சி' என்பது ஒரு 'ட்ரில்' மாதிரி. அவனுடைய இன்னொரு நண்பன் ரங்கசாமி. ஆர்.எஸ்.எஸ். நடத்திக்கொண்டிருந்த தேகப்பயிற்சி வகுப்புகளுக்குச் சென்று கொண்டிருந்தான். அரை காக்கி ட்ராயர், வெள்ளைச் சட்டை யுடன் அவனைப் பார்க்கும்போது, கேசவனுக்கு வேடிக்கையாக இருக்கும்.

ரங்கசாமிக்குச் சரித்திரத்தில் மிகவும் ஈடுபாடு. சிவாஜியைப் பற்றிப் பேசிக்கொண்டேயிருப்பான். சிவாஜியிடம் அவனுக்கிருந்த ஈடுபாடு, அவனைக் கரந்திக்கர் பால் ஈர்த்தது. ஆர்.எஸ்.எஸ். இயக்கத்தில் அவன் சேருவதற்கு இதுவுமொரு காரணமாக யிருந்தது.

அவன் மேலக் காவேரி சாயபுவின் வெற்றிலைப் பாக்குக் கடைக்குச் சென்றான். அங்குதான், அவன் நண்பர்கள் கூடியிருப்பது வழக்கம்.

பாகிஸ்தானை சாயபு வரவேற்கவில்லை. ஜின்னாவைத் திட்டிக்கொண்டே இருப்பார்.

'நமாஸ் பண்ணாத ஆளு, உர்து தெரியாது. இவரு யாருய்யா எங்களானவங்களுக்கு நாட்டாமை?' என்பார் சாயபு.

'சாயபு, உங்களுக்கு உர்து தெரியுமா?' என்று அவன் கேட்டால், 'எனக்கேன்யா தெரியணும்? ஜின்னா வடநாட்டிலே இருக்காரு, அவர் தாய் பாஷை உர்து. தாய் பாஷை தெரிய வாணாமா அவருக்கு? என் தாய்பாஷை தமிழ்...' என்பார்.

'ஜின்னா வடநாட்டிலே இல்லே... பம்பாயிலேயிருக்காரு. அவருக்குக் குஜராத்திதான் தெரிஞ்சிருக்கணும்...'

'ஏதோ ஒண்ணு... இங்கிலீஷ் மட்டுந்தான் அவருக்குத் தெரியுமாம். குஜராத்தி தெரிஞ்சிருக்க வேணாமா?'

'சாயபு, நீங்க பாகிஸ்தான் போகலியா?'

'ஒரு எளவும் வேணாம். வெட்டிப் பேச்சு பேசிக்கிட்டிருக் காதே. என்ன வேணும் சொல்லு, விடயமா, சிகரெட்டா?'

கேசவன் போனபோது, கடை மூடியிருந்தாலும் சாயபு வாசலில் ஒரு ஸ்டூலில் உட்கார்ந்திருந்தார். அவர் முகம் மிகவும் சோர்வடைந்திருந்தது. அவர் 'பீடி' குடித்துக்கொண்டிருந்தார்.

கேசவனைப் பார்த்ததும், அவர் எழுந்தார்.

"உட்காரு தம்பி..."

"பரவாயில்லே, நீங்க இருங்க!"

வேர்ப்பற்று

"ஒரு மகானைக் கொன்னுட்டானே, படுபாவி மவன்" என்றார் சாயபு.

கேசவன் கேட்டான்: "ஒரு சிகரெட் கிடைக்குமா?"

"நான் கடையைத் தெறந்து ஒண்ணும் தரமாட்டேன். வேணும்னா பீடி குடி, இந்தா."

"முருகேசன் வந்தானா?" என்றான் கேசவன்.

"அதோ வந்துகிட்டிருக்குது..." என்று எதிர்த்த சாரியை நோக்கினார் சாயபு.

முருகேசன் தனியாக வரவில்லை. சின்னய்யன், அன்வர், கோபு, வெங்கட்ராமன் ஆகிய நால்வருடன் வந்தான்.

வந்ததும் அவன் கேசவனிடம் சொன்னான்: 'காம்ரேட், இன்னி சாயந்திரம் ஒரு கண்டன ஊர்வலம் நடத்தலாம்னுருக்கோம், வகுப்புவாதத்தை எதிர்த்து, ஹிந்து மகா சபைக்காரங்களைத் தீத்துக் கட்டினாதான் நாடு உருப்படும்.'

"கண்டன ஊர்வலமா? கண்டனத்தை எல்லாம் அப்புறம் வச்சுக்கலாம். முதல்லே வருத்தம் நாடு அழுதுண்டிருக்கிறப்போ..." என்று கேசவன் சொல்வதற்குள் வெங்கட்ராமன் இடைமறித்தான்: "சூட்டோட சூடா கண்டன கூட்டம் நடத்தினாதான், ஜனங்க வகுப்புவாதக் கொடுமையைப் பத்திப் புரிஞ்சுப்பாங்க..."

"காந்திஜி போனதுக்கு வருத்தம் தெரிவிக்க வேண்டாமா? எது முக்கியம்? அதனாலே, கோஷம் எழுப்பாமே, ஒரு மௌன ஊர்வலம் நடத்துவோம்" என்றான் கேசவன்.

"உன் மௌனத்தை யாரும் புரிஞ்சுக்க மாட்டாங்க. கோஷம் எழுப்பினாத்தான் புரிஞ்சுப்பாங்க," என்றான் சின்னய்யன்.

"இப்போ யாரும் எதையும் புரிஞ்சுக்கிற நிலையிலே இல்லே. திகைச்சுப் போய் இருக்காங்க" என்றான் கேசவன்.

சாயபு சொன்னார்: "எதுக்குத் தம்பி, இன்னிக்குக் கண்டனக் கூட்டம்? எளவு வீட்டிலே அளுவாங்களா? கூட்டம் போட்டுப் பேசுவாங்களா? கூட்டத்தெல்லாம் அப்புறம் வச்சுக்கங்க."

"சாயபு, உங்களுக்கு அரசியலைப் பத்தி ஒண்ணும் தெரியாது. பேசாமெருங்க..." என்றான் முருகேசன்.

"ஒரு மகான் செத்திருக்காரு. இதிலே, அரசியல் எங்கே யிருந்து வந்தது, தம்பி?" என்றார் சாயபு.

"அவரா சாகலே. சுட்டிருக்காங்க. சுட்டவனுக்குப் பின்னாலே யிருக்கிற சக்தியை முறியடிக்கணும்" என்றான் சின்னய்யன்.

"காந்தியைப் பிற்போக்குவாதி என்று சொன்னோம். இல்லேன்னு சொல்லலே, ஆனா, அவரு நல்லவரில்லேன்னு நாம சொல்லவேயில்லியே" என்றான் முருகேசன்.

"எல்லாம் தெரியும் தம்பி, இந்த காதர் வெத்திலைப் பாக்குக் கடை வச்சிருந்தாலும், கொஞ்சம் விவரம் தெரிஞ்சவன். ஆகஸ்டு போராட்டத்திலே நீங்க கலந்திண்டீங்களா? வெள்ளைக் காரனுக்கு வால் பிடிச்சீங்க..." என்றார் சாயபு.

"வெள்ளைக்காரனுக்கில்லே, சாயபு... ரஷ்யாக்காரன் போரிலே சேர்ந்துண்டான். ரஷ்யா தொழிலாளிகள் நாடு. பொது எதிரி ஹிட்லர். இதெல்லாம் உங்களுக்குச் சொன்னா புரியாது" என்றான் சின்னய்யன்.

"ரஷ்யாகாரனா உனக்குச் சுதந்திரம் வாங்கித் தந்தான்?" என்றார் சாயபு.

"காந்தியும், வாங்கித் தரலே ரெண்டாம் உலகப் போருக்கப்புறம், காலனி ஆட்சி நடக்காதுங்கற ஒரு நிலைமை..." என்றான் முருகேசன்.

"எனக்கு இந்தக் கண்டன ஊர்வலம் சரின்னு படலே..." என்றான் கேசவன்.

"அப்பொ நீ ஆர்.எஸ்.எஸ்ஸை ஆதரிக்கிறயா?" என்றான் சின்னய்யன்.

"டோன்ட் பி ஸில்லி... இன்னும் ஒரு வாரம் ஆனப்புறம் பாத்துக்கலாம். முதல்லே, தமிழ்நாட்டிலே ஆர்.எஸ்.எஸ். ஒரு பிரச்னையேயில்லே... காந்தியை எதிர்த்தவங்க எல்லாரையுமே இப்பொ காந்தியோட படுகொலை உலுக்கியிருக்கு... திராவிடக் கழகம்... அண்ணா என்ன சொல்லிருக்காரு, கேட்டியா ரேடியோவிலே...?" என்றான் கேசவன்.

"ஜின்னா என்ன சொல்லியிருக்கார் தெரியுமா, காந்தி ஹிந்துக்களோட தலைவராம்" என்றான் அன்வார்.

"உருப்படுவாரா அவரு? ஒரு ஹிந்து சுட்டிருக்கான்..." என்றார் சாயபு.

"காந்தி வகுப்புவாதத்துக்கு அப்பாற்பட்டவர்ங்கறதை நான் மறுக்கலே. ஆனா அவரு தன்னை அடையாளம் காட்டிகிட்டது, ஒரு ஹிந்துவாதான். 'ராமராஜ்யம்...', 'ரகுபதி ராகவ ராஜாராம்...' பஜனை..." என்றான் சின்னய்யன்.

"என்ன தப்பு அதிலே? நான் ஒரு முஸ்லீம். நான் என்னை முஸ்லீமா அடையாளம் காட்டிக்கறது தப்புங்கிறியா?" என்றார் சாயபு.

"நீங்க அரசியல் தலைவரில்லே. நீங்க தனிப்பட்ட முறையிலே எப்படியிருந்தாலும் அதைபத்தி யாருக்கும் கவலை யில்லே… ஆனா நாட்டுத் தலைவராருக்கிறவரு…" என்று சின்னய்யன் கூறுவதற்குள், காதர் குறுக்கிட்டார். "என்ன செய்தாரு, 'ஈஸ்வர அல்லா தேரே நாம்' னாரு, இதிலே என்ன தப்பு?"

"உங்க மச்சான் போஸ்ட்மென், அவர் பேரென்ன, ஹமீதா, அவரு பாகிஸ்தான் போகப் போறதா சொன்னாரே, போயிட்டாரா?" என்று திடீரென்று பேச்சின் திசையை மாற்றினான் அன்வார்.

"போக மாட்டான்… அங்கே இட்லி கிடைக்காதுடான் னேன். போற எண்ணத்தையே கைவிட்டுட்டான்" என்று சிரித்துக்கொண்டே சொன்னார் சாயபு.

"சமயங்கிறது பண்பாட்டைப் பத்திய விஷயம்" என்றான் கேசவன்.

"சரி… இன்னிக்கு கண்டன ஊர்வலம் வேண்டாங்கிறியா?" என்றான் முருகேசன், சமுதாயவியல் விவாதத்தை தொடர விரும்பாமல்

"ஆமாம்… ஒரு மௌன ஊர்வலம் நடத்துவோம் கறுப்பு 'பாட்ஜ்…' கோஷமெல்லாம் வேணாம்…"

"எனக்கும் அது சரியா படுது" என்றான் அன்வார்.

"கரந்திக்கர் ஊரை விட்டு ஓடிட்டானாம்…" என்றான் வெங்கட்ராமன்.

"நேற்று ராத்திரி பக்தபுரி அக்கிரஹாரத்திலே, ஆர்.எஸ். எஸ் காரங்க 'ஸ்வீட்' கொடுத்துகிட்டிருந்தாங்களாம், அதெ பாத்தவங்க, அவங்களை அடி அடின்னு அடிச்சிருக்காங்க… அதான் கரந்திக்கர் ஓடிட்டான்…" என்றான் சின்னய்யன்

"எல்லாம் வதந்தி. . . செய்தியைக் கேட்டவுடனே, எல்லாருக்குமே சொந்த வீட்டிலே ஒரு துக்கம் ஏற்பட்ட மாதிரி அப்படியொரு வேதனைப்படறப்போ, தைரியமா யாராவது 'ஸ்வீட்' கொடுத்திருப்பாங்களா?" என்றான் முருகேசன்.

"நம்பாட்டிப் போ!" என்றான் சின்னய்யன் கோபத்துடன்.

"பூனாவிலே கொடுத்தாங்கன்னு சொல்றாங்க!" என்றான் கேசவன்.

"நம்ம ஊரிலேயும் வெள்ளைக்காரனுக்குக் குடை பிடிச்சவங்கள்லாம் கொடுத்திருக்கலாம். ராவ் சாஹப், பகல் சாஹப்னு எத்தனை பேர் இருக்காங்க" என்றான் அன்வார்.

"அதான் தப்பு. எல்லா பகல் சாஹப்களும் இப்போ காங்கிரஸ் கட்சியிலே சேர்ந்துவிடுவாங்க" என்றான் முருகேசன்.

"சேர்ந்துகிட்டு வராங்க..." என்றான் வெங்கட்ராமன்.

"அப்போ ஹாட்டுக்குப் பதிலா காங்கிரஸ் குல்லா..." என்றான் சின்னய்யன்.

"அதுக்குத்தான் சொல்றேன். நாம இப்போ ஜனங்களைத் தயார் பண்ணணும்" என்றான் முருகேசன்.

"சுப்ரமணிய அய்யர் சொல்வாரு: 'சுதந்தரம் வந்தா, வெள்ளைத் தோல் ஆட்சிக்குப் பதில் ப்ரௌன் தோல் ஆட்சி'னு... அப்பவும் நக்கிக் குடிக்கிறவன், நக்கித்தான் குடிக்கப் போறான்னு... அவரைப் போய்ப் பார்க்கணும். பார்த்து ரொம்ப நாளாச்சு" என்றான் கேசவன்.

"இன்னொரு புரட்சி வந்தா எல்லாம் சரியாயிடும்" என்றான் வெங்கட்ராமன்.

"என்ன புரட்சி?" என்றான் கேசவன்.

"கம்யூனிஸ்ட் புரட்சி. விவசாயப் புரட்சி, வடபாதி மங்கலம், குன்னியூர் எல்லாம் ஓடிப் போறதுக்கான புரட்சி" என்று குரலைச் சற்று உயர்த்திக் கூறினான் முருகேசன்.

பதினேழு

கேசவன் போனபோது, சுப்ரமணிய ஐயர் வீட்டு முற்றத்தில், சாய்வு நாற்காலியில் படுத்துக் கொண்டு, ஒரு புத்தகத்தில் ஆழ்ந்திருந்தார்.

கேசவனைப் பார்த்ததும், 'வா கேசவா... பாத்து ரொம்ப நாளாச்சு...' என்றார்.

"ஒவ்வொரு தடவையும் பொறப்படற போது, வேற ஏதாவது வேலை வந்து, வர முடியாமெ போயிடறது" என்றான் கேசவன்.

அவன் அவரெதிரே கூடத்து விளம்பில் தூணில் சாய்ந்துகொண்டு உட்கார்ந்தபோது, தூணிலிருந்து மரத்தூள்கள் உதிர்ந்தன.

"என்ன இப்படித் தூள் உதிர்ற மாதிரி இருக்கே?" என்று கேட்டுக்கொண்டே தூணை லேசாக ஆட்டிப் பார்த்தான் கேசவன்.

"அதுக்கும் என் மாதிரி வயசாச்சே, சொல்லப் போனா, என்னைவிட அம்பது வருஷம்கூட ஆறது... எங்க தாத்தா கட்டின வீடு" என்றார் ஐயர்.

"அது கிடக்கட்டும், தூணை விடு... காலேஜ் எப்படி இருக்கு? ஒத்தன் ரிடையர் ஆனப்புறம் ஈ காக்காகூட எட்டிப் பாக்கறதில்லே, நீ ஒருத்தன் தான் வந்துண்டிருந்தே, இப்பொ பெரிய மனுஷ னாயிட்டே" என்றார் தொடர்ந்து.

"இல்லே சார். பெரிய மனுஷனுமில்லே, ஒண்ணுமில்லே. நீங்க சொன்ன மாதிரிதான்

ஆயிண்டு வரது, வெள்ளைத் தோலுக்குப் பதிலா 'ப்ரௌன்' தோல், முந்தா நா. போலீஸ் மன்னார்குடியிலே சுட்டிருக்காங்க. பண்ணை ஆளுக, கூட கூலி கேட்டதுக்காக!" என்றான் கேசவன்.

சுப்ரமணிய ஐயர் புன்னகை செய்தவாறு தம் முழங்கால்களைத் தடவிக்கொண்டார்.

"பண்ணையார் நேத்தி வரைக்கும் ஜஸ்டிஸ் கட்சி, இன்னைக்குக் காங்கிரஸ்லே சேர்ந்துட்டான்..." என்று குரலைச் சற்று எழுப்பிக் கூறினான் கேசவன்.

"நீ அவன் என்ன செய்யணும்னு எதிர்பார்க்கிறே?" என்றார் ஐயர்.

"அவனை எப்படி காங்கிரஸ்லே சேர்த்துகிட்டாங்க, அதான் எனக்குப் புரியலே."

"ஏன் புரியலே, அவன் பண்ணையார்னு சொன்னே. வெள்ளைக்காரன் போயாச்சு, இப்போ காங்கிரஸ்காரன் தேர்தல்லே நிக்கணும்னா, அவனுக்குப் பணம் வேண்டாமா? உன்னுடைய பண்ணையாட்களா கொடுக்கப் போறான்?"

"கான்ஸ்டிடுயூஷன் 'ட்ராஃபட்' பண்ணிண்டிருக்காங்க. இந்த கான்ஸ்டிடுயூஷன்படி, 21 வயசுக்கு மேற்பட்ட எல்லோருக்குமே வோட்டு உண்டு. அடுத்த ஜனவரி 26–லிருந்து இந்தியா குடியரசு நாடா ஆகப் போறது. அப்பொ இதே பண்ணையாளுக கிட்டே போய் கையேந்திண்டுதானே நிக்கணும், வோட்டுப் பிச்சைக்கு?" என்றான் கேசவன்.

ஐயர் சிரித்தார்.

"எதுக்குச் சிரிக்கறீங்க?"

"வண்டிக்கு முன்னாலே குதிரையா, குதிரைக்கு முன்னாலே வண்டியா?"

"புரியலே..."

"படிச்சவா ஏழு சதவீதமிருக்கிற நாட்டிலே அவாளுக்கு முதல்லே படிப்பைக் கொடுக்காம வோட்டுப் போடற உரிமையைக் கொடுக்கறது, குதிரைக்கு முன்னாலே வண்டி மாதிரிதானிருக்கு."

"எல்லாருக்கும் படிக்க உரிமையுண்டு" என்றான் கேசவன்.

"காசு இருந்தா, முதல்லே படிப்பு எல்லாருக்கும் ஃப்ரீன்னு சொல்லி, பதினாறு வயசு வரைக்கும் பள்ளிக்கூடப் படிப்புக் கட்டாயம்னு சொன்னாத்தான், இந்த ஜனநாயகப் பரிசோதனை

ஜெயிக்கும். அப்படியில்லேன்னா காசு உள்ளவனோ, இல்லாட்டா அவனோட 'பினாமியோ' தான் நாட்டை ஆளப் போறான்."

"கான்ஸ்டிடுயூஷன்படி..." என்று கேசவன் கூறி முடிப்பதற்குள் ஐயர் இடைமறித்தார்.

"இதோ பாரு, கான்ஸ்டிடுயூஷங்கிறது வெறும் பேப்பர். அந்தப் பேப்பர்லே, அது தப்பு, இது சரின்னு சொன்னாக்கா ஆச்சா? நடைமுறைக்கு அதை எப்படிக் கொண்டு வரதுன்னு பாக்கணும். 'தீண்டாமை ஒரு பாவம்'. ஓ.கே. சட்டம் போட்டாச்சு. உங்காத்திலே தோட்டிச்சி இன்னும் வீட்டுக் கொல்லைப் பக்கத்திலேந்துதானே வந்துண்டிருக்கா? ஹரிஜன மக்களைக் கோயிலுக்குள்ளே விட்டாகணும், இது சட்டம். ஓ,கே. முதல்லே இந்த அபத்தமே எனக்குப் புரியலே. அவா எதுக்காகக் கோயிலுக்குள்ளே போகணும்? அவா பசி அடங்கிடுமா? உன்னோட கம்யூனிஸ்ட் கட்சி இந்தப் பிரச்சினையெல்லாம் எடுத்துக்காமே, 'எட்டணா கூலி போறாது, ஒரு ரூபாதான்னு போராட்டம் நடத்தறது வேடிக்கையா இருக்கு."

"பொருளாதார முன்னேற்றம் வந்தா..." என்று கேசவன் சொல்வதற்குள் ஐயர் மறுபடியும் குறுக்கிட்டார். "பொருளாதார முன்னேற்றம் எப்போ வரும்? ஜனங்களுக்கு அவாளோட உரிமை என்ன என்னன்னு தெரிஞ்சிருக்கணும். அது எப்பொ சாத்தியம்? படிப்பு இருந்தாத்தான். அதனாலே 'கம்பல்ஸரி ப்ரைமரி அண்ட் ஹைஸ்கூல் எஜுகேஷன்' ஓர் உடனடியான திட்டமா இருக்கணும். எனக்குத் தெரியும். இந்த அரசியல்வாதிகள் அதைச் செய்யமாட்டான். செஞ்சுட்டான்னா, அவனாலே கொள்ளை அடிக்க முடியாது. சரி, இதெல்லாம் வீண் பேச்சு. உங்க அப்பா எப்படி இருக்கார் சொல்லு?" என்றார் ஐயர்.

"அதான் அப்பொ உங்ககிட்ட சொல்லலே, எங்கப்பா நான் நினைச்ச மாதிரி அப்படியொரு 'கன்ஸர்வேடிவ்' இல்லே."

"கன்ஸர்வேடிவ்னா என்ன?"

"பத்தாம் பசலித்தனம். காலத்தை, நூற்றாண்டுக் கணக்கிலே பின்னோக்கி வச்சுண்டு, அந்தக் காலத்திய வாழ்க்கை மதிப்பீடுகளே சாஸ்வதம்னு நினைக்கிற பிற்போக்குத்தனம்..." என்றான் கேசவன்.

ஐயர் கைகளைத் தட்டினார்.

"அரசியல்வாதியா ஆகறதுக்கான அடையாளமெல்லாம் உன்கிட்டே இருக்கு" என்றார் அவர்.

"ஏன் கிண்டல் பண்றீங்க?"

"கிண்டல் இல்லேப்பா, பாராட்டு. உங்கப்பாவைக் கேட்டுப் பாரு, அவருக்கு இந்தக் 'கன்ஸர்விடிஸம்', 'ப்ராக்ரஸவிஸ'ங்கிற ஒரு புண்ணாக்கைப் பத்தியும் கவலைப்பட்டுக்க மாட்டார். எது மனதுக்குச் சரின்னு படறதோ அதெ சொல்லியிருப்பார். நல்லவனா இருக்கிறதே ஒரு முற்போக்கான விஷயம். தெரியுமா உனக்கு?"

"என்னைப் 'பார்ட்டி மெம்பரா' சேர்த்துட்டாங்க!" என்றான் கேசவன்.

"பெரிய விஷயம்."

"பெரிய விஷயந்தான், சார். 'பார்ட்டி மெம்பரா' ஆகிறதுங் கிறது அவ்வளவு சுலபமான விஷயமில்லே. 'அஃப்கோர்ஸ்', என்னைச் சேர்த்துக்கக் கூடாதுன்னு லோக்கல் எதிர்ப்பு இருந்திருக்கு. என்கிட்டே பூர்ஷ்வாத்தனம் நிறைய இருக்குன்னு எதிர்த்தாங்களாம். ஆனா, முருகேசன் அண்ணனோட பலத்த சிபார்சிலே என்னைச் சேர்த்துட்டாங்க".

"மார்க்ஸிஸம் ஒரு உசந்த விஷயம். சந்தேகமேயில்லே. ஆனா ரஷ்யாவை ஒரு முன்னோடியா கம்யூனிஸ்ட் பார்ட்டி வச்சிண்டிருக்கிறதுதான் எனக்குப் பிடிக்கலே. ஒரு இன்டெலக்சுவல் சமாசாரம் நடைமுறைக்கு வர்றபோது, கொச்சையாயிடறது" என்றார் ஐயர்.

"எந்த விஷயத்திலே கொச்சைங்கிறீங்க?"

"மார்க்ஸிஸம் மட்டுமில்லே. அத்வைதம், புத்தமதம் எல்லாமே..."

"மார்க்ஸிஸம் ஒரு மதமா?"

"எது சடங்கா மாறினாலும், அது மதந்தான்" என்றார் ஐயர்.

"எப்படி சடங்குங்கிறீங்க?"

"கிளிஷே. சடங்கு பண்ணி வைக்கிற நம்ம ஊர் சாஸ்திரிகள் தவச மந்திரம் ஒப்பிக்கிற மாதிரி, எல்லா கம்யூனிஸ்ட்காரங்க நாக்கிலேயும் ஒரே விதமான 'கிளிஷே'தான் விழுந்து புரளறது."

"கிளிஷேயா இருந்தா என்ன, என்னவா இருந்தா என்ன, ஏழைகளுக்காக இருக்கிற ஒரே கட்சி கம்யூனிஸ்ட் கட்சி. திராவிடக் கழகம் எப்பவோ என் தாத்தா செஞ்ச தப்புக்காக என்னை ஒதைக்கணுங்கிறான். அவங்களுக்கு ஒரு பொருளாதாரத் திட்டம்னு ஒண்ணும் கிடையாது."

"உங்க முக்கியப் பொருளாதார திட்டம் என்ன?" என்றார் ஐயர்.

"சோஷலிஸம்."

"அதுக்கு என்ன செய்யப் போறீங்க?"

"போராட்டம்."

"ஒரு ரூபாய்க்கும் ரெண்டு ரூபாய்க்கும் போராட்டம்? மாஸேதுங் சைனாவிலே முன்னேறிண்டு வரானே, இன்னும் கொஞ்ச நாள்லே பாரு. ஷாங்கே ஷேக் ஓட வேண்டியதுதான். அந்த மாதிரி உங்களாலே போராட முடியுமா?"

"சைனா வேற, இந்தியா வேற..."

"ரெண்டும் ஒண்ணுதான்... நிச்சயமா இன்னிக்குச் சொல்றேன், மாஸேதுங், ரஷ்யாவுக்கு வால்பிடிக்க மாட்டான். அந்த மாதிரி 'லீடர்ஷிப்' உங்களுக்கு இருக்கா?"

"என்னைப் பொறுத்தவரைக்கும் இந்தக் கட்சிக்கு 'லீடர்ஷிப்' இப்பொ எப்படி இருக்குங்கிறது பிரச்சினையேயில்லே. ஆனா, அரசியல் புரட்சிக்குப் பிறகு ஏற்பட வேண்டியது பொருளாதாரப் புரட்சிதான். இதைக் கம்யூனிஸட் கட்சியாலேதான் நடத்த முடியுங்கிறது என் அபிப்ராயம். அதனால்தான்..." என்று அவன் தொடர்வதற்குள், ஐயர் அவனைக் கையமர்த்திக் கூறினார். "ப்ளீஸ். நீ இந்தக் கட்சியிலே இருக்கிறது தப்புன்னு நான் சொல்லவேயில்லை. உனக்கு எது சரின்னு படறதோ அப்படியேயிருக்கிறதுதான் நியாயம். நான் சிந்திக்கிற மாதிரி நீயும் சிந்திச்சாகணுங்கிற அவசியமுமில்லே. ஒருவேளை நானும் உன் வயசிலே இந்த மாதிரி சிந்திச்சிருக்கக்கூடும். எனக்கு உன் வயசுமில்லே. ஆனா, ஒண்ணு மட்டும் நிச்சயம். இந்த நாட்டிலே ஏழைக, ஏழைகளா இருக்கிறதுதான் அரசியல்வாதிகளுக்கு லாபம். வறுமை ஒழிஞ்சதுன்னா, அவங்களுக்கக் கோஷங்கள் இல்லாமெ போயிடும்."

"ரஷ்யாவிலே வறுமையை ஒழிச்சாங்க; இப்பொவும் அங்கே கம்யூனிஸ்ட் கட்சி செல்வாக்கோட இருக்கு!" என்றான் கேசவன்.

"ரஷ்யாவில் வறுமை ஒழிஞ்சதா இல்லையான்னு எனக்குத் தெரியாது. நான் கும்பகோணத்தைத் தாண்டி எக்கேயும் போனதில்லே. ஆனா, வயத்தோட சம்பந்தப்பட்டது மட்டுந் தான் வறுமைங்கிறதில்லே. சிந்திக்கவோ, பேசவோ எழுதவோ சுதந்திரம் இல்லேன்னாலும், அது கலாசார வறுமைதான். ஆர்தர்

கோஸ்லர், ஸ்டீஃபன் ஸ்பெண்டர் இவாள்ளாம் ஒரு காலத்திலே ரஷ்யாவிலே நடந்த புரட்சியாலே பாதிக்கப்பட்டவாதான். ஆனா இப்பொ...” என்று அவர் சொல்வற்குள், கேசவன் குறுக்கிட்டான். “ஐ ஆம் ஸாரி ஸார். இவங்கள்ளாம் அமெரிக்காவுக்கு வால் பிடிக்கிறவங்க...”

ஐயர் புன்னகை செய்தார்.

“எதுக்குச் சிரிக்கறீங்க?”

“உலகம் இந்த யுத்தத்தினாலே ரெண்டாயிடுத்து. அமெரிக்க உலகம், ரஷ்ய உலகம்னு. இனிமே யார், யாருக்கு வால் பிடிக்கப் போறாங்கிறதுதான், ஒவ்வொரு நாட்டுடைய அயல்நாட்டுக் கொள்கையா இருக்கப் போறது. நம்ம நேரு ஃபேபியன் சோஷலிஸ்ட். அதனாலே நமக்கு ரஷ்யாக்காரன் இனிமே சிநேகிதன்.”

“அதிலே என்ன தப்பு?”

“எதுவும் தப்பில்லே” என்றார் ஐயர் கிண்டலாக.

பதினெட்டு

"கேசவா..."

அப்பாவின் குரலில், கண்ட கடுமை, கேசவனுக்குச் சற்று ஆச்சரியத்தைத் தந்தது.

அவன் மாடியிலிருந்து இறங்கி வந்தான்.

அப்பாவுடன் சம்ஸ்கிருதப் பேராசிரியர் பஞ்சாபகேச சாஸ்திரிகள் உட்கார்ந்திருந்தார்.

சாஸ்திரிகள் கும்பகோணம் கல்லூரியிலிருந்து ஓய்வுபெற்று இரண்டு வருஷங்களாகின்றன. அவரையும் அப்பாவையும் சம்ஸ்கிருதம் பிணைத்தது.

"நீ எம்.ஏ.லே, என்ன பாடம் எடுத்துண்டிருக்கே?" என்றார் அப்பா.

கேசவன் அண்ணாமலைப் பல்கலைக் கழகத்தில் எம்.ஏ. சேர்ந்துவிட்டான். ஹாஸ்டலில் இடம் கிடைக்கவில்லை. ஆகவே திரும்பி வந்து விட்டான். இன்று மறுபடியும் சிதம்பரம் போகப் போகிறான். துணைவேந்தரைப் பார்த்து எப்படி யாவது ஹாஸ்டலில் இடம் வாங்கிவிட வேண்டு மென்பது அவன் திட்டம்.

"தமிழ்..." என்றான் கேசவன்.

"தமிழா?"

"அதான் சொன்னேனே, தமிழ்தான். கோவிழி என்கிட்டே சொன்னான். 'சாஸ்திரிகளே, காலம் மாறிக்கிட்டு வர்றது. பாப்பாரப் புள்ளே தமிழ்

எம்.ஏ. சேர்ந்திருக்கு, உங்க சிநேகிதர் மவன் கேசவன்'னான். எனக்கு ஒண்ணும் புரியலை. கேசவன் இங்கிலீஷ்லே கெட்டிக்காரன், இங்கிலீஷ் படிக்காமெ, தமிழைப் போய் எதுக்காகப் படிக்கணும்?" என்றார் சாஸ்திரிகள்.

"ஸார். நீங்க சம்ஸ்கிருத வாத்தியார். நான் இங்கிலீஷ் படிக்கலாங்கிறீங்க, தமிழ் படிச்சா தப்பா? இதனால்தான் பிராம்மணாள்ளாம் 'ஆர்யன்' கிறாங்க திராவிடக் கழகக்காரங்க" என்றான் கேசவன்.

"நீ தமிழ் படிச்சா மட்டும் உன்னை திராவிடன்னு ஒப்புத்துண்டுடுவானோ?" என்றார் சாஸ்திரிகள்.

"யாருடைய ஒப்புதலுக்காகவும் நான் தமிழ் படிக்கலே. எனக்குப் பிடிச்சிருக்கு, படிக்கப் போறேன்."

"ஏற்கெனவே பிராம்மணாள ஆக விட்டேங்கிறான். தமிழ் படிச்ச பிராம்மணனுக்கு என்ன வேலை கிடைக்கப் போறது? நீ தமிழ் படிச்சதினாலே யாரும் உன்னைச் சிம்மாசனத்திலே வச்சு கொண்டாடப் போறதில்லே. நீ பிராம்மணன், பிராம்மணந்தான், ஞாபகம் வச்சுக்கோ" என்றார் சாஸ்திரிகள் கோபத்துடன்.

"நீ ஐ.ஏ.எஸ். பரீட்சைக்குப் போவேன்னு நினைச்சேன். தமிழ் படிச்சா இந்தப் பரீட்சைக்கெல்லாம் போக முடியுமா?" என்றார் அப்பா .

"ஐ.ஏ.எஸ். பரீட்சைக்கெல்லாம் ஒரு தனி சாமர்த்தியம் வேணும். எனக்கு அது கிடையாதுன்னு தெரியும்..." என்றான் கேசவன்.

"என்ன சாமர்த்தியம்? பச்சை முதலித் தெருவிலே சுவத்து மேலே காலைப் போட்டுண்டு எப்பொ பார்த்தாலும் படுத்துண் டிருப்பானே, வீரசாமி அய்யங்கார். அவன் பிள்ளை, விடியக் காத்தாலே தினம் எழுந்துண்டு தவளைக் கத்தற மாதிரி படிச்சிண்டிருப்பான். எல்லாம் ஒரு நெட்ரு, அவன்கூட ஐ.ஏ.எஸ். பாஸ் பண்ணிட்டான் போன வருஷம். உன்னாலே முடியாதா?" என்றார் சாஸ்திரிகள்.

"அந்தச் சாமர்த்தியத்தைத்தான் சொல்றேன். எனக்குக் கிடையாது அது. நான் கவர்மெண்ட் உத்தியோகத்துக்கும் போறதா இல்லே..."

"பின்னே என்ன பண்ணப் போறே? வாத்தியாரா போறது தான் உன் தலையெழுத்துன்னா அதெ யாராலே மாத்த முடியும்?" என்றார் சாஸ்திரிகள்.

"நீங்களே வாத்தியாரா இருந்துட்டு ஏன் ஸார், இப்படிப் பேசறீங்க?"

"அதனால்தான் சொல்றேன். என் பென்ஷன் எத்தனை தெரியுமா? எழுவத்தெட்டு ரூபா. ரெண்டு பொண்ணு இன்னும் கல்யாணத்துக்கு நிக்கறது."

"தமிழ் படிச்சா என்ன வேலை கிடைக்கும்னு நினைக்கறே?" என்றார் அப்பா.

"சுதந்திரம் கிடைச்சாச்சு. எல்லாம் இனிமே தமிழில்தான் வரப் போறது..." என்றான் கேசவன் பலகீனமான குரலில். அவனுக்கே இதில் நம்பிக்கை இல்லை என்பது போல் தோன்றியது.

"ஒரு புண்ணாக்கும் தமிழ்லே வரப் போறதில்லே. இங்கிலீஷ் படிச்சவனுக்குத்தான் மரியாதைங்கறதை நம்மாலே மாத்தவே முடியாது" என்றார் அப்பா.

"வாஸ்தவமான வார்த்தை. எப்பொழுதும்போல, சம்ஸ்கிருத வாத்தியாரும் தமிழ் வாத்தியாரும் ஒத்தன் வயித்தெரிச்சலை இன்னொருத்தன் கொட்டிண்டிருக்கப் போறான்" என்றார் சாஸ்திரிகள்.

"கோவிழியாருக்கும் உங்களுக்கும் சண்டைன்னா, எல்லாரும் அப்படித்தான் இருப்பான்னு நினைச்சீங்களா?" என்றான் கேசவன் சிரித்துக்கொண்டே.

"பின்னே பாரேன், அந்தக் கோவிழி என்கிட்டே வந்து கொக்கரிக்கிறான்... நீ தமிழ் படிக்கப் போறேன்னு. உங்கப்பா வுக்கு சம்ஸ்கிருதத்திலே இருக்கிற ஞானத்துக்கு, நீ இப்படி..."

கேசவன் இடைமறித்தான். "தமிழுக்கும் சம்ஸ்கிருதத்துக்கும் என்ன சண்டை?"

"சண்டையை உருவாக்கினவன் இங்கிலீஷ்காரன்" என்றார் அப்பா.

"இங்கிலீஷ் எம்.ஏ.க்கு மாத்திக்கோடா, நான் சொல்றேன் கேளு" என்றார் சாஸ்திரிகள்.

"நான் தமிழ் படிக்கிறதுன்னு தீர்மானம் பண்ணிட்டேன் ஸார்" என்றான் கேசவன்.

"சரி, உன்னிஷ்டம், பிராம்மணனா பொறந்துட்டு..." என்று சாஸ்திரிகள் சொல்வதற்குள், அப்பா குறுக்கிட்டார்: "இதுதான் தப்பு. சாஸ்திரிகளே, பிராம்மணனா பொறந்துட்டு தமிழ் படிக்கக் கூடாதுங்கிறதில்லே. பார்க்கப் போனா, வைஷ்ணவனா

பொறந்த ஒவ்வொருத்தனுக்கும் சம்ஸ்கிருதமும், தமிழும் நன்னா தெரிஞ்சிருக்கணும். அப்பொத்தான் உபய வேதாந்திங்கற பேர் பொருத்தமா இருக்கும். கேசவா, நீ தமிழ் படிக்கப் போறேங்கிற திலே எனக்கு ஆட்சேபணையே இல்லே. ஆனா, இங்கிலீஷ் படிக்கிறதினாலோ அல்லது வேற 'சப்ஜெக்ட்' எதெ எடுத்துப் படிச்சாலும் இருக்கக்கூடிய மரியாதை, தமிழ் படிச்சா இருக்காது. சொல்லப் போனா, சம்ஸ்கிருதம் படிச்சாலும் இருக்கப் போறதில்லே. இப்பொவே பாரு. எத்தனை பேர் சம்ஸ்கிருதத்தை கரைகண்ட வித்வான்கள் இருக்கா. ஆனா இங்கிலீஷ் கூட படிச்சு, சம்ஸ்கிருதத்தைப் பத்தி இங்கிலீஷ்லே சொல்றா. ராதாகிருஷ்ணன் மாதிரி இருக்கிறவாளுக்குத்தான் மரியாதை. நீ தமிழ் படி, வேண்டாங்கிலே. ஆனா இங்கிலீஷை மறந்துடாதே. அதான் என்னாலே சொல்ல முடியும்!" என்றார் அப்பா.

அப்பா, அவன் தமிழ் படிப்பதற்கு அவ்வளவாக எதிர்ப்பு தெரிவிக்கவில்லை என்பது அவனுக்கு ஆறுதலாக இருந்தது.

அடுத்த நாள் விடியற்காலையில் புறப்பட்டு அவன் சிதம்பரம் போய்ச் சேர்ந்தான்.

முருகேசன் உறவினன் கதிர்வேல் என்பவனுடைய அறை யில் போனவுடன் தங்குவதாக ஏற்பாடு. கதிர்வேல் எக்கனாமிக்ஸ் ஆனர்ஸ் வகுப்பில் மூன்றாவது வருஷம் படித்துக்கொண்டிருந்தான்.

"வாங்க, வாங்க!" என்று வரவேற்றான் கதிர்வேல்.

"உங்களுக்கு எத்தனை நாள் தொந்தரவு கொடுப்பேனோ தெரியலே, 'ரூம்' கிடைச்சவுடனே போயிடறேன்" என்றான் கேசவன்.

"ஒரு தொந்தரவுமில்லே. உங்களுக்கு அட்மிஷன் ஆயிடிச்சில்லே."

"ஆயாச்சு."

"வார்டன் அவர் அறையிலே உட்கார்ந்திருக்காரு, உடனே போய்ப் பாருங்க. ரூம் கொடுக்காட்டி, வைஸ்–சான்ஸலரைப் பாக்கப் போறதா சொல்லுங்க..."

"வைஸ்–சான்ஸலர் எப்படி ?"

"நீங்க பிராமினா ?"

"ஏன் ?"

'அவரு ஜஸ்டிஸ் பார்ட்டி. அவரோட சகலைதான் கும்பகோணம் நாராயண சுவாமிப் பிள்ளை. உங்களுக்கும்

கும்பகோணமில்லே. அதெச் சொல்லிச் சமாளிங்க. வார்டன் சுப்ரமணியம் ஒரு முசுடு. பொதுவா 'பிராமின்ஸ்'க்கு ஹெல்ப் பண்ணுவாரு. நீங்க தமிழ் எம்.ஏ. இல்லே. அதான் ரூம் கொடுக்க மாட்டேங்கிறாரு. அவரு இங்கிலீஷ் புரொஃபஸர். பாலக்காட்டு ஐயரு."

சுப்ரமணியம், கதிர்வேல் சொன்ன மாதிரி முசுடாகத் தானிருந்தார். வார்த்தைகளைக் கடித்துத் துப்பினார்.

"இடமில்லேன்னா இடமில்லே. நீ என்ன வேணுமானாக்கம் பண்ணிக்கோ. எதுக்காக நீ தமிழ் படிக்கணும்? லோகம் ஸ்தம்பித்துப் போயிடுமோ நீ தமிழ் படிக்காட்டா?"

அவரிடம் பேசுவதில் பயனில்லை என்று உணர்ந்தான் கேசவன்.

துணைவேந்தர் வீட்டிலிருப்பதாகச் சொன்னார்கள். கதிர்வேல் சொன்ன யோசனையின்படி, பெட்டி, படுக்கை சகிதம் துணைவேந்தர் வீட்டுக்குச் சென்றான்.

வாசலில் நின்றுகொண்டிருந்த ஆளிடம், 'அர்ஜெண்டா வைஸ்சான்ஸலரைப் பாக்கணும்" என்று வரவழைத்துக் கொண்ட பதற்றமடைந்த குரலில் அவன் சொன்னதும், அந்த ஆள் உண்மையாகவே மிரண்டு போய், உள்ளே போனான்.

துணைவேந்தர் கூப்பிட்டார். பெட்டி, படுக்கையுடன் உள்ளே சென்றான்.

"வாட் இஸ் திஸ்?" என்றார் துணைவேந்தர்.

"நான் தமிழ் எம்.ஏ. படிக்க வந்திருக்கிற மாணவன் சார். சுப்ரமணிய ஐயர் ஹாஸ்டல்லே இடமில்லேனுட்டாரு. எனக்குச் சொந்த ஊர் கும்பகோணம்."

'உன் பேரு?"

'கேசவன்."

"அப்பா பேரு?"

ஜாதி நீக்கி பேரை மட்டும் சொன்னான்.

"சுப்ரமணியம் ஏன் இடமில்லேனுட்டாரு?"

"தமிழ் எம்.ஏ. படிக்கிற பசங்களை அவருக்குப் பிடிக்காதுங்கிறாங்க."

"அப்படிச் சொன்னாரா?"

"அவர் சொல்லலே, மத்தவங்க சொன்னாங்க..." சிறிது நேரம் பேசாமலிருந்தார்.

"சரி. பெரியார் இப்பொ கல்யாணம் செய்துட்டாரே, அதெப் பத்தி நீ என்ன நினைக்கிறே?"

தர்மசங்கடமான கேள்வி. 'இவர் எந்தக் கட்சி? பெரியார் கட்சியா, அண்ணா கட்சியா?

ஜஸ்டிஸ் பார்ட்டி என்றால் பெரியார் கட்சியாகத்தானிருக்க வேண்டும். அண்ணாவை ஜஸ்டிஸ் பார்ட்டிக்காரர்களுக்குப் பிடிக்காது. இது ஒரு சூதாட்ட நிலை. ரிஸ்க் எடுக்க வேண்டியது தான்.

"பெரியார் செய்தது தப்புன்னு சொல்ல மாட்டேன். மேல் நாட்டிலே 'கம்பானியன்ஷிப்'புங்கிறத்துக்காக எவ்வளவு வயசானாலும் கட்டிக்கிறதா சொல்றாங்க. நாமதான் எல்லாத்தையும் குறுகிய மனப்பான்மையோட பார்க்கிறோம்."

அவர் அவனைச் சிறிது நேரம் உற்று நோக்கினார்.

உலகம் ஸ்தம்பித்து நின்றது.

அவர் ஒரு சிறு துண்டுக் காகிதத்தை எடுத்து, 'அட்மிட்' என்று எழுதிக் கையெழுத்திட்டு, காகிதத்தை அவனிடம் கொடுத்தார்.

பத்தொன்பது

வார்டன் சுப்ரமணிய ஐயர் கேசவன் கொடுத்த துண்டுச் சீட்டைச் சிறிது நேரம் உற்றுப் பார்த்து விட்டு, பிறகு அவனை ஏற இறங்க நோக்கினார்.

"வி.ஸி.கிட்டே என்ன சொன்னே?" என்றார் ஐயர்.

"எனக்கு எம்.ஏ.லே இடம் கிடைச்சிருக்கு, ஆனா ஹாஸ்டல்லே இடம் கிடைக்கலேன்னு சொன்னேன்."

"என்னைப்பத்தி ஏதாவது சொன்னியா?"

"இடம் இல்லேன்னு சொன்னீங்கன்னு சொன்னேன்."

அவர் மறுபடியும் அந்தத் துண்டுச் சீட்டைப் பார்த்துக்கொண்டே கேட்டார்? "நீ என்ன திராவிடக் கழகக்காரனா?"

"இது உங்களுக்குச் சம்பந்தமில்லாத விஷயம்" என்றான் கேசவன்.

அவர் உடனே அவனை ஏறிட்டு நோக்கினார். அவருக்குக் கோபம் வந்தது. சிரமப்பட்டு அதை அடக்கிக்கொண்டாரென்றும் தெரிந்தது.

"இப்போ 'டபிள் ரூம்' தான் கொடுக்க முடியும்" என்றார் கீழே பார்த்துக்கொண்டு.

"சரி, கொடுங்க."

"இளங்கோ ப்ளாக்கிலே 12ஆம் நெம்பர் ரூமுக்குப் போ. அங்கே ஒரு சாதுவான பையனிருக்கான், பிராமணப் பையன். உன்னாலே அட்ஜெஸ்ட் பண்ணிண்டு இருக்க முடிஞ்சா இரு, அவனும் உன் மாதிரி தமிழ் எம்.ஏ.தான்."

"தேங்க் யூ"... என்றான் கேசவன்.

வார்டன் சொன்ன மாதிரி கிருஷ்ணன் மிகவும் சாதுவான பையனாகத்தான் தெரிந்தான். கேசவன், பணத்தைக் கட்டி விட்டு வருவதற்குள், வார்டன் இவனைப் பற்றிக் கிருஷ்ணனிடம் சொல்லியிருக்க வேண்டும். கிருஷ்ணன் அவனை எதிர்பார்த்துக் கொண்டிருப்பது போல் அவனுக்குப்பட்டது.

கிருஷ்ணனுக்கு எதைக்கண்டாலும் அதிசயப்படுவது போன்ற கண்கள். தடித்த கண்ணாடி. −4 அல்லது −5 இருக்கலாம். மெலிந்த உருவம்.

கேசவன் தன் பெட்டியையும் படுக்கையையும் வைத்து விட்டுத் தன்னை அறிமுகப்படுத்திக்கொண்டான்.

கிருஷ்ணன் கைக் குலுக்கிய போது, அவன் கை, பஞ்சு போல் மிகவும் மிருதுவாக இருந்தது.

அவன் ஒன்றுமே பேசாமல், சத்தம் கேட்காமல் சிரித்தான்.

கேசவன் படுக்கையைக் கட்டிலில் விரித்தான்.

பெட்டியைத் திறந்து, டவலை எடுத்து நாற்காலியில் போட்டான்.

தான் கொண்டு வந்திருந்த புத்தகங்களை மேஜையின்மீது வைத்தான்.

கிருஷ்ணன், அவன் செய்வதை எதனையும் கவனிக்காதது போல் உட்கார்ந்திருந்தவன், அவன் புத்தகங்களை எடுத்து மேஜையின்மீது வைத்ததும், தான் உட்கார்ந்திருந்த நாற்காலியிலிருந்து எழுந்து வந்து அப்புத்தகங்களை எடுத்துப் பார்த்தான். எல்லாமே ஆங்கிலப் புத்தகங்கள். ஒரு தமிழ்ப் புத்தகம்கூட அதிலில்லை என்பதை கேசவன் அப்பொழுதுதான் உணர்ந்தான்.

"நீங்க என்ன தமிழ் எம்.ஏ. தானே படிக்க வந்திருக்கீங்க?" என்று சிரித்துக்கொண்டே கேட்டான் கிருஷ்ணன்.

"ஆமாம். நீங்களும் தமிழ் எம்.ஏ.தான் சேர்ந்திருக்கீங்கன்னு வார்டன் சொன்னார்."

அவன் சொன்னதைக் காதில் வாங்கிக்கொள்ளாதது போல் அவன் கொண்டு வந்திருந்த புத்தகங்களை உற்றுப்பார்த்துக்

கொண்டிருந்த கிருஷ்ணன் திடீரென்று கேட்டான். “உங்க ஃபேவரிட் ஆதர், பால்ஸாக்கா?”

“ஆமாம். ஷெல்லி, பால்ஸாக்.”

கிருஷ்ணன் சிரித்தான்.

“எதுக்குச் சிரிக்கிறீங்க?”

“ஒண்ணுமில்லே, சும்மாதான்.”

“நீங்க பால்ஸாக் படிச்சிருக்கீங்களா?”

இதற்கும் பதில் சிரிப்புதான்.

கேசவன், கிருஷ்ணன் மேஜையில் வைத்திருந்த புத்தகங்களை எடுத்துப் பார்த்தான். ஆங்கிலம் தமிழ் எல்லாம் கலந்திருந்தன.

ப்ரௌஸ்ட், டி.எஸ். எலியட், புதுமைப்பித்தன் கதைகள், கைவல்ய நவநீதம், ஜான் ஓ லண்டன்ஸ் வீக்லி.

“நீங்களும் நிறைய இங்கிலீஷ் புஸ்தகங்கள் படிப்பீங்களா?” என்று கேட்டான் கேசவன்.

கிருஷ்ணன் பதில் கூறாமல் சிரித்தான்.

“எதுக்கு எல்லாத்துக்கும் சிரிக்கறீங்க?”

“எல்லாமே ஆச்சரியமா இருக்கு.”

“நான் ப்ரௌஸ்ட் படிச்சதில்லே.”

“நீங்க படிச்சிருக்க முடியும்னு நான் நினைக்கவேயில்லே.”

“ஏன் அப்படிச் சொல்றீங்க?”

“சும்மாதான். நீங்க குளிச்சாச்சா? சாப்பாடு எந்த மெஸ்?”

“நீங்க எந்த மெஸ்லே சாப்பிடறீங்க?”

“காரம் வேணும்னா ஆந்திரா மெஸ்லே சாப்பிடலாம். வேணாம்னா, நான் சாப்பிடற மெஸ் பரவாயில்லே. உங்க இஷ்டம்!”

“காரம் வேணாம் எனக்கு. அது கிடக்கட்டும், நான் கேட்ட கேள்விக்கு நீங்க இன்னும் பதில் சொல்லலே...”

“என்ன கேள்வி?”

“என்ன கேள்வின்னு உங்களுக்குத் தெரியும்!”

கிருஷ்ணன் மறுபடியும் சிரித்தான்.

"முதல் நாளே நாம ரெண்டு பேரும் ஒருத்தரையொத்தர் நன்னா புரிஞ்சக்க முயலறது ரொம்பத் தப்பு. கொஞ்சம் ஸஸ்பென்ஸ் இருந்துண்டே இருக்கணும்" என்றான் கிருஷ்ணன்.

"புரிஞ்சுக்க முயலறது தப்பா?"

"உங்ககிட்டே கம்யூனிஸ்ட் புஸ்தகங்களும் இருக்கு, பால்ஸாக் இருக்கு, ஷெல்லி இருக்கு, அகதா கிறிஸ்டியுமிருக்கு. நான் அகாதா கிறிஸ்டியோ, எட்வர்ட் வாலஸோ படிச்சதில்லே. அதெப்பத்தி நான் உங்ககிட்டே சொன்னேனா?"

"எட்வர்ட் வாலஸ் படிக்கிறது தப்பா?"

"நான் அப்படிச் சொல்லவேயில்லே. ஏன் உங்ககிட்டே ஒரு தமிழ்ப் புத்தகம் கூட இல்லேன்னும் நான் கேக்கலே."

கிருஷ்ணனை எப்படிப் புரிந்துகொள்வதென்பது கேசவனுக்குச் சற்று சிரமமாக இருந்தது.

"உங்களுக்கு எந்த ஊரு?" என்று கேட்டான் கேசவன், பேச்சின் திசையை மாற்றி.

"திருவனந்தபுரம்."

"அங்கேயிருந்தா இங்கே தமிழ் படிக்க வந்திருக்கீங்க?"

"ஏன் வரக் கூடாதா?"

"இல்லே. ஐ ஆம் எ லிட்டில் ஸர்ப்ரைஸ்ட்."

"நான் பி.ஏ. முடிச்சு அஞ்சு வருஷமாறது, அப்புறம் வேலைக்குப் போனேன். இப்போ தமிழ் படிக்க இங்கே வந்திருக்கேன். ஆர் யு மோர் ஸர்ப்ரைஸ்ட்?"

"ஃப்ரான்க்லி, எஸ். உங்களுக்கு மலையாளமும் தெரியுமில்லையா?"

கிருஷ்ணன் சிரித்தான்.

"நீங்க அடிக்கடி சிரிக்கறீங்க?"

"நாங்க எங்க தாத்தா காலத்திலேந்து திருவனந்தபுரத்திலே இருக்கோம். அதனாலே உங்க கேள்வி என்னைச் சிரிக்க வச்சுது. உங்க கேள்வியிலே தப்பில்லே. நாங்க எங்க தாத்தா காலத்திலிருந்து திருவனந்தபுரத்திலே இருக்கிறதுதான் தப்பு."

கேசவன் அவனைச் சிறிது நேரம் உற்றுப் பார்த்தான்.

"சரி. நான் உங்களை ஒண்ணு கேக்கலாமா?" என்றான் கிருஷ்ணன்.

"என்ன ?"

"நீங்க திராவிடக் கழகமா ?"

"யார் சொன்னாங்க அப்படி ?"

"வார்டன் சுப்ரமணிய ஐயர். என்னை எச்சரிக்கை செய்தார். உன் ரூமுக்கு ஒரு திராவிடக் கழகக்காரப் பையன் வி.ஸி. சிபார்ஸோட வரான். ஜாக்கிரதையா இரு, நீ தூங்கற போது உன் பூணூலை அறுத்துடுவான்"னார்.

"ஏன் தூங்கற போது ?" என்று கேட்டுவிட்டுச் சிரித்தான் கேசவன்.

"நியாயமான கேள்வி. அதுதான் எனக்கும் புரியலே. நீங்க அறுக்க மாட்டேள் இல்லியா ?"

"முதல்லே என்கிட்ட கத்திரிக்கோல் கிடையாது. இரண்டாவது, நான் திராவிடக் கழகமில்லே. மூணாவது, பூணூல் போட்டுக்கிறதும், போட்டுக்காமயிருக்கிறதும் உங்க விருப்பம். இதிலே குறுக்கிட எனக்கு உரிமை இல்லே. நாலாவது, வார்டன் உங்க கிட்டே ஏன் இப்படிச் சொல்லியிருக்கார்னும் எனக்குப் புரியறது."

"ஏன் ?"

கிருஷ்ணனிடம், கேசவன் தான் துணை வேந்தரிடம் சென்று ஹாஸ்டலில் இடம் வாங்கிய அனுபவத்தைச் சொன்னான்.

"நீங்க கம்யூனிஸ்டா ?" என்று கேட்டான், சிறிது நேரம் கழித்து.

"ஆமாம்."

"1984 என்ற புஸ்தகம் படிச்சிருக்கீங்களா ?"

"இல்லே. யார் எழுதினது ?"

"ஜார்ஜ் ஆர்வெல். அப்புறம் 'தி காட் தட் ஃபெய்ல்ட்'னு ஒரு புஸ்தகம். ஆர்தர் கோஸ்லர், ஸ்டீபன் ஸ்பென்டர், இவா எழுதினது. இவாள்ளாம் ஒரு காலத்திலே கம்யூனிஸ்டா இருந்தவா, அதையும் நீங்க படிக்கணும்."

"கம்யூனிஸ்டா இருக்கிறது தப்புன்னு சொல்றீங்களா ?"

"நான் ஒண்ணும் சொல்லலே. நீங்க இந்தப் புஸ்தகத்தை யெல்லாம் படிங்கன்னுதான் சொன்னேன்."

"படிச்சா"

"படிச்சா ஒண்ணுமில்லே. படிக்க இஷ்டமில்லாட்டா படிக்க வேணாம்."

“இந்தப் புஸ்தகமெல்லாம் உங்ககிட்டே இருக்கா?”

“இருக்கு...”

“அந்தப் புஸ்தகங்களைத் தர்றீங்களா, நான் பார்க்கலாமா?”

“இப்ப வேணாம், அப்புறம் தரேன். இப்போ சாப்பிடப் போகலாம்.”

இருவரும் சாப்பிடச் சென்றார்கள். டைனிங் ஹாலில் அவனை அங்கு உட்கார்ந்திருந்தவர்கள் உற்றுப் பார்த்தார்கள். புதுப்பையன்!

“எந்தா பட்டரே சுகந்தன்னே?” என்று கேட்டுக்கொண்டே ஒரு பையன் கிருஷ்ணன் அருகில் வந்து உட்கார்ந்தான்.

கிருஷ்ணன் பதில் கூறாமல் புன்னகை செய்தான்.

“என் பேரு சுப்ரமணியன். நீங்க புதுசோ?” என்றான் அந்தப் பையன் கேசவனிடம்.

அவன் தமிழ் உச்சரிப்பில் நாஞ்சில் நாடு தெரிந்தது.

“ஆமாம். என் பேர் கேசவன்.”

“ஆங்! உங்க பேரை லிஸ்ட்லே பார்த்தேன். நீங்களும் தமிழ் எம்.ஏ. இல்லியா?”

“ஆமாம்.”

“எங்கே தங்கியிருக்கீங்க?”

“என் ரூம்–மேட்” என்றான் கிருஷ்ணன்.

“பட்டரோட ‘ரூம் மேட்டா?’ கஷ்டந்தான். ராத்திரி ஒரு மணி மட்டும் படிச்சிட்டிருப்பாரு... உங்களுக்குத் தூக்கம் வேணும்னா, ‘ரூமை’ மாத்திக்கீங்க” என்றான் சுப்ரமணியன்.

“மலையாளத்திலே, தமிழ்லே உள்ள அத்தனை கெட்ட வார்த்தையும் மணிக்கு அத்துப்படி...” என்றான் கிருஷ்ணன் சிரித்துக் கொண்டே.

“ஸாருக்கு எந்த ஊரு?” கேட்டான் மணி கேசவனிடம்.

“கும்ப கோணம்.”

“அப்பொ நான் உங்ககிட்டே நிறைய கத்துக்க வேண்டியிருக்கும்” என்றான் மணி, கேசவனைக் கையெடுத்துக் கும்பிட்டபடி.

இருபது

கிருஷ்ணன், கையில் சேனா வரையத்தை வைத்துக்கொண்டு சிந்தனையில் ஆழ்ந்தான்.

கிருஷ்ணன் பற்றி.

கிருஷ்ணனைப் போன்ற யாரையும் கேசவன் அவன் கும்பகோண வாழ்க்கையில் சந்தித்ததே யில்லை.

மிகவும் கூச்ச சுபாவம். புதியவரைக் கண்டால் நத்தையைப் போல் கூட்டுக்குள் ஒடுங்கிக்கொண்டு விடுவான். ஆனால் அதே சமயத்தில், எல்லோரையும் ஒதுங்கி நின்று கவனித்து அவர்களுடைய குண இயல்புகளை ஆச்சரியமான முறையில் கணித்தறியும் கூர்மையான ஆற்றல்.

கிருஷ்ணன் நிறையப் படித்திருந்தான். படித்த வற்றில் முக்கியமானவற்றை அவன் ஒரு நோட்டுப் புத்தகத்தில் குறித்துக்கொள்வது வழக்கம். அவனிடம் இவ்வாறு குறித்துக்கொண்ட அளவில், ஏராளமான நோட்டுப் புத்தகங்கள் இருந்தன.

அவை வெறும் குறிப்புத்தாள்கள் மட்டுமல்ல; அவன் அவற்றைப் பற்றித் தன்னுடைய விமர்சனங் களையும் எழுதி வைப்பது வழக்கம்.

அந்த நோட்டுப் புத்தகங்கள், அவன் நாட்குறிப்புகளாகவுமிருந்தன.

தன்னைப் பற்றியும் அவன் எழுதி வைத்திருப்பா னென்று, கேசவனுக்கு நிச்சயமாகத் தெரியும்.

ஆனால், கிருஷ்ணன் அவனுடைய குறிப்புப் புத்தகங்களை மிகப் பத்திரமாகப் பூட்டி வைத்திருந்தான். ஒரு நோட்டுப் புத்தகத்தைச் சிற்சில சமயங்களில் எடுத்துப் படிப்பான்.

கிருஷ்ணனின் அறிமுகம் கேசவனை ஒரு புதிய இலக்கிய உலகுக்கு அறிமுகம் செய்து வைத்தது.

ஜேம்ஸ் ஜாய்ஸ், எஸ்ரா பவுண்ட், ப்ரௌஸ்ட், ஆடன், டி.எஸ். எலியட், தாமஸ்மான், தாஸ்தோ விஸ்கி... இப்புதிய உலகம், அவன் மனத்தில், விடைகள் தெரியாத, விடைகள் தேவையில்லாத பல கேள்விகளை எழுப்பியது.

கேசவனைத் தேடிக்கொண்டு அவன் அறைக்குப் பல நண்பர்கள் வருவார்கள்.

அரசியல் பேசுவார்கள்.

கிருஷ்ணன் இவ்வுரையாடல்களில் பங்குகொள்வதில்லை.

அவன் எதையும் கவனிக்காதது போல் புத்தகம் படித்துக் கொண்டிருப்பான். ஆனால் யாரேனும் அபத்தமாகப் பேசினால், அவன் முகத்தில் தோன்றும் புன்னகையினின்றும், அவன் புத்தகத்தைப் படித்துக்கொண்டிருப்பதோடு மட்டுமல்லாமல், இவர்கள் பேசுவதையும் கவனித்துக்கொண்டிருக்கிறான் என்பது தெரியும்.

அவர்கள் போனபிறகு, கிருஷ்ணன் வழக்கமாகக் கேட்கும் கேள்வி. 'ஹௌ கான் யு ஸ்டான்ட திஸ் ஸ்டாஃப் அண்ட் நான் ஸென்ஸ்?'

'வொய் நாட்? எல்லோருமே உங்க மாதிரி 'இன்டெக்டுவலா' இருக்கணும்னு எதிர்பார்க்கறீங்க?'

'நான், 'இன்டெலக்சுவல்' இல்லை. நான் கேக்கற கேள்வி, எல்லாரும் பேசித்தான் ஆகணுமா.'

'புரியலே.'

'பேசாமெ இருக்கிறதுக்கும் ஒரு 'ஸோபிஸ்டிகேஷன்' வேணும். ஸைலன்ஸ் ப்ரோக்கன் கான் நெவர் பிதி ஹோல்.'

'மனுஷனையும் மிருகத்தையும் வித்தியாசப்படுத்தறதே இந்தப் பேச்சுதான். இயற்கையோட போராடற மனுஷனுக்குக் கிடைச்ச முக்கியமான ஆயுதம் மொழி. 'ஃப்ரீடம் இஸ் தி ரெகக்னிஷன் ஆஃப் நெஸஸிட்டி.' அப்படியிருக்கிறப்போ...'

'ப்ளீஸ்... எல்லாம் மார்க்ஸிஸ்ட் ஜார்கன்.'

'அப்படின்னா எல்லாரும் ஊமையா இருக்கணுங்கிறீங் களா!'

'நான் அப்படிச் சொல்லலே. நாம பேசிப் பேசிப் பல வார்த்தைகளோட பொருள் தேஞ்சு நிர்வாணமாகியாச்சு. இதுக்குக் காரணம் அரசியல்வாதிகள்தான். காந்திஜி பல சமயங்கள்ளே மௌன விரதம் இருந்ததற்குக் காரணம், இந்தப் பழகிப்போன வார்த்தைகள் மேலே இருந்த வெறுப்புதான் காரணம்னு தோணறது.'

கேசவன் சிரித்துக்கொண்டே சொன்னான்:

'இது ஒரு புது தியரி. காந்திஜிக்கே, இது தெரிஞ்சிருக்கு மான்னு தெரியலே.'

'அவருக்குத் தெரிஞ்சிருக்கணும்னு அவசியமுமில்லே' என்றான் கிருஷ்ணன்.

'நீங்க பக்கம் பக்கமா எழுதி நோட் புக் வச்சிருக்கீங்களே, வார்த்தைகள் மேலே இருக்கிற வெறுப்பினாலியா?' என்று கேட்டான் கேசவன்.

'நம்மோட புத்திசாலித்தனத்தைக் காட்டறதுக்காக வார்த்தைகளை உபயோகிக்கறது எனக்குப் பிடிக்கலே. ஒரு வகையிலே பாக்கப்போனா, நான் வார்த்தைகளை வழிபடறேன். அதனால் தான் அவை சீரழிஞ்சி போறதைப் பாக்கிறபோது, எனக்குக் கோபம் வர்து. ஜேம்ஸ் ஜாய்ஸ் மாதிரி வார்த்தைகளை வழிபட்டவன் யாரும் கிடையாது. ஆனா அவன் இதனாலே தன்னோட புத்திசாலித்தனத்தைக் காட்டலே. மதர் இஸ் பீஸ்ட்லி டெட் ('Mother is beastly dead'). அம்மா பேரிலேயிருந்த ஒரு வெறுப்பை ஷோஃபன் ஹெர் கூட இப்படி இதய பூர்வமா காட்டியிருக்க முடியாது. இங்கே வார்த்தை தெரியலே, வெறுப்பு தான் தெரியறது. வார்த்தை தெரிஞ்சா, அது இலக்கியமேயில்லே.'

புத்திசாலித்தனமாக எழுதுகின்றவர்களையே படித்துப் பழகிய கேசவனுக்குக் கிருஷ்ணன் கூறுவதை உடனுக்குடன் ஏற்றுக்கொள்ள முடியவில்லை. ஆல்டஸ் ஹக்ஸ்லியின் நூல்களை யெல்லாம் அவன் படித்திருந்தான். அவற்றில் பளிச்சென்று தெரிந்த அந்தப் புத்திசாலித்தனம் அவன் மனத்தை ஈர்த்தது.

'உங்களுக்குப் பிடித்த எழுத்தாளர் ஆல்டஸ் ஹக்ஸ்லி. அதனாலே நான் சொல்லறது உங்களுக்குப் பிடிக்காம இருக்கலாம்' என்றான் கிருஷ்ணன்.

கேசவன் திடுக்கிட்டான்.

அவன் கேட்டான்: 'ஆர் யு எ மைன்ட் ரீடர்?'

கிருஷ்ணன் பதில் கூறாமல் சிரித்தான்.

'ஆல்டஸ் ஹக்ஸ்லி உங்களுக்குப் பிடிக்காதா?'

'நாட் ஆஸ் எ கிரியேடிவ் ரைட்டர். அவனை ஒரு படைப்பாளியா என்னாலே ஏத்துக்கொள்ள முடியாது. உங்களுடைய இன்னொரு ஃபேவரிட் ரைட்டர், பால்ஸாக்கும் இப்படித்தான்.'

'நான் நினைக்கிறேன், ரசனைக்கும் 'ஜெனிடிக்கோட்' தான் காரணம்னு. நீங்க படிக்கச் சொன்ன, பாடிலேர்ரைப் படிச்சுப் படிச்சுப் பார்த்தேன். என்னாலே ரசிக்க முடியலே... இது என் குறையா, நிறையான்னு எனக்குப் புரியலே...'

கிருஷ்ணன் சிரித்துக்கொண்டே சொன்னான்: 'இப்படி நினைச்சுண்டு சந்தோஷமா இருந்தேன்னா, அதெ என்னாலே தப்பு சொல்ல முடியாது. 'ஜெனிடிக்கோட்' அப்படியிருந்தா எப்படித் தப்பு சொல்ல முடியும்? உங்க சிநேகிதர்கள் பல பேருக்கு 'ஜெனிடிக்கோட்', அரசியல் சாக்கடையிலே குளிக்கிறது. பாரதி பாட்டிலே வர்ற பன்னி மாதிரி அவா அதை ரசிக்கிறா, அதெ என்னாலே எப்படித் தப்பு சொல்ல முடியும்?'

'அப்படின்னா நானும் ஒரு பன்னிதான். அரசியல் விமரிசனம் எனக்கும் பிடிக்கிறது' என்றான் கேசவன்.

கிருஷ்ணன் சிரித்தான்.

கிருஷ்ணன்போல யாரையும் அவன் கும்பகோணத்தில் சந்தித்ததில்லை என்று சொல்ல முடியுமா?

சுப்ரமணிய அய்யர், இளம் வயதில் கிருஷ்ணனைப் போல் இருந்திருக்கக்கூடும். ஆனால் அவர் அவனிடம் 'நானும் உன் மாதிரிதான் உன் வயசிலே இருந்தேன்' என்று சொன்னது கேசவன் ஞாபகத்துக்கு வந்தது.

கிருஷ்ணன் குழந்தையாகவோ, இளைஞனாகவோ எப்பொழுதுமே இருந்திருக்க முடியாதென்று கேசவனுக்குத் தோன்றியது.

"சேனா வரையமா படிக்கிறீங்க?" என்று கேட்டுக்கொண்டே வந்தான் நல்லபெருமாள்.

நல்லபெருமாள் நாகர்கோவிலைச் சேர்ந்தவன். பி.ஏ. ஹானர்ஸ் இறுதி வகுப்பில் படிப்பவன். இலக்கணத்தில் தெரியாததை அவனிடம் கேட்டுக்கொள்ளலாமென்று ஆசிரியராலே பாராட்டப்படுகிறவன்.

சிறிய கண்கள், சப்பை மூக்கு. அக்கண்களில் புத்திசாலித் தனத்தைத் தெரியப்படுத்துகின்ற அறிவின் ஒளி.

"ஆமாம் இதெ படிக்கிறேன், பாருங்க. இப்படி உரை யெழுதினா எவன் தமிழ் படிக்க முன் வருவான்?" என்றான் கேசவன்.

“படிங்க!” என்றான் நல்லபெருமாள்.

“தொல்காப்பியச் சூத்திரம் தெளிவா இருக்கு. எப்பொருள் ஆயினும் அல்லது இல்லெனின் அப்பொருள் அல்லாப் பிறிது பொருள் கூறல். ஒரு கடைக்குப் போய் ‘அரிசி இருக்கா?’ன்னு கேட்டா, உப்பைத் தவிர வேறொண்ணுமில்லேன்னு கடைக்காரன் பதில் சொல்லணும். அப்பொ அரிசி இல்லேன்னு தெரிஞ்சுக்கு வாரு, அவ்வளவுதானே? இதுக்குச் சேனாவரையர் உரையாசிரியரை வம்புக்குழுத்து அவர் சொல்லியிருக்கிற உரை தப்புன்னு காட்டி, எதுக்கு இவ்வளவு விவகாரம்?’

“அப்படியில்லீங்க. உரையாசிரியார் ‘வேற பொருள்’ங்கிறத்துக்கு ‘இனப் பொருள்’ சொல்லணுங்கிறாரு. அதாவது அரிசி இருக்கான்னா, வேறொரு மளிகைச் சாமானை மட்டுந்தான் இருக்குன்னு சொல்லணுங்கிறாரு. சேனாவரையர் கேள்வி, அரிசி வாங்கிறவன் சீப்பு விக்கக் கூடாதான்னு அப்படி வித்தா, சீப்பு மட்டுந்தான் இருக்குன்னு சொல்லறது என்ன தப்புங்கிறாரு. ஆனா இது பொருத்தமாயில்லே. அரிசி விக்கிறவன் எதுக்காகச் சீப்பு விக்கணும்? அவர் சீப்புன்னு சொல்லலே, அவர் ‘பாம்புணிக்கல்’ங்கிறாரு. அதாவது பாம்பு விஷத்தை உறிஞ்சிற கல். அரிசி விக்கிறவன் அந்தக் கல்லை விக்கப் போறானா?”

அப்பொழுது உள்ளே நுழைந்த கிருஷ்ணன் சொன்னான்: “ஏன் விக்கக் கூடாது? அமெரிக்காவிலே இப்பொல்லாம் ‘சூப்பர் மார்க்கெட்’ன்னு இருக்காம். அங்கே, மளிகைச் சாமான், துணிமணி, ஸ்டேஷனரி சாமான், புஸ்தகங்கள், சீப்பு, சோப்பு, கண்ணாடி எல்லாம் ஒரே இடத்திலே விக்கிறான்னு சொல்றா. சேனாவரையர் காலத்திலே சூப்பர் மார்க்கெட் இருந்திருக்குங்கிறதுக்கு இது ஒரு ப்ரூஃப்!”

“கிண்டல் பண்றீங்க” என்றான் நல்லபெருமாள்.

“அரிசி இருக்கான்னா, இல்லேன்னு சொல்லறதை விட்டுட்டு எதுக்காக இப்படிச் சுத்தி வளைச்சு” என்று கேசவன் சொல்லி முடிப்பதற்குள், நல்லபெருமாள் கூறினான்: “சேனாவரையர் அப்படிப் பதில் சொல்றதும் சரின்னுதான் சொல்றாரு.”

“கேள்வி கேக்கிறதுக்கும், பதில் சொல்றதுக்கும் ஒத்தன் இலக்கணம் படிச்சுத்தான் ஆகணுமா?” என்றான் கேசவன்.

“நோ, யு ஆர் ராங். அவங்களோட தர்க்க அறிவைப் பாருங்க. அதுதான் முக்கியம்” என்றான் கிருஷ்ணன்.

இருபத்தொன்று

கேசவன் சாப்பிடுவதற்காகப் புறப்பட்டுக் கொண்டிருந்தபோது, பொறியியல் கல்லூரியில் படித்துக்கொண்டிருந்த மாணவன் நாராயண ரெட்டி, கேசவன் அறைக்குள் நுழைந்தான்.

கிருஷ்ணன் அவனை ஏறிட்டு நோக்கினான்.

"காம்ரேட், குட்மார்னிங். உங்களைத்தான் பாக்க வந்தேன்" என்றான் ரெட்டி. கிருஷ்ணன் கைகளை வலுக்கட்டாயமாக இழுத்துக் குலுக்கியவாறு,

"நான் காம்ரேட் இல்லே, காம்ரேட் அவர்" என்றான் கிருஷ்ணன், கேசவனைச் சுட்டிக்காட்டி.

"ஐ ஆம் சாரி. காம்ரேட் கேசவன்?"

"நான்தான்..." என்றான் கேசவன். கேசவனுக்கு நாராயண ரெட்டியைத் தெரியும். 'ஸ்டூடன்ஸ் ஃபெடரேஷன்' தலைவன். ஆனால் ரெட்டிக்குக் கேசவனைத் தெரியாது.

"உங்களைப் பற்றி காம்ரேட் அனந்தராம கிருஷ்ணன் சொன்னான். உங்களை நான் பார்க்க வந்ததற்கு முக்கியமான காரணம், இன்று முதல் 'ஸ்டிரைக்'. துணைவேந்தர் நம் கோரிக்கைகளை நிராகரித்துவிட்டார். 'ஸ்டிரைக்' செய்வதைத் தவிர வேறு வழி இருப்பதாகத் தெரியவில்லை."

"என்ன கோரிக்கைகள்?" என்றான் கிருஷ்ணன்.

"மாணவர் நடமாட்டத்துக்குத் தடையாக 'லேடிஸ் ஹாஸ்டலை'ச் சுற்றிப் பெரிய குறுக்குச்

வேர்ப்பற்று

சுவர் கட்டியிருக்கிறார்கள் தெரியுமா? முதலில் அதை இடித்தாக வேண்டும்."

"பெண்களுக்குப் பாதுகாப்பாக இருக்க வேண்டுமென்று கட்டியிருக்கலாம் அல்லவா?" என்றான் கிருஷ்ணன்.

"நோ. கம்யூனிஸ்ட் இயக்கத்தை முறியடிக்க. மாணவிகளில் பலர் நம் கட்சி அங்கத்தினர்கள். மாணவர்கள் அவர்களைப் பார்க்கக் கூடாதென்பதற்காக இந்தக் குறுக்குச் சுவர் கட்டப்பட்டிருக்கிறது. இவ்வாறு சுவர் கட்டியிருப்பதே துணைவேந்தருக்கு மாணவர்கள் மீதோ அல்லது மாணவிகள் மீதோ நம்பிக்கை இல்லை என்று எடுத்துக்காட்டுகிறது. இது மாணவச் சமுதாயத்துக்கே இழைக்கப்பட்டிருக்கும் மாபெரும் அவமானம்" என்று உணர்ச்சிவயப்பட்ட நிலையில், பாதி ஆங்கிலமும், பாதி தெலுங்கும் கலந்த நடையில் பொழிந்து தள்ளினான் ரெட்டி.

அவனுக்கு மூச்சு வாங்கியது.

"மாணவிகள் என்ன சொல்லுகிறார்கள்?" என்றான் கேசவன்.

"மாணவிகள் இதை எதிர்க்கிறார்கள்."

"மாணவர்களும் மாணவிகளும் அடிக்கடி சந்திப்பதற்குத் தோதாகக் குறுக்குச் சுவரை இடிந்துவிட்டால், நம் நாட்டில் கம்யூனிஸ்ட் புரட்சி உடனே ஏற்பட்டு விடும், அப்படித்தானே?" என்றான் கிருஷ்ணன்.

ரெட்டிக்கு அவன் கிண்டல் செய்கிறானா அல்லது உண்மையாகவே இப்படி அபிப்பிராயப்படுகிறானா என்று தெரியவில்லை. கிருஷ்ணனின் சாதுவான முகத்தைப் பார்த்தால் அவன் கிண்டல் செய்யக் கூடியவனாக ரெட்டிக்குத் தோன்ற வில்லை.

"விஷயத்தை நீங்கள் மிகவும் கொச்சைப்படுத்துகிறீர்கள்" என்றான் கேசவன் கிருஷ்ணனிடம்.

கிருஷ்ணன் கேசவனைப் பார்த்துப் புன்னகை செய்தான்.

"நீங்கள் துணைவேந்தரை ஆதரிக்கின்றீர்களா?" என்று கோபத்துடன் கேட்டான் ரெட்டி கிருஷ்ணனிடம்.

"நானா?" என்று கேட்டுவிட்டுச் சிரித்தான் கிருஷ்ணன்.

"ஏன் சிரிக்கிறீர்கள்?"

"அவருக்குக் கம்யூனிஸ்டுகளைப் பற்றி மிகவும் மட்டமான அபிப்பிராயம்" என்றான் கேசவன்.

"ஏன்?"

"எனக்கு இந்தியக் கம்யூனிஸ்டுகளைப் பற்றி எந்தவிதமான அபிப்ராயமும் கிடையாது. ஆனால் உலக மார்க்ஸிய சிந்தனையாளர்களைப் பற்றி எனக்கு மிகவும் உயர்வான அபிப்ராயம். அவர்கள் சொல்வதை என்னால் ஏற்றுக்கொள்ள முடியாவிட்டாலும், அவர்கள் உயர்ந்த சிந்தனையாளர்கள் என்பது பற்றி சந்தேகமேயில்லை" என்றான் கிருஷ்ணன்.

"ஏன் இந்தியக் கம்யூனிஸ்ட்களைப் பற்றி எந்தவிதமான அபிப்ராயமுமில்லை என்கிறீர்கள்?"

"இந்தக் குறுக்குச் சுவர் இருப்பது பற்றிய விவகாரத்தையே எடுத்துக்கொள்ளுங்கள். இது எந்த வகையில் ஒரு சித்தாந்தப் போராட்டம்? ஓர் ஆண் ஒரு பெண்ணை எந்தவிதமான தடையுமின்றிச் சந்திக்க விரும்புகின்றான். அவ்வளவுதானே? இதற்கு மார்க்ஸை ஏன் சந்திக்கு இழுக்கிறீர்கள்?"

"இது ஒரு குறியீட்டுப் போராட்டம். இந்தக் குறுக்குச் சுவர் விவகாரம், எங்கள் கோபத்தின் எல்லை. ஹாஸ்டலில், நல்ல சாப்பாடு கிடையாது. டாய்லெட்டுகள் போதவில்லை. வார்டன், மானேஜர் ஆகிய எல்லோரும் கொள்ளையடிக்கிறார்கள். வகுப்புவாதம் தலைவிரித்தாடுகிறது. துணை வேந்தர் திராவிடக் கட்சி ஆதரவாளர். இவையெல்லாம் உங்களுக்கு அரசியல் பிரச்சிகளாகத் தோன்றவில்லையா?"

அப்பொழுது இரண்டு மூன்று மாணவர்கள் வேகமாக அவர்கள் அறைக்குள் நுழைந்தார்கள். அவர்கள் மிகவும் பதற்றத்துடன் காணப்பட்டனர். ஒருவன் கடைவாயில் இரத்தம் வழிந்துகொண்டிருந்தது.

"என்ன ஆயிற்று?" என்றான் ரெட்டி.

"திராவிடக் கழக மாணவர்கள் எல்லாரையும் அடித்துக் கொண்டிருக்கிறார்கள்..." என்றான் ஒருவன்.

"ஏன்?"

"ஸ்ட்ரைக் கூடாதென்பதற்காக துணைவேந்தர் அம்மாணவர்களை விட்டு நம்மை அடிக்கச் சொல்லியிருக்கிறார்."

"இவனை கிளினிக்குக்கு அழைத்துச் செல்லுங்கள். காம்ரேட் கேசவன உங்களால் என்னுடன் வர முடியுமா?" என்றான் ரெட்டி.

கேசவன் அவனுடன் கிளம்பினான்.

வேர்ப்பற்று ❋ 153 ❋

இருவரும் விரைந்து பொறியியல் கல்லூரி விடுதியை நோக்கிச் சென்றார்கள்.

அங்கே பெரிய ரகளை நடந்துகொண்டிருந்தது.

திராவிடக் கழக மாணவர்கள் மட்டுமல்லாமல் திராவிடக் கழகத்தைச் சேர்ந்த மாணவர்கள் அல்லாதவர்கள் பலரும் ஆர்ப்பாட்டத்தில் ஈடுபட்டிருந்தனர். எல்லாருடைய கைகளிலும் கம்புகள், கைக்கு அகப்பட்ட ஆயுதங்கள், காலொடிந்த நாற்காலிகள், இரும்புத் தடிகள், பாறாங்கற்கள் ஆகிய பல இருந்தன.

மாணவர்களில் முக்கால்வாசிப் பேர் கதவைத் தாளிட்டுக் கொண்டுவிட்டனர்.

ஆயுதம் சகிதமாக நின்றவர்கள் உரக்க சத்தம் போட்டுக் கொண்டிருந்தார்கள்.

"பாப்பாரப் பயல்வ பேச்சைக் கேட்டுட்டு 'ஸ்டிரைக்'காடா பண்ணப்போறீங்க? தமிழன் ஒருத்தன் வைஸ் சான்ஸ்லரா இருக்கிறது பிடிக்கலியா உங்களுக்கு?"

இதைத் தொடர்ந்து, 'பாப்பான் ஒழிக, பாப்பான் ஒழிக' என்ற கோஷங்கள்.

ரெட்டியும் கேசவனும் வருவதைப் பார்த்ததும், கோஷம் போட்டவர்களில் சிலர் அவர்களை நோக்கி வந்தனர்.

"யாருடா, நீ? எங்க தமிழனை அடிச்சு விரட்டணும்னு பாக்கறயா? காங்கிரஸ் பாப்பான், கம்யூனிஸ்ட் பாப்பான் எல்லாரும் சேர்ந்துண்டு செய்யற சதின்னு எங்களுக்குத் தெரியும். உங்க காலை ஒடிச்சுப் போட்டுருவோம், தெரிஞ்சுதா?" என்று ஒருவன் சிவப்பேறிய கண்களுடன் கத்தினான்.

"இது 'ஸ்டூடன்ஸ்' சம்பந்தப்பட்ட விஷயம். நீங்கள்ளாம் யாருன்னு எனக்குத் தெரியலே" என்றான் கேசவன்.

"அவன் சட்டையைக் கிழிடா, பூணூல் இருக்கான்னு பாப்போம்" என்றான் இன்னொருவன்.

இதற்குள் கேசவன் அறைக்குப் பக்கத்து அறையிலிருந்த நன்மாறன் அங்கு வந்தான்.

நன்மாறன் திராவிடக் கழகத்தைச் சேர்ந்தவன். பழகு வதற்கு இனியவன். "கேசவன், நீங்க போயிருங்க. இந்த ஆந்திரப் பசங்க நம்ம வைஸ்சான்ஸ்லரை அடிச்சு விரட்டப் பாக்கிறாங்க!" என்றான் நன்மாறன்.

இந்திரா பார்த்தசாரதி

"இவன் பாப்பான்தானே?" என்று கேட்டான் ஒருவன் நன்மாறனிடம், கேசவனைச் சுட்டிக்காட்டி.

"இவரு தமிழ் எம்.ஏ. படிக்கிறாரு. பாப்பானா இருந்தாலும் நல்ல மாதிரி."

"போடா நீ! பாப்பான்லே நல்லமாதிரி ஏதுடா? பாம்பையும் பாப்பானையும் பாத்தா எதைக் கொல்லணும்? ஐயா என்ன சொல்லியிருக்காரு?"

"ஐயா அப்படிச் சொல்லவேயில்லை. நீ மத்தவங்க இட்டுக்கட்டி சொல்ற கதை. கேசவன், நீங்க போயிடுங்க. ஸ்டிரைக்லே சேராதீங்க!" என்றான் நன்மாறன்.

இருபத்திரண்டு

கேசவன் மீது ஓர் அடி பலமாக விழுந்தது. அடித்தவர் யாரென்பது தெரியவில்லை. அவன் கோபத்துடன் திரும்பினான்.

"கேசவன், நீங்க போயிடுங்க. கூட்டத்துக்கு நியாயம், அநியாயம் தெரியாது" என்று கூறினான் நன்மாறன்.

"நீ என்னடா நியாயம் அநியாயம் கண்டுட்டே? பாப்பானைப் பாத்ததும் ஏன் குரல் மாறுது?" என்று ஆகிருதிக்கேற்ற ஆக்ரோஷமான மீசையுடனிருந்த ஒருவன் நன்மாறனைப் பார்த்துச் சீறினான்.

தன்னால் நன்மாறனுக்கு ஓர் சங்கடமான நிலைமை உருவாகிவிடக் கூடுமென்று கேசவனுக்குத் தோன்றியது.

அடி விழுந்த இடத்தில் வலித்தது. ஆனால், வன்முறைக்காகவே முனைப்புடன் வந்திருக்கும் இக்கூட்டத்துடன், வாதத்தினால் மோதுவதென்பது இயலாத காரியமாகுமென்று அவனுக்குப் பட்டது.

அவன் திரும்பினான்.

ரெட்டியைக் காணவில்லை.

அவன் மட்டும் தனியாக நிற்பதை உணர்ந்தான். ரெட்டி எங்கே?

ஒருவன் கை ஒலிபெருக்கி மூலம் அறிவித்துக் கொண்டிருந்தான்:

"வேலை நிறுத்தம் இல்லை. மாணவர்கள் ஒழுங்காக வகுப்புக்குப் போக வேண்டும். போகாவிட்டால், பலவந்தமாக அழைத்துச் செல்லப்படுவார்கள். ஓடி ஒளிந்துகொள்கிறவர்கள், பல்கலைக்கழகத்திலிருந்து வெளியேற்றப்படுவார்கள்."

இவ்வாறு அறிவித்தவனைப் பார்த்தால், மாணவனாகக் கேசவனுக்குத் தோன்றவில்லை. கட்சித் தலைவனாக இருக்கக் கூடும்.

கேசவன் திரும்பி வந்ததும் கிருஷ்ணன் அவனைப் பார்த்துப் புன்னகை செய்தான்.

"மிருகக்கூட்டம்" என்றான் கேசவன்.

"கூட்டம் என்று சொன்னாலே போறும்" என்றான் கிருஷ்ணன்.

"தே ஆர் ஹோல்டிங் அஸ் டு ரான்சம். ஸ்ட்ரைக்கை நீங்க ஆதரிக்கிறீங்களா?" என்றான் கேசவன்.

"நீங்க ஆதரிச்சா கிளாசுக்குப் போகாதீங்க. ஆதரிக்க லேன்னா போங்க. முடிவு எடுக்க வேண்டியது நீங்க. கூட்டம் ஒரு சம்பந்தமில்லாத பிரச்சினை..." என்றான் கிருஷ்ணன்.

"எப்படிச் சம்பந்தமில்லாத பிரச்னை? கிளாசுக்குப் போகலேன்னா, அவர்களைக் குண்டுகட்டாத் தூக்கி, கிளாசிலே உக்காத்தி வைக்கப் போறாங்களாம். அப்படிச் செய்ய அவர்களுக்கு என்ன உரிமை இருக்கு?" என்றான் கேசவன்.

கிருஷ்ணன் புன்னகை செய்தான்.

"என்ன சிரிக்கிறீங்க?"

"அந்தக் காட்சியைக் கற்பனை பண்ணிப் பார்த்தேன்."

"இது விளையாட்டில்லே, கிருஷ்ணன் கழகக்காரங்க கண்மண் தெரியாமெ எல்லாரையும் அடிக்கறாங்க... இதுக்கு வைஸ் – சான்ஸ்லர் ஆதரவு வேற..."

"நான் கிளாசுக்குப் போறேன்."

"அது உங்க இஷ்டம். நான் போக விரும்பலேன்னா, என்னை வற்புறுத்திப் போக வைக்கறது, உங்களுக்கு நியாயமாப் படறதா?"

"என் அடிப்படைக் கேள்விக்கு நீங்க இன்னும் பதில் சொல்லலே. கட்டின சுவரை 'இடி'ன்னு சொல்லிட்டு, இதுக்காக 'ஸ்ட்ரைக்' செய்யறது நியாயமா? நீங்க இதை ஆதரிக்கிறீங்களா?"

வேர்ப்பற்று

"ரெட்டி வந்து சொன்னபோது, தயங்கினேன் உண்மைதான். ஆனா, இப்பொ ஆதரிக்கிறேன். நிலைமை மாறிப்போச்சு..."

"அடிப்படைப் பிரச்சினை மாறலியே? 'ஸ்ட்ரைக்' செய்றது தப்புன்னு உங்களுக்குப் பட்டா, உங்களுடைய கொள்கை உறுதிப்படிதானே நீங்க நிக்கணும்? நான் பிராம்மணன், பூணூல் போட்ட பிராம்மணன். நான் கிளாசுக்குப் போகப் போறேன். கழகக்காரங்க, என்னை அடிப்பாங்கங்கற பயத்தினாலே இல்லே. 'ஸ்ட்ரைக்' செய்யறது தப்புன்னு எனக்குப் படறது."

இதற்குள் வெளியே ஒரே சத்தம், ஆரவாரம். கேசவன் அறைக்கு வெளியே போய்ப் பார்த்தான்.

"நல்லமுத்து சாரை நல்லா அடிச்சுட்டாங்க, கழகக்கார பயல்வ. நாம சும்மா இருக்கக் கூடாது..." என்று தர்ம விநாயகம் ஆவேசமாகப் பேசிக்கொண்டிருந்தான்.

நல்லமுத்து வரலாற்றுத்துறை ஆசிரியர். காங்கிரஸ் குடும்பத்தைச் சேர்ந்தவர். கதரைத் தவிர வேறு அணிவதில்லை. சுமுகமான சுபாவமும் எப்பொழுதும் புன்னகையுடனு மிருப்பவர்.

அவரை எதற்காக அடித்திருப்பார்கள்? கேசவனுக்குப் புரியவில்லை.

"என்ன ஆச்சு, தர்மு?" என்றான் கேசவன்.

தர்ம விநாயகம் எம்.ஏ. பொருளாதாரம் படித்துக்கொண்டிருந்தான். நாகர்கோவிலைச் சார்ந்தவன். அவனுடையதும் காங்கிரஸ் குடும்பந்தான்.

"ஏண்டா இப்படி வம்பு பண்றீங்கன்னு போய்க் கேட்டிருக்காரு, உடனே அவரை சரமாரியா போட்டு அடிச்சுட்டாங்க. இதை நாம சும்மா விடக் கூடாது. கழகக்காரங்களை 'அட்ரெஸ்' தெரியாம ஆக்கணும், புறப்படுங்க..." என்றான் தர்மு. அவ்வளவுதான், அவனுடன் நாகர்கோவிலைச் சார்ந்த அனைவரும் ஒன்றுகூடிவிட்டார்கள்.

எல்லாரிடத்தும் கையிலகப்பட்ட ஆயுதங்கள்.

"நீங்க காங்கிரஸாச்சே, ஆயுதத்தை எடுக்கலாமா? காந்தி இருந்தார்னா..." என்று கிருஷ்ணன் சொல்லி முடிப்பதற்குள், தர்மு குறுக்கிட்டான், "பட்டரே, நான் காந்தியைப் பின்பத்தறவன்னு சொல்லிக்கலே. இரண்டடி ஒத்தன் அடிச்சான்னா, நான் நாலு அடி திருப்பிக் கொடுப்பேன். நீங்க இப்படி நியாயம பேசிக்கிட்டிருங்க, உங்க பூணூலை அறுத்தெறிய வாரானுங்க..." என்றான் தர்மு.

அப்பொழுது நாலைந்து மாணவர்கள் கையில் புத்தகங்களுடன், வகுப்புக்குச் செல்ல ஆயத்தமாய் வந்து கொண்டிருந்தார்கள்.

"இன்னிக்கு 'ஸ்ட்ரைக்'... 'ரூமு'க்குத் திரும்பிப் போங்க" என்றான் தர்மு அவர்களிடம்.

"ஸ்ட்ரைக் இல்லேன்னாரு இளவழகன்..."

"யார்ரா அவன் இளவழகன் இதைச் சொல்ல? நான் சொல்றேன். 'ஸ்ட்ரைக்' 'ரூமு'க்குத் திரும்பிப் போங்க..."

"எங்க வைஸ்–சான்ஸ்லருக்கு எதிரா நடக்கிற 'ஸ்ட்ரைக்' இது. ஆந்திரக்காரங்க, மலையாளிங்க, பாப்பானுங்க எல்லாரும் சேர்ந்துகிட்டு நடத்தற 'ஸ்ட்ரைக்'. நாங்க சேர மாட்டோம்" என்றான் அவர்களிலொருவன்.

அவ்வளவுதான், அவன் கையிலிருந்த புத்தகங்கள் திக்குக்கு ஒன்றாகப் பறந்தன. அவன் கன்னத்தில் ஓங்கி அறைந்தான் தர்முவுடன் இருந்தவர்களில் ஒருவன்.

அந்த மாணவனுடன் வந்தவர்கள் திரும்பி ஓடிவிட்டார்கள்.

கேசவன் இன்னொரு அடி அந்த மாணவன் மீது விழுவதற்குள் குறுக்கிட்டான்.

"வேணாம், போறும். நாமும் அவங்க மாதிரி நடந்துக்க வேணாம்."

"என்ன திமிரு பாத்தீங்களா, அவன் பேச்சிலே?"

"அவனைப் போய் எதுக்கு அடிக்கணும்? அவன் தலைவனைப் பிடிப்போம். இளவழகனும் அவன் ஆட்களும் யுனிவர்சிடியை விட்டே ஓடணும். புறப்படுங்க" என்றான் தர்மு.

எல்லாரும் கூச்சல் போட்டுக்கொண்டே சென்றார்கள்.

தர்மு சிறிது தூரம் சென்றபிறகு திரும்பி வந்தான்.

"கேசவன், நீங்களும் வாங்க."

"இந்த 'ஸ்ட்ரைக்' எதுக்காக?" என்று கேட்டான் கிருஷ்ணன்.

"நல்லமுத்து சாரைப் போட்டு அடிச்சிருக்காங்க கழகக காரங்க, அதுக்காக, வைஸ் – சான்ஸ்லர் வெளி ஆட்களைக் கூட்டிவரச் சொல்லி அடிக்க ஏற்பாடு செஞ்சிருக்காரு. அதுக்காக வைஸ்–சான்ஸ்லர் ராஜிநாமா செஞ்சாவணும். அதுக்காக, போதுமா?"

“முதல்லே நான் கேள்விப்பட்டது வேற காரணம்...” என்றான் கிருஷ்ணன்.

“அதுபத்தி எனக்குத் தெரியாது. இப்போ இதுதான் காரணம், பட்டரே. புல்லை வச்சுகிட்டு இனிமே ஜெயிக்க முடியாது. கையிலே கத்தியைத்தான் எடுத்தாவணும். நியாயம், அநியாயம் பேசறதை விட்டுட்டு வாயை மூடிக்கிட்டுப் பேசாமயிருங்க. நீங்க எங்ககூட வரணும்னு நான் சொல்லலே. புல்லை எடுத்து சண்டை போடக்கூட உங்களுக்குத் தெம்பில்லேன்னு எனக்குத் தெரியும்.”

“சரி, நானும் உங்ககூட வரேன். எனக்குப் பாதுகாப்பு தரேளா?”

கேசவனுக்கு ஆச்சரியமாயிருந்தது. கிருஷ்ணனிடம் ஏற்பட்ட இந்தத் திடீர் மாற்றம்.

“நீங்க வரவேணாம். உங்களுக்குப் பாதுகாப்புத் தருவோனும் என்னாலே உத்தரவாதம் கொடுக்க முடியாது. உங்க ஆசிர்வாதம் போறும்” என்றான் தர்மு.

“இப்போ நாம் எங்கே போறோம்?” என்றான் கேசவன்.

“ஆர்ட்ஸ் ஃபேகல்டி. அங்கேதான் கழக வீரர்கள்ளாம் குழுமியிருக்காங்களாம். நம்ம கூட ‘காம்ரேட்’ங்க வாராங்க. நீங்களும் ஒரு ‘காம்ரேட்’ ஆச்சே, மறந்துட்டேனே! நல்லமுத்து சார் வாங்கின அடிக்கு வட்டியும் முதலுமா திருப்பித் தரப் போறோம்.”

“அடிக்கிறதுங்கிறது ஒரு ஆக் ஷன் ப்ளானா இருக்க முடியாது. நாம் வைஸ்–சான்ஸ்லரைப் பாத்து அந்தப் பையன் களை உடனே ‘சஸ்பென்ட்’ செஞ்சாவணும்னு சொல்லுவோம். அவர் முடியாதுன்னு சொன்னார்னா, மத்தபடி என்ன செய்யலாம்னு யோசிப்போம்.”

“உங்களுக்கும் கிருஷ்ணனுக்கும் என்ன வித்தியாசம்?”

“இதுதான் போராட்ட முறைன்னு எனக்குப் படறது. அவங்க செய்த தப்பை நாமும் செய்யணுமா?”

“அண்ணே, கேசவன் சொல்றது சரின்னு எனக்குத் தோணுது. வைஸ்–சான்ஸ்லர் முகத்திரை கிழியுமில்லே?” என்றான் சுசீந்திரநாதன்.

அவர்கள் ஹாஸ்டல் கேட்டை விட்டு வெளியே வந்ததும், ரெட்டியின் தலைமையில் வந்த ஒரு மாணவர் கூட்டம் அவர்களுடன் சேர்ந்துகொண்டது. தர்மு, ரெட்டியிடம் கேசவன் யோசனையைச் சொன்னான்.

"இதைத்தான் நான் சொல்லலாமென்று இருந்தேன். கேசவன் கம்யூனிஸ்டாக இருப்பதால் அவருக்கும் இதே யோசனை தோன்றிற்று என்பதில் ஆச்சரியமில்லை. மேலும், கழகக்காரர்கள், ஓடி ஒளிந்துகொண்டுவிட்டார்கள். 'ஆர்ட்ஸ் ஃபேகல்டி' வெறிச்சோடிக் கிடக்கிறது. நாங்கள் அங்கிருந்துதான் வருகிறோம். பேராசிரியர் நல்லமுத்து வீட்டுக்குப் போய் அவருக்கு முதலில் மாலை போடுவோம். பிறகு அவருடைய ஆசியுடன் வைஸ்–சான்ஸ்லரைப் பார்ப்போம்" என்றான் ரெட்டி.

"நோ, இதில் நல்லமுத்து சாரை இழுக்க வேண்டாம். அவருக்கு ஓர் இக்கட்டான நிலைமையை உருவாக்குவது எனக்குப் பொருத்தமாகப்படவில்லை" என்றான் கேசவன்.

"அவரை அடித்திருக்கிறார்களே?" என்றான் ரெட்டி.

"நல்லமுத்து சார், நாம் அவர் வீட்டுக்குச் சென்று மாலை போடுவதை விரும்ப மாட்டாரென்று எனக்குத் தெரியும். தயவு செய்து, அவர் சார்பில் துணைவேந்தரை நாம் போய்ப் பார்த்து, அவரை அடித்திருப்பது பற்றிச் சொல்வோம். ஆசிரியரைக் கழகக்காரர்கள் அடித்திருக்கிறார்கள் என்பதைத் துணைவேந்தரால் சும்மா ஒதுக்கிவிட முடியாது, இதுலே நமக்கும் நல்ல வாய்ப்பு. அவர் அந்த மாணவர்கள்மீது நடவடிக்கை எடுக்க மறுத்தாரானால், அவருடைய ராஜிநாமாவைக் கோருவோம்" என்றான் கேசவன்.

எல்லோரும் கோஷமிட்டுக்கொண்டு துணைவேந்தர் அலுவலகம் நோக்கிச் சென்றார்கள்.

ரெட்டி, தர்ம விநாயகம், கேசவன் இன்னும் இரண்டு மாணவர்கள் துணைவேந்தரைச் சந்தித்துப் பேசுவதென்று தீர்மானமாயிற்று.

அங்குப் போனதுந்தான் அவர்களுக்கு ஆச்சரியம் காத்திருந்தது.

நாலைந்து 'வான்'களிலிருந்து 'திமுதிமு' வென்று போலீஸ்காரர்கள் கீழே குதித்தார்கள்.

இருபத்து மூன்று

ஒரு சப்-இன்ஸ்பெக்டர் அவர்களை நோக்கி வந்தார். அவர் முகம் மிகவும் கடுமையாக இருந்தது. பார்வையின் மூலமே அம்மாணவர் கூட்டத்தை எரித்துவிடுவார் போல் தோன்றியது.

அவர் தனியாக வரவில்லை. அவருடன் இரண்டு போலீஸ்காரர்களும் இருந்தார்கள். போலீஸ்காரர் கையில் துப்பாக்கி இருந்தது.

சப்-இன்ஸ்பெக்டர் மிகவும் கரகரப்பான குரலில் சொன்னார்: "இங்கெல்லாம் கூட்டம் போடக்கூடாது. தடை உத்தரவு. மரியாதையா கலஞ்சு போயிடுங்க."

கேசவன் கூறினான்: "நாங்க தகராறு பண்ண வரல. வைஸ்-சான்ஸ்லரைப் பார்க்க வந்தோம், அவரைப் பார்த்துட்டுப் போகிறோம்."

"வைஸ்-சான்ஸ்லரைப் பார்க்க முடியாது."

"இதைச் சொல்ல வேண்டியது வைஸ்-சான்ஸ்லர். மாணவர்கள் வைஸ்-சான்ஸ்லரைப் பார்க்கக் கூடாதுன்னு சொல்ல போலீஸுக்கு யார் அதிகாரம் கொடுத்தாங்க?" என்றான் தர்ம விநாயகம்.

"வைஸ்-சான்ஸ்லர் எந்தப் பையனையும் உள்ளே விடக் கூடாதுன்னு சொல்லியிருக்காரு" என்றார் சப்-இன்ஸ்பெக்டர்.

"அவரைப் பாக்காம நாங்க போக மாட்டோம். நாங்க அஞ்சுபேர் போய் பாக்கறோம்" என்றான் கேசவன்.

சப்-இன்ஸ்பெக்டர் சில வினாடிகள் யோசனையில் ஆழ்ந்தார். திரும்பி உள்ளே சென்றார்.

போர்ட்டிகோவில் சில கழக மாணவர் தலைவர்களும், அக்கழகத்தைச் சேர்ந்தவர்கள் என்று சொல்லும்படியான வெளிப் பிரமுகர்களும் நின்றுகொண்டிருந்தனர்.

"இது என்ன அக்கிரமம்? கழகப் பசங்க நிக்கறாங்க. நம்மள உள்ளே விடமாட்டேங்கராங்க. இரண்டுல ஒண்ணு பார்க்கணம்" என்று கோபமாகப் பேசினான் தர்ம விநாயகம்.

"போலீஸ் உத்தரவை மீறி நாம் அனைவரும் உள்ளே போவோம். மாணவர் புரட்சி என்றால் என்னவென்று இவர்கள் தெரிந்துகொள்ளட்டும்" என்றான் ரெட்டி, ஆங்கிலத்தில்.

"அது முட்டாள்தனம். இன்ஸ்பெக்டர் என்ன சொல்லுகிறாரென்று பார்ப்போம். அதோ அவர் துணைவேந்தர் அறைக்குள் சென்றிருக்கிறார்" என்றான் கேசவன், ரெட்டியிடம்.

இதற்குள் தர்மு அங்கிருந்த மாணவர்களைப் பார்த்து, "சும்மா நிக்காதீங்க. ஏதானும் கோஷம் போட்டுக்கிட்டே இருங்க" என்றான்.

"வைஸ் – சான்ஸ்லர் ஒழிக!" என்ற கோஷம் முழுமனதாய் எழுந்தது.

அப்பொழுது சப்-இன்ஸ்பெக்டர் வேகமாக வெளியே வந்தார். "வைஸ் – சான்ஸ்லர் மூணு பேரைத்தான் பாப்பாரு. யார் யார் போகறதுன்னு நீங்களே தீர்மானம் பண்ணிக்குங்க!" என்றார் அவர்.

ரெட்டி, தர்ம விநாயகம், கேசவன் ஆகிய மூவரும் உள்ளே போவது என்று தீர்மானித்தார்கள்.

அவர்கள் துணைவேந்தரின் அறைக்குள் நுழைந்தபோது, துணைவேந்தர் திறந்த மார்போடு கைலி கட்டிக்கொண்டு உட்கார்ந்திருந்தது அவர்களுக்கு ஆச்சரியத்தைத் தந்தது. அவர் கழுத்தில் தங்கச் சங்கிலி ஒன்று, கருமைப் பின்னணியில் ஒளிர்ந்தது.

துணைவேந்தர் தனியாக இல்லை. அவருக்கு இருமருங்கிலும் இரண்டு பெரிய 'அல்சேஷன்' நாய்கள், அரியாசன சிங்கங்கள் போல் கொலுவீற்றிருந்தன.

துணைவேந்தர் அவ்விரு நாய்களையும் பரிவுடன் தடவிக் கொண்டிருந்தார்.

"என்னப்பா வேணும்? எதுக்காக வந்திருக்கீங்க?" என்றார் துணைவேந்தர்.

"இந்த இரண்டு நாயையும் உள்ளே அனுப்பிச்சிட் டீங்கன்னா பேச சௌகரியமா இருக்கும்" என்றான் கேசவன்.

"நாய் போகாது. இங்குத் தானிருக்கும். சொல்ல வேண்டியதைச் சொல்லு" என்று கர்ஜித்தார்.

சிறிது நேரம் அங்கு மௌனம் நிலவியது.

"என்ன பேசாம இருக்கீங்க? சொல்லப் போறீங்களா இல்லையா?" என்றார் துணைவேந்தர்.

"எங்களுக்குப் புரியலை, நாய் குரைக்கிறதா அல்லது நீங்கப் பேசறீங்களான்னு; அதனாலதான் பேசாம நின்னோம்" என்றான் தர்மு.

"கிண்டலா பண்றீங்க? போங்கடா வெளிய" என்று துணைவேந்தர் உறுமியதும், அவருக்குப் பக்கவாத்தியம் வாசித்ததுபோல் அந்த ரெண்டு அல்சேஷன் நாய்களும் குரைத்தன.

"வாசல்ல போலீஸ். உள்ளே அல்சேஷன். எங்களைப் பயமுறுத்தவா பாக்கறீங்க?" என்றான் தர்மு.

"உங்கள கண்டு எனக்கென்னடா பயம்? பொம்பள ஹாஸ்டலுக்குப் பாதுகாப்பா சுவர் கட்டினா, அத கட்டக் கூடாதுன்னு அடாவடித்தனம் பண்றீங்க. இதுக்கு ஒரு ஸ்டிரைக். நீங்க படிக்க வந்தீங்களா? அல்லது பொம்பள பசங்களோட குலாவ வந்தீங்களா?" என்றார் துணைவேந்தர்.

"விஷயத்தைக் கொச்சைப் படுத்தாதீர்கள். மாணவர்கள் மீது நம்பிக்கையில்லாதது போல் சுவரெழுப்பியிருக்கிறீர்கள். இதை நாங்கள் ஓர் அவமானச் சின்னமாகக் கருதுகிறோம். அடுத்தபடியாக, எங்களுக்குப் போதுமான குளியலறைகளும், டாய்லெட்களும் இல்லை. இந்நிலையில் இத்தனை செலவழித்து அனாவசியமாக ஓர் சுவர் கட்டியது அவசியம்தானா?" என்றான் ரெட்டி.

"இன்னொரு முக்கியமான விஷயம்" என்று தொடங்கிய கேசவனை துணைவேந்தர் இடைமறித்தார்.

"அந்தப் பொம்பள பசங்க எங்கிட்ட வந்து கம்ப்ளெயிண்ட் பண்ணதினால்தான் அந்தச் சுவர் கட்டியிருக்கேன். ஆம்பளப் பசங்களா யோக்கியமா இருந்தா இந்தப் பிரச்சினையே வந்திருக்காது."

“பெண் விடுதியிலிருக்கும் ஒரு மாணவிகூட இந்தச் சுவரை விரும்பவில்லை. அத்தனை பேரும் கையெழுத்திட்டு என்னிடம் கொடுத்திருக்கிறார்கள்” என்று ரெட்டி தன் பையிலிருந்து ஒரு நீண்ட தாளை எடுத்து துணைவேந்தரிடம் கொடுத்தான்.

அவர் அத்தாளைப் படித்துப் பார்க்காமலேயே கிழித்தெறிந்தார்.

கேசவன் சொன்னான், “இன்னொரு விஷயம் என்று நான் சொல்ல வந்தது மிகவும் முக்கியமானது. தூய காந்தியவாதியாகிய பேராசிரியர் நல்லமுத்துவை கழக மாணவர்கள் அடித்திருக்கின்றனர். அதோடு மட்டுமல்லாமல், அவர்கள் உங்களுக்கு ஆலோசனை வழங்குவதற்காக, இங்கு உங்கள் வீட்டுப் போர்ட்டிகோவில் நின்றுகொண்டிருப்பதையும் நான் பார்த்தேன். அந்த மாணவர்கள்மீது நீங்கள் என்ன நடவடிக்கை எடுக்கப் போகிறீர்கள் ?”

துணைவேந்தர் சில வினாடிகள் மௌனமாக இருந்தார். பிறகு பக்கத்திலிருந்த நாயின் கழுத்தைக் குனிந்து உற்றுப் பார்த்து, அதன் கழுத்திலிருந்த உண்ணியை மிகக் கவனத்துடன் வெளியே அகற்றினார். பிறகு பரிவுடன் அதன் தலையைத் தடவிக்கொடுத்தார். நாய் நன்றியுடன் வாலை ஆட்டியது. கேசவனுக்குத் திடீரென்று ஒரு சந்தேகம் வந்தது, அந்த நாயைத் தங்கள் மீது ஏவிவிடப் போகிறாரோ என்று.

“எங்க குடும்பமும் பழைய காங்கிரஸ் குடும்பம்தான். நேர சி.எம் மைப் போய்ப் பார்த்து, எங்க தாத்தாவால பேச முடியும். கழகக்காரங்களுக்கு நீங்க கொடுக்கிற ஆதரவைப் பத்தி சொல்ல முடியும்” என்றான் தர்மு.

“உங்க தாத்தா யாரு?” என்றார் துணைவேந்தர். அவர் குரலில் இப்போது சற்று கவலை த்வனிப்பது போல் கேசவனுக்குப் பட்டது.

“அதை நான் சொல்லணோங்கிற அவசியமில்லை” என்றான் தருமு.

“இதுக்கெல்லாம் நான் பயப்பட மாட்டேன். நல்லமுத்து முட்டாள்தனமாப் போய் மாணவர்களைத் திட்டி ஒத வாங்கிக் கிட்டார்னா, அதுகு நான் பொறுப்பாளி இல்லை. சும்மா என்னெ மெரட்டாதீங்க. சி.எம் மை கன்ஸல்ட் பண்ணிட்டுத் தான் நான் இந்த நடவடிக்கையை எடுக்கறேன். எல்லாரும் உடனே ஹாஸ்டலைக் காலி பண்ணியாகணும். 24 மணி நேரத்துக் குள்ளே காலி பண்ணியாகணும். யுனிவர்ஸிட்டியை இழுத்து

மூடப் போறேன். தகராறு பண்ணீங்க, போலீஸ்காரன் உங்களைப் பார்த்துப்பான். போங்க வெளிய", என்று சொல்லிவிட்டு துணைவேந்தர் எழுந்தார்.

மூவரும் வெளியே வந்தபோது எதற்கும் ஆயத்தமாய் இருப்பது போல் போலீஸ்காரர்கள் துப்பாக்கியுடன் நின்று கொண்டிருந்தார்கள்.

"இப்ப என்ன செய்வது?" என்று கேட்டான் ரெட்டி.

"செய்வதற்கு ஒன்றுமில்லை. நம்முடன் வந்த மாணவரெல்லாம் கலைந்து போய்விட்டார்கள். நாம் மூவரும்தான் இருக்கிறோம்" என்றான் கேசவன்.

அவர்கள் முதலில் ரெட்டியின் ஹாஸ்டலுக்குச் சென்றார்கள். அங்கே மாணவர்கள் தங்கள் தங்கள் அறையை காலி செய்வதில் ஈடுபட்டிருந்தார்கள்.

ரெட்டி கோபத்துடன் கத்தினான் "நம்ம எதிர்ப்பு இவ்வளவு தானா?"

யாரும் பதில் சொல்லவில்லை . தர்முவும், கேசவனும் பேராசிரியர் நல்லமுத்து வீட்டுக்குச் சென்றார்கள்.

நல்லமுத்து சாய்வு நாற்காலியில் உட்கார்ந்திருந்தார். நெற்றியிலும் இடது கையிலும் பிளாஸ்டர் போடப்பட்டிருந்தது.

அவர் இருவரையும் ஒரு வறட்சிப் புன்னகையுடன் வரவேற்றார்.

அவர் மனைவி அவர் முதுகுக்கு ஒத்தடம் கொடுத்துக் கொண்டிருந்தார்.

"இவர்கள்ளாம் மாணவர்களா, ராட்சஸப் பிறவிகளா?" என்று கேட்டாள் நல்லமுத்துவின் மனைவி.

"நாங்க வைஸ்–சான்ஸ்லரைப் பார்க்கப் போனோம். உங்களைக் கழகக்காரர்கள் அடிச்சது பத்தி சொன்னோம்" என்றான் கேசவன்.

"அவர் என்ன சொன்னாரு?" என்று பலகீனமான குரலில் வினவினார் நல்லமுத்து.

"நீங்க போயி அந்தப் பசங்கள திட்டினீங்க என்கிறார் வைஸ் – சான்ஸ்லர். நீங்க காங்கிரஸ் குடும்பத்தில் பொறந்தவரு, நீங்க நெனச்சா சி.எம் மைப் பார்த்து..." என்று தர்மு கூறி முடிப்பதற்குள் நல்லமுத்து சொன்னார்:

"சுதந்தரம் வந்த பிறகு உண்மையான காங்கிரஸ்காரனுக்கு மரியாதையெல்லாம் போயாச்சு. எங்க ஊர்லயே ஒரு அக்கிரமம் நடந்தது. எங்க அண்ணன் இந்த அக்கிரமத்தை எடுத்துச்சொல்ல மதராஸுல கோட்டைக்குப் போனாரு. ஆனா, கோட்டைல இருக்கிறவங்களுக்கு ஓட்டுதான் முக்கியமே தவிர, நியாயம், தர்மங்கிறதைப் பத்தியெல்லாம் கவலை யில்லை. சுதந்திரம் வந்தா என்ன ஆகுன்னுட்டு தெரிந்துதான் காந்திஜி அப்பவே காங்கிரஸ் கட்சியைக் கலச்சுடுன்னு சொன்னார். இப்ப நல்லவங்க தம் மரியாதையக் காப்பத்திக்கணும்னா, ஒதுங்கித்தான் இருக்கணும்."

"சி.எம் மைக் கேட்டுட்டுதான் நடவடிக்கை எடுக்கறதா வைஸ்சான்ஸ்லர் சொல்றாரே இது உண்மையா இருக்குமா?" என்றான் தர்மு.

"இருக்கலாம்" என்றார் நல்லமுத்து.

"அப்ப நாங்க என்ன செய்யலாம்னு சொல்றீங்க?" என்றான் கேசவன்.

"ஊருக்குப் போவதுதான் நல்லது. முக்காவாசி மாணவர்கள் ஊருக்குப் பொறப்பட்டாச்சு. இவ்வளவு போலீஸ் காரங்களை எதிர்த்து உங்களால என்ன பண்ண முடியும்?" என்றார் நல்லமுத்து.

கேசவன் விரக்தியுடன் தன் அறைக்குத் திரும்பினான்.

கிருஷ்ணன் புன்னகையுடன் அவனிடம் சொன்னான்: "போராட்ட வீரரே! ஊருக்குப் புறப்பட வேண்டியதுதானே!"

கேசவன் பதில் கூறாமல் வாசலை நோக்கினான்.

அங்கு ஓர் போலீஸ்காரர் பீடியைக் குடித்துவிட்டு அதைக் கீழே தரையில் போட்டுவிட்டு காலால் தேய்த்துக்கொண்டிருந்தார்.

கேசவன் திடீரென்று கோபம் வந்தவனாய், ஒரு செயலற்ற நிலையில் மேஜையின்மீது ஓங்கிக் குத்தினான்.

இருபத்து நான்கு

கேசவன் வீட்டுக்குள் நுழைந்தபோது, அவன் அப்பா கூடத்திலிருந்தார்.

அவர் அவனைப் பார்த்த பார்வை, அவன் வருவதை அவர் எதிர்பார்த்தது போலிருந்தது. இது அவனுக்குச் சற்று ஆச்சரியமாக இருந்தது.

அவர், அவனைப் பார்த்துவிட்டு, மறுபடியும் படித்துக்கொண்டிருந்த புத்தகத்தில் ஆழ்ந்து விட்டார்.

அவர் அவனை ஏதோ கேட்க வேண்டுமென்று நினைத்திருக்கலாமென்று கேசவனுக்குத் தோன்றியது. அவர் அவனைப் பார்த்த பாவனை அப்படியிருந்தது.

அவன் மாடிக்குச் செல்ல முற்பட்டபோது, அம்மா கொல்லைக்கட்டிலிருந்து வந்தாள்.

'என்னடா இப்படி திடுதிப்புன்னு' என்று கேட்பாளென்று கேசவன் நினைத்தான். அவளும் கேட்கவில்லை.

சற்றுக் கலவரத்துடன் அவளைப் பார்த்த அவள், பிறகு கூடத்திலிருந்த அப்பாவைப் பார்த்தாள்.

அவன் பேசாமல் மாடிக்குச் சென்றான்.

அப்பாவுக்குப் பல்கலைக்கழகச் சம்பவங்கள் பற்றி ஏதாவது தெரிந்திருக்குமோ?

அவன் மாடியில் தன்னறையில் பெட்டியை வைத்துவிட்டு, வெராந்தாவில் போய் நின்றுகொண் டிருந்தான்.

அப்படித் தெரிந்திருந்தால், அப்பாவை எப்படிச் சமாளிப்பது என்பது பற்றி யோசித்தான்.

தாசில்தார் வீட்டுத் திண்ணையில் மிக மும்முரமாகச் சீட்டாடிக்கொண்டிருந்தார்கள். 'இதான் துருப்பு' என்று குடைசாரங்கன் தன் கையிலிருந்த சீட்டை வேகமாகக் கீழே அடித்துக் காட்டிவிட்டு, வெற்றிப் பெருமிதத்துடன் எல்லாரையும் பார்த்தார்.

பின்னால் அம்மா வந்து நின்றுகொண்டிருப்பதைக் கேசவன் உணர்ந்தான்.

"அவாளுக்கு ஒரு கை குறையறதாம். சேர்ந்திருக்கலாம்னு வந்திருக்கியா?" என்று கேட்டாள் அம்மா.

அம்மாவின் கிண்டலை அவன் உணராமலில்லை. அப்படியானால், அவளுக்கு ஏதாவது தெரிந்திருக்க வேண்டும்.

இது அப்பாவின் மூலமாகத்தான் சாத்தியம். அப்பாவின் பொருள் செறிந்த மௌனம் அவனுக்கு இப்பொழுது புரிந்தது. அவன் திரும்பினான்.

"அவாளோட வழக்கமா விளையாடிண்டிருப்பானே, ராஜம், அவனுக்கு வேலை கிடைச்சு பம்பாய் போயிட்டானாம். ஒரு கை குறையறதுன்னு நேத்திக்குப் பேசிண்டிருந்தா" என்றாள் அம்மா.

"எனக்குச் சீட்டாடத் தெரியாது."

"அங்கு போய் உட்காரு கத்துக் கொடுப்பா."

"நான் எதுக்காகப் போய் சீட்டாடணும்?"

"யுனிவர்ஸிட்டியை விட்டு வெளியே தள்ளியாச்சு, இனிமே வேற என்ன பண்ணப் போறே?"

கேசவன் அம்மாவைச் சற்று நேரம் உற்றுப் பார்த்தான்.

"என்ன சொல்றே நீ? யுனிவர்ஸிட்டியை விட்டு வெளியே தள்ளியாச்சா? யாரைச் சொல்றே நீ?"

"உன்னைத்தான் சொல்றேன். அப்பாவுக்கு நேத்திக்கி லெட்டர் வந்திருக்கு, உன்னோட யுனிவர்ஸிட்டியிலிருந்து"

அவன், பல்கலைக்கழகம் மூடியதும் உடனே கும்பகோணம் வரவில்லை. ரெட்டியுடன் சென்னைக்குச் சென்று இரண்டு நாள்கள் இருந்துவிட்டு வந்தான்.

இதற்குள் பல்கலைக்கழகம் மிகச் சுறுசுறுப்பாக வேலை செய்திருக்கிறது என்று தோன்றியது.

"அப்பா என்ன சொன்னா?"

"என்ன சொல்லுவா? படிச்சது போதும், ஆத்திலே இருன்னு சொல்லப்போறா."

"ஆத்திலே இருந்துண்டு என்ன பண்ணறது?"

"அதோ அங்கே போய் சீட்டாடறது, வேளா வேளைக்கு ஆத்துக்கு வந்து சாப்பிடறது. வேற என்ன பண்ணறது? யுனிவர்சிட்டியை விட்டு ஆத்துக்கு அனுப்பிச்சாச்சு! வேற என்ன பண்ண முடியும்?"

"நான் அப்பாவைப் பாத்து..." என்று அவன் சொல்லி முடிப்பதற்குள், அம்மா குறுக்கிட்டாள்: "இதோ பாரு, அப்பா ரொம்பக் கோபமா இருக்கார். சண்டை போடாதே. பண்ணது தப்புன்னு ஒப்புத்துக்கோ."

அவன் அம்மாவுக்குப் பதில் சொல்லாமல் மாடியிலிருந்து கீழே இறங்கி வந்தான்.

அப்பா எதிரே போய் நின்றான்.

"ஏதாவது லெட்டர் யுனிவர்ஸிட்டியிலிருந்து வந்திருக்கா?" என்று அவன் கேட்டதும், அவர் தாம் படித்துக்கொண்டிருந்த புத்தகத்திலிருந்து பார்வையை விலக்கி அவனை ஓர் விநோதமாக நோக்கினார்.

பிறகு மறுபடியும் புத்தகத்திலாழ்ந்து விட்டார்.

"அம்மா சொன்னா, ஏதோ லெட்டர் வந்திருக்குன்னு."

"ஆமாம். நீ மேலே என்ன பண்ணப் போறே?" என்று அவர் மிகவும் நிதானமான குரலில் கேட்டது, அவனுக்கு வியப்பாக இருந்தது.

இந்தக் கேள்விக்கு அவன் தயாராக இல்லை. இந்தக் கேள்வி என்பதைக் காட்டிலும் அவர் குரலில் கண்ட நிதானத்துக்கு அவன் தயாராக இல்லை.

அவன் எரிமலையை எதிர்பார்த்து வந்தான்.

சற்று ஏமாற்றமாக இருந்தது.

"என்ன பண்ணறதுன்னா? மறுபடியும் போய் படிக்கப் போறேன்..."

"நீ படிக்கப் போனதா தெரியலியே, கலாட்டா பண்ணப் போயிருக்கிற மாதிரின்னா தெரியறது. இல்லாட்டா, உன்னை யுனிவர்ஸிட்டியை விட்டு எதுக்காக 'சஸ்பெண்ட்' பண்ணனும்?"

"வைஸ்–சான்ஸலர் திராவிடக் கழகம். அவருக்கு..."

"நீ பிராமணக்குல திலகம்னு உன்னை வெளியிலே அனுப்பிச்சுட்டானோ? யார்கிட்டேடா கதை விடறே?"

"இல்லேப்பா. யுனிவர்ஸிட்டியிலே ஸ்டூடன்ஸுக்குச் சரியான வசதி கிடையாது. ஹாஸ்டல் பீஸ் ஜாஸ்தி. இதைப் பத்தியெல்லாம் கேக்கப் போனா, போலீஸைக் கூப்பிட்டு மிரட்றார். இதோட மட்டுமில்லாமெ, ஒரு நல்ல புரொஃபஸர். அவரைப் போய், திராவிடக் கழகக்காரங்க 'அடி அடி'ன்னு அடிச்சிருக்காங்க. வைஸ்–சான்ஸ்லர் ஒரு நடவடிக்கையும் எடுக்கலே!"

"இன்னி பேப்பர்லே உங்க 'ஸ்ட்ரைக்'கைப் பத்தி ஒரு 'ரிப்போர்ட்' வந்திருக்கு. உங்க வைஸ்–சான்ஸ்லர் சொல்றது வேறயா இருக்கு. இந்தா படி" என்று கூறிவிட்டு அவர் உட்கார்ந் திருந்த சாய்வு நாற்காலியின் அருகே கீழே கிடந்த 'ஹிண்டு'வை எடுத்து அவனிடம் கொடுத்தார்.

அவன் காலையில் படித்ததுதான்.

"இது சுத்தப் பொய். சுவர் எழுப்பினது தப்புன்னு நாங்க சொன்னது வாஸ்தவந்தான். ஸ்டூடன்ஸ் மேலே நம்பிக்கை இல்லேன்னுதானே இதற்கு அர்த்தம்? சுவர் எழுப்பினா மட்டும் எல்லோரும் நல்லவாளா இருந்துடப் போறாளா?"

"அதெல்லாம் கிடக்கட்டும். நீ இனிமே படிக்கப் போக வேணாம்" என்று தீர்மானமாகக் கூறிவிட்டு எழுந்தார் அப்பா.

"படிக்காம?" என்று குரலைச் சற்று உயர்த்திக் கேட்டான் கேசவன்.

"பி.ஏ. படிச்சிருக்கியோன்னோ, அதுக்குக் கிடைக்கிற வேலை போறும்?"

"பி.ஏ. படிச்ச பிராம்மணனுக்கு என்ன வேலை கிடைக்கப் போறது?"

"எம்.ஏ. தமிழ் படிச்ச பிராம்மணனுக்கு என்ன வேலை கிடைக்கப் போறது? வெட்டியா தமிழ் எம்.ஏ.லே போய்ச் சேர்ந்துருக்கே. தமிழ் எம்.ஏ. படிக்கிற பிராம்மணன் இந்த மாகாணத்திலேயே நீ ஒத்தன்தான் இருப்பே. யாரு உனக்கு வேலை தரப்போறான்?"

"வைஸ்–சான்ஸ்லரை நாங்க சும்மா விடப்போறதில்லே. சீஃப் மினிஸ்டருக்கு 'ரெப்பர்ஸென்டேஷன்' போயிருக்கு. காங்கிரஸ் ஆட்சியிலே, ஒரு திராவிடக் கழகக்கார வைஸ்–சான்ஸ்லர், இப்படி நடந்துக்கலாமான்னு பல மெம்பர்ஸ் அஸெம்பிளிலே கேக்கப் போறா!"

“அவா கேட்டுட்டுப் போகட்டும். நீ இனிமே படிக்கப் போக வேணாம், அவ்வளவுதான்.”

“என்னப்பா, இப்படிச் சொன்னா என்ன அர்த்தம்?”

“எனக்குப் பணம் மிச்சமாகுங்கிறதுதான் அர்த்தம்.”

“நீங்க அடிக்கடி ஒத்தனுக்குத் தார்மீகக் கோபம் இருந்தாத்தான், அவனை மனுஷன்னு சொல்ல முடியும்பேளே. இப்பொ எனக்கு ஏற்பட்டிருக்கிற தார்மீகக் கோபத்தைப் புரிஞ்சுக்க மாட்டேளா?”

“இதென்ன தார்மீகக் கோபம்? பொம்மனாட்டி படிக்கிற இடத்துக்கு நாங்க போறதைத் தடை செய்யக் கூடாதுன்னு சொல்லறதா?”

“அப்படி யாரும் சொல்லலே. அந்தச் சுவரைப் பாத்தாதான் தெரியும், பொம்மனாட்டிகளைப் பத்தி வைஸ்–சான்ஸ்லர் எவ்வளவு மோசமான அபிப்ராயம் வச்சுண்டிருக்கார்னு. அவர் அப்படியே சொன்னாராம், ‘புருஷன் பிடிக்கத்தான் ஒவ்வொரு பொம்பளையும் இங்கே படிக்கவரது’ன்னு. எவ்வளவு மோசமான, கீழ்த்தரமான எண்ணம்.”

“வைஸ்–சான்ஸ்லர் என்ன சப்ஜெக்ட்?”

“பையாலஜி.”

“பையாலஜிக்கலா அதான் அப்படி நினைக்கிறான் போலிருக்கு. ‘பையாலஜிக்கல் இன்ஸ்டிங்ட்’டை யாராலே ஒதுக்கிவிட முடியும்னு?” என்றார் அப்பா.

அப்பா இப்படிப் பேசுவார் என்று கேசவன் எதிர்பார்க்க வில்லை.

அப்பா உள்ளே சென்று அவருக்குப் பல்கலைக்கழகத்தி லிருந்து வந்திருந்த கடிதத்தை அவனிடம் கொண்டு கொடுத்தார்.

அவனை ‘சஸ்பெண்ட்’ செய்து உத்தரவு. அவன் மன்னிப்புக் கேட்டாலன்றி மறுபடியும் பல்கலைக்கழகத்தில் சேர்த்துக் கொள்ள இயலாதென்று குறிப்பிடப்பட்டிருந்தது. அவனுக்குத் தனியாகவும், அதன் நகல் அவனுடைய அப்பாவுக்கும் அனுப்பப்பட்டிருந்தது.

“யார் உங்க வைஸ்–சான்ஸ்லர் தெரியுமா உனக்கு?”

“அவர் பேரா?”

“பேரைச் சொல்லலே. அவன் யாருன்னு உனக்குத் தெரியுமா? பாணாதுறையிலே இருக்கானே நாராயணசாமிப் பிள்ளை, ஜஸ்டிஸ் பார்ட்டி லீடர், அவன் மச்சுனன்.”

"அப்படியா?"

"நேத்திக்கி சபேசன் வந்திருந்தார். அவர் சொன்னார். அவன் முழு அயோக்கியனாம், என்ன வேணும்னாலும் பண்ணு வான்னார். நீ மெட்ராஸ் போய், பேசாமெ இங்கிலீஷ் எம்.ஏ. படியேன்."

"தமிழ் எம்.ஏ. படிச்சா என்ன தப்பு?"

"பிராம்மணாளை ஆக விட்டேனாங்கிறான். தமிழ் அவா கோட்டை, உனக்கு எங்கே வேலை கிடைக்கப் போறதுங்கிறார் சபேசன். அவர் சொல்லறதும் எனக்குச் சரியா படறது."

"தமிழுக்கும் பிராம்மணர்களுக்கும் சம்பந்தம் இல்லேங் கிறேளா? என்கூட கிருஷ்ணன் ஒத்தன் படிக்கிறான். அவனும் பிராம்மணந்தான்."

"அதைப் பத்தி நான் சொல்லலே, படிச்சிட்டு வேலை வேண்டாம்னு இருக்கப் போறியா? எனக்கு ஆட்சேபணை இல்லே. குத்தகைக்காரனும் ஏமாத்திண்டிருக்கான். நீயே சாகுபடி செய்யறேன்னு சொன்னியானா சரி. பண்ணையா வச்சுண்டு, எல்லாரும் குடவாசலுக்கே போயிடலாம்."

கேசவன் திடுக்கிட்டான். அப்பாவுக்கு இந்த மாதிரி ஓர் எண்ணம் இருக்கிறதா?

"நான் அதுக்காகச் சொல்லலே. தமிழ் படிச்சுட்டு, பிராம்மணாளா இருந்தாலும், என்னாலும் பொழைக்க முடியும்னு நான் நிரூபிச்சாகணும். தோல்வியை ஒப்புத்துண்டு, மெட்ராஸ் போய் இங்கிலீஷ் படிக்கிறது சுலபம். ஆனா, என்னை 'சஸ்பெண்ட்' செஞ்சுருக்கிறதை அப்படியே ஏத்துக்க முடியாது. நான் என்ன தப்பு செஞ்சேன், சஸ்பெண்ட் செய்யணும்?"

"என்ன பண்ணப் போறே, மன்னிப்புக் கேக்கப் போறயா?"

"நோ. வைஸ்–சான்ஸ்லர் செய்திருக்கிற அக்கிரமத்தைப் பத்தியெல்லாம் 'ரெப்ரஸென்ட்' பண்ணியிருக்கோம், என்ன ஆறது பாப்போம்."

"ஒண்ணும் ஆகாது. மனுஷா எல்லாரும் பொதுவா நல்லவாளா இருந்து, அஜாக்கிரதையினாலோ அல்லது அலட்சியத்தனத்தினாலோ தப்பு நடந்தது, தார்மீகக் கோபத்திலே ஒருத்தன எதிர்த்துப் போராடினா, அதுக்குப் பலன் இருக்கும். தெரிஞ்சு ஒருத்தன் அயோக்கியத்தனம் பண்ணா, தார்மீகக் கோபமாவது, மண்ணாங்கட்டியாவது" என்றார் அப்பா.

அவர் கூறியது கேசவனைச் சிந்திக்க வைத்தது.

இருபத்தைந்து

அடுத்தநாள் கேசவன் மாடியிலிருந்து கீழே இறங்கி வந்தபோது, அப்பா பூஜை அறையில் திருப்பாவை சொல்லிக்கொண்டிருந்தார்.

டிசம்பர் கிறிஸ்துமஸ் விடுமுறை நாட்களை ஒட்டி, நான்கு நாள் முன்பாகவே பல்கலைக் கழகத்தை மூடிவிட்டார்கள்.

ஏதாவது செய்யவேண்டுமென்றால், விடுமுறை முடிந்த பிறகுதான் செய்ய முடியும். ஏதாவது செய்ய முடியுமா?

இக்கேள்விதான் அவன் மனத்தை இரவு முழுதும் அரித்துக்கொண்டிருந்தது. சரியான தூக்க மில்லை.

அவன் கிணற்றங்கரைக்குச் சென்று, பல்லை விளக்கிவிட்டு, அடுக்களைக்குள் நுழைந்தான்.

அம்மாவின் வாயும் திருப்பாவை வரிகளை மிக மெதுவாக, சன்னமான குரலில் சொல்லிக் கொண்டிருந்தது.

"சரி, குளிச்சிட்டு வா. காபி தரேன்" என்றாள் அம்மா.

அவன் பேப்பர் வந்துவிட்டதா என்று பார்க்க வாசலுக்குச் சென்றான்.

திண்ணையில் ஒருவர் உட்கார்ந்திருந்தார். அப்பாவைவிட வயதில் மூத்தவராகத் தெரிந்தது. அப்பாவின் ஜாடை, இது அவனுக்கு ஆச்சரியமாக இருந்தது. யார் இவர்?

"யார் வேணும் உங்களுக்கு?"

பதிலில்லை.

அவர் வெட்டவெளியில் ஆழ்ந்திருந்தார். முகத்தில் எந்தவிதமான உணர்ச்சியுமில்லை. ஆடாமல், அசையாமல், சிலைபோல் உட்கார்ந்திருந்தார்.

"நீங்க யாரு? யார் வேணும் உங்களுக்கு?" என்றான் கேசவன் மறுபடியும்.

பதிலில்லை.

ஊமையோ, அல்லது காது கேட்கவில்லையோ? கேசவனுக்கு என்ன செய்வதென்று புரியவில்லை.

அவரருகே சென்று, சற்று உரக்க மறுபடியும் கேட்டான், "யார் வேணும் உங்களுக்கு?"

அவர் அவனைப் பார்க்கவேயில்லை. வெட்டவெளிச் சூன்யம் அவருக்கு மிகவும் சுவாரஸ்யமான விஷயமாக இருப்பது போல் கேசவனுக்குப் பட்டது.

நெற்றியில் அழிந்தும் அழியாமலுமிருந்த திருமண். அழுக்கு வேட்டி, அழுக்குத் துண்டு.

ஒரு காலத்தில் அவர் பார்ப்பதற்கு மிகவும் தோற்ற முடையவராக இருந்திருக்க வேண்டும். இப்பொழுது காய்ந்து உலர்ந்த சரீரம். கண்களில் சோகம் தெரிந்தது.

கேசவன் பேப்பரை எடுத்துக்கொண்டு உள்ளே சென்றான்.

கூடத்துக்கு வந்த அம்மா சொன்னாள்: "சரி, போய்க் குளிச்சுட்டு வா. பேப்பரை வச்சிண்டு உட்கார்ந்துடாதே."

"திண்ணையில் யாரோ உட்கார்ந்திருக்கார். யார் என்று கேட்டேன், பதிலே சொல்லலே."

"உங்க பெரியப்பா."

"பெரியப்பாவா?"

"ஆமாம்."

"எங்கே இருந்தார் அவர் இத்தனை வருஷம்?"

"சரி. முதல்லே போய் குளிச்சுட்டு வா. அப்புறம் பேசலாம்."

கேசவனுக்கு மிகவும் ஆச்சரியமாக இருந்தது. ஏன் இவரைப் பற்றி இதுவரை யாருமே சொல்லவில்லை? திடீரென்று அவர் ஏன் இங்கு வந்திருக்கிறார்?

வேர்ப்பற்று

"ஏம்மா அவர் ஊமையா, இல்லாட்டா காது கேக்காதா? கேள்வி கேட்டா, பதில் சொல்லாம பேசாமெ உட்கார்ந்திருக்காரே?"

"ஊமையுமில்லே, செவிடுமில்லே . . . எல்லாம் ஆடி ஒஞ்சாச்சு... சரி, நீ குளிக்கப் போடா..."

ஆடி ஓய்ந்து விட்டாரென்றால் என்ன அர்த்தம்? 'ப்ளாக் ஷீப் இன் தி ஃபாமிலி'... அப்பாவின் குடும்பத்தில் எத்தனை 'ப்ளாக் ஷீப்?' அம்மாவுக்கு அவர் வந்திருப்பது பிடிக்கவில்லை போலிருக்கிறது.

அப்பா அவரை ஏற்றுக்கொண்டு விட்டாரென்று தெரிகிறது. அப்பாவைப் பற்றிய அவன் கணிப்பு தவறு என்று அவன் கொஞ்சம் கொஞ்சமாக உணரத் தொடங்கினான்.

அவன் குளித்துவிட்டு, அம்மா கொடுத்த காபியைக் குடித்த பிறகு, கூடத்துக்கு வந்தபோது அப்பா பேப்பர் படித்துக் கொண்டிருந்தார்.

அவர் அவனை ஏறிட்டுப் பார்த்தார்.

"வாசல்லே யாரு, பெரியப்பாங்கறாளே அம்மா!" என்றான் கேசவன்.

"ஆமாம்."

"இத்தனை நாளா எனக்கு ஒரு பெரியப்பா இருக்கார்ங்கிறதே எனக்குத் தெரியாதே?"

அப்பா பதில் சொல்லவில்லை.

அப்பொழுது சௌந்திரம் உள்ளே வந்தான். சௌந்திரம் அப்பா வழியில் ஏதோ உறவு என்று மட்டும் கேசவனுக்குத் தெரியும். ஆனால் என்ன உறவு என்று தெரியாது. அவன் அப்பாவை 'சித்தியா' என்று கூப்பிடுவான் என்பது கேசவன் நினைவுக்கு வந்தது. அப்படியானால், வந்திருப்பவர் அவனுடைய அப்பாவாக இருக்கலாமோ? ஆனால், சௌந்திரம் வீட்டுக்கு அவன் பல தடவை போயிருக்கிறான். அங்கு இவரைப் பார்த்ததே கிடையாது.

"என்ன சித்தியா, முத்தாவை வச்சுண்டு சீராட்றேளா! அடிச்சு விரட்ட வேணாம்?" என்று சௌந்திரம் மிகக் கோபமாகக் கேட்டுக்கொண்டே வந்தான்.

"நீ வாயை அடக்காட்டா எனக்குக் கெட்ட கோபம் வரும், ஜாக்கிரதை" என்றார் நிதானமான குரலில் அப்பா.

“இல்லே சித்தியா... ஆடற ஆட்டத்தையெல்லாம் ஆடிட்டு, கையிலே காசில்லாமே, பிச்சை எடுக்கிற நிலையிலே, இங்கு வந்து உட்கார்ந்திருக்காரே, இது நியாயம்னு நீங்க சொல்றேளா?”

“அவன் தானா வல்லே. நான்தான் கூட்டிண்டு வந்தேன். ராமசாமி கோயில்லே உட்கார்ந்திருந்தான். நம்ம குடும்பப் பெருமை சந்தி சிரிக்கணுமான்னு கூட்டிண்டு வந்தேன்.”

“எவ்வளவு சொத்து, அத்தனையும் அழிச்சிருக்கார். இப்பொ நான் வக்கீல் குமாஸ்தாவா லாட்ரி அடிச்சிண்டிருக்கேன்.”

“நீ அவனை வச்சுக்க வேணாம். நான் வச்சுக்கறேன். உன்னோட அண்ணாவோ, தம்பியோ, யாரும் அவனெக் காப்பாத்த வேணாம். நான் பாத்துக்கறேன் அவனை” என்றார் அப்பா.

“என் அண்ணாவோ தம்பியோங்கிறேளே, அவா மட்டும் என்ன கலெக்டர் உத்தியோகத்திலே இருக்கா? அண்ணன் பாத்திரக் கடையிலே பாத்திரம் உருட்டிண்டிருக்கான். தம்பி, ஜவுளிக் கடையிலே துணியைக் கிழிச்சிண்டிருக்கான். எல்லாம் யாராலே, உங்க அருமை முத்தாவாலேதானே? எங்களைப் படிக்க வச்சிருந்தா இப்டி ஆயிருக்குமா? தேவடியா வீட்டிலே அதுவே ‘வைகுண்டம்’னு இருந்தா குடும்பம் எப்படி உருப்படும்? இப்பொ எல்லாரும், கையிலே காசு இல்லேன்னவுடனே, அடிச்சு விரட்டிட்டா. கோயில்லே வந்து உட்கார்ந்திருக்கார். சித்தியா, தப்பா நினைச்சுக்காதேள். நான் கேக்கிறேன், இவரைக் காப்பாத்தணும்னு உங்களுக்கு என்ன பொணை?”

அப்பா பதில் கூறவில்லை.

அம்மா கையில் பிரசாதத்துடன் வந்தாள். “இந்தா பிரசாதம், சாப்பிடு சௌந்திரம்.”

“சித்தி, உங்க மச்சுனர் வந்திருக்கார் போலிருக்கே!” என்றான் சௌந்திரம் பிரசாதத்தை வாங்கிக்கொண்டே.

அம்மா பதில் சொல்லவில்லை.

சௌந்திரம் பெஞ்சில் உட்கார்ந்தான்.

“அவர் ஏன் ஒண்ணும் பேசாமெ உட்கார்ந்திருக்கார்?” என்றான் கேசவன் சௌந்திரத்திடம்.

“என்ன பேசுவார்? நாப்பது வேலியை அழிக்கிறது எப்படின்னு போய்க் கேளு, சொல்லுவார்.”

“அத்தனை நிலமா?” என்றான் கேசவன் ஆச்சரியத்துடன்.

"ஆமாம். தெரியாதா உனக்கு? உங்க தாத்தாவோட முதல் தாரத்தோட பிள்ளை எங்கப்பா. உங்க தாத்தாவுக்கு மூணு ஆம்படையா. உங்கப்பா ரெண்டாம் தாரத்தோட பிள்ளை. எங்கப்பா ஸ்வீகாரம் போனார். நாப்பது வேலி நிலம். இப்பொ இருந்த இடம் தெரியலே. நான் இப்போ வக்கீல் குமாஸ்தாவா இருந்துண்டு, பொழைக்கிறதுக்கு ஒரு நாளைக்கு ஆயிரம் பொய் சொல்ல வேண்டியிருக்கு."

கேசவனுக்கு இச்செய்திகள் அதிர்ச்சியைத் தந்தன. அவனுக்கு இவற்றைப் பற்றி இதுவரை ஒன்றுமே தெரியாது. மூணு தாரம்! இரண்டு ஸ்வீகாரம்! பெரியப்பாவுக்கு முன்பு, இறந்த சித்தப்பாவுக்கும் எவ்வளவு ஒற்றுமை!

அவன் தாத்தா, அவன் அப்பாவுக்கு ஐந்து வயதாகும் போதே போய்விட்டாரென்பது மட்டும் அவனுக்குத் தெரியும். அவர் 'நாச்சியார் கோயிலிலிருந்து குடவாசல் வரை' ஆடிய திருவிளையாடல்கள் பற்றியும் அவன் கேள்விப்பட்டிருக்கிறான். அப்பா, அவன் தாத்தாவுக்கு நேர்மாறானவர். தாத்தாவின் 'ஆட்டத்தினி'ன்றும் தப்பித்த சொத்துகளைக் கவனமாகக் காத்து, குடும்பத்தை நிலை நிறுத்தினார் என்று அவனுடைய உறவினர்கள் சொல்லி அவன் கேட்டிருக்கிறான்.

அப்பாவின் சகோதரர், தாத்தாவின் பெயரை நிலைநிறுத்தப் பிறந்தவர் போலிருக்கிறது. நாற்பது வேலி நிலத்தை விடுவ தென்பது அவ்வளவு சுலபமான காரியமன்று!

ஆனால், அப்பா அவர்மீது கோபப்படாமல், வீட்டுக்கு அழைத்து வந்திருப்பதுதான் அவனுக்கு ஆச்சரியத்தைத் தந்தது. அப்பா வித்தியாசமானவர்தான், சந்தேகமில்லை என்று அவனுக்குத் தோன்றியது.

"பிள்ளைக சோறு போடலேன்னு பேச்சு வந்ததா?" என்று சௌந்திரம் அப்பாவைக் கேட்டுக்கொண்டிருந்தான்.

"பிள்ளைக போட்டா என்ன, தம்பி போட்டா என்ன?" என்றார் அப்பா.

"எங்கம்மா அழுது அழுது செத்துப் போனாளே, அதுக்கு யார் காரணம், இவர்தானே? இன்னிக்கு இவரை நீங்க வச்சுண்டு சீராட்றேளே, இது நியாயமா, மறுபடியும் கேக்கறேன்?"

"உங்கம்மாவை நீங்க அண்ணன் தம்பி மூணு பேரும், 'அங்கே இரு', 'இங்கே இரு' ன்னு சொல்லி பந்தாடினேளே, அது நியாயமா? நியாயம், அநியாயங்கிற பெரிய விஷயத்தைப் பத்தியெல்லாம் நீ பேச வேணாம். அவர் இப்பொ இங்கே

இருக்கார். போனார்னா, சொல்லி அனுப்பறேன். கொள்ளி போட வாருங்கோ...”

அப்பொழுது பெரியப்பா உள்ளே வந்தார்.

அப்பாவையும் சௌந்திரத்தையும் மாறி மாறிப் பார்த்தார்.

“என்ன பசிக்கிறதா, சாப்பிடறயா?” என்று கேட்டார் அப்பா.

அவர் ஒன்றும் பேசவில்லை .

தரையில் உட்கார்ந்தார்.

அவர் அப்பாவையே சிறிது நேரம் உற்றுப் பார்த்துக் கொண்டிருந்தார்.

பிறகு திடீரென்று கேவிக் கேவி அழ ஆரம்பித்துவிட்டார்.

அப்பா எழுந்து அவரருகில் சென்று உட்கார்ந்து, “என்ன இது, அசடு மாதிரி அழறே. தப்பு பண்ணாதவாளே கிடையாதா, தப்பு நடந்துடுத்து. இப்போ அழுது என்ன பிரயோஜனம்? இந்தா, அழுகை நிறுத்துக் கொஞ்சம் சும்மாயிரு. நாங்க எல்லாரும் உனக்கு வேண்டியவாதான்” என்றார்.

“எல்லாம் வேஷம்” என்றான் சௌந்திரம்.

“செத்த நீ சும்மா இருக்கப் போறியா. இல்லையா?” என்று அப்பா கோபத்துடன் சத்தம் போட்டார்.

சௌந்திரம் பயந்துவிட்டான்.

பெரியப்பா அழுகையை நிறுத்திவிட்டு, அப்பாவை நன்றி உணர்வுடன் நோக்கினார்.

கேசவன் எழுந்து மாடிக்குச் சென்றான்.

அப்பா, அவன் மனத்திரையில் விசுவரூபமாக நின்றார். பெருமையில் அவன் கண்களில் நீர் மல்கியது.

இப்பேர்ப்பட்ட உத்தமமான அப்பாவுக்குத் தகுதியான பிள்ளையாகத்தானிருக்க வேண்டுமென்ற எண்ணம் அவன் மனத்தில் ஏற்பட்டது.

இதைச் சாத்தியமாக்குவதுதான், அவன் வாழ்க்கைப் போராட்டமாக இருக்கப் போகிறது.

சௌந்திரம் அறைக்குள் நுழைந்தான்.

“நீதான் உன் அப்பாவுக்குச் சொல்லேன்” என்றான் சௌந்திரம்.

"என்ன?"

"அவரை வீட்டிலே அண்ட விடறதே தப்பு. ஆண்டவன் பெரியாஸ்ரமத்திலே அநாதை வைஷ்ணவ பிராம்மணாளுக்குச் சாப்பாடு, இருக்க வசதியெல்லாம் செஞ்சு தராளாம். நாங்களும் ஏதோ தரோம், உங்கப்பா வேணும்னா கொடுக்கட்டும். அங்கே போய் இருக்கட்டும் உங்க பெரியப்பா. இங்கே உங்கப்பா அவரை வச்சுக்கிறது நன்னாயில்லே..."

"அப்பா அவரை வச்சுக்கிறதிலே, உங்களுக்கென்ன ஆட்சேபணை?"

"அயோக்கியன் அவன். சொத்தை அழிச்ச படுபாவி. அவனுக்கு ஆதரவு காட்டவே கூடாது."

"உங்க அப்பாவைப் பத்தி நீங்க பேசறது நன்னாயில்லே."

"நீயும் எங்க மாதிரி இருந்திருந்தா அப்படித்தான் பேசுவே. அவன் படிச்சான் இங்கிலீஷ் படிப்பு. எங்களைப் படிக்க விட்டானா? உங்கப்பாகூட தானா படிச்சதுதான்."

"அவர் இங்கிலீஷ் படிப்பு படிச்சாரா?"

"ஆமாம். பி.ஏ., கும்பகோணம் காலேஜ்லேதான் படிச்சான். படிச்சுட்டுக் குட்டிச்சுவரா போனவன் இவன் ஒத்தன்தான். இவனோட படிச்சவா எல்லோரும் இன்னிக்குக் கோடீஸ்வரனா இருக்கா. பெரிய பெரிய வக்கீல். இவன், சோத்துக்கு அல்லாடிண்டு உங்காத்திலே வந்து உட்கார்ந்திருக்கான்.

கேசவன் திடுக்கிட்டுப் போனான் என்றுதான் சொல்ல வேண்டும்.

அவரைப் பார்த்தால் பி.ஏ. படித்தவராக அவனுக்குத் தோன்றவில்லை. அதுவும் அந்தக் காலத்திலேயே அவருடைய ஸ்வீகாரத் தகப்பனார் அவரைப் படிக்க வைத்திருக்கிறார். பெரிய வக்கீலாக இவர் வரவேண்டுமென்று அவர் விரும்பி யிருக்கலாம்.

"இவர் படிச்சிருக்கார்ங்கிறது ஆச்சரியமா இருக்கு" என்றான் கேசவன்.

"பி.ஏ., மாகாணத்திலேயே முதல்லே பாஸ் பண்ணினாராம். வக்கீலுக்குப் படிக்க பட்டணத்துக்குப் போய், அங்கேதான் ஆரம்பிச்சுது, எல்லா துர்ப்பழக்கங்களும்... குடி, கூத்தி எல்லாம் நாங்க நடுத்தெருவிலே அநாதையாக் கிடந்தோம். எட்டிக்கூட பாக்கலே, படுபாவி!"

“அதெப்படி? வக்கீல் படிக்கப் போறதுக்கு முன்னாலியே நீங்க மூணு பேரும் பொறந்துட்டேளா?”

“அவன் பி.ஏ. படிக்கறச்சேயே, நாங்க மூணு பேரும் பொறந்தாச்சு. பட்டணம் போனவன், போனவந்தான் திரும்பியே வரல்லே”

“என்ன காரணம்?”

“என்ன காரணம், அவனைத்தான் கேக்கணும்.”

“குடி, கூத்தின்னுதான் சொத்தை அழிச்சார்னு உங்களுக்குத் தெரியுமா?”

“அப்படித்தான் கேள்வி. இல்லே, யாரோ ஒரு வெள்ளைக் காரியை நம்பி, ஊர் சுத்தி, சொத்தெல்லாம் விட்டுட்டானும் சொல்லிக்கிறா... ஒண்ணும் தெரியலே... இப்பொ பாப்பர்... அதுதான் தெரியும்.”

பெரியப்பா ஒரு வித்தியாசமானவராக இருக்கக் கூடுமென்று கேசவனுக்குப்பட்டது.

இருபத்தாறு

பெரியப்பாவிடம் பேசுவதற்கும் கேசவன் எவ்வளவோ முயன்றான். அவர் அசைந்து கொடுக்கவில்லை.

எப்படி இவரால் நாள் முழுவதும் பேசாமலிருக்க முடிகிறது? பார்க்கப் போனால், இதுவும் ஒருவகை யோகம்.

திண்ணையில் உட்கார்ந்துகொண்டு தெருவைப் பார்த்துக்கொண்டிருப்பார். முகத்தில் எந்தவிதச் சலனமுமிருக்காது. வீதியில் நடப்பனவற்றை அவர் கவனித்துக்கொண்டிருந்தாரென்றும் சொல்ல முடியாது. வீதியில் நடக்கும் எந்த நிகழ்ச்சியும் அவரைப் பாதிக்கவில்லை.

"கொல்லக்கட்டு ஒழிஞ்சிருக்கிறது, போய்க் குளி" என்று அப்பா சொன்ன பிறகுதான், எழுந்து குளிக்கப் போவார்.

அப்பாதான் சாப்பிடுவதற்கும் கூப்பிட வேண்டும். அவன் ஓரிரண்டு தடவை கூப்பிட்டுப் பார்த்தான். அவர் மௌனமாகத் தொடர்ந்து உட்கார்ந்துகொண்டிருந்தது அவனுக்கு எரிச்சலைத் தந்தது.

அவன் அவரிடம் 'ஹிந்து'வைப் படிப்பதற் காகக் கொடுத்துப் பார்த்தான். அவர் வாங்கிக் கொண்டு கீழே வைத்துவிட்டார். படிக்கவில்லை.

"நீங்க பேப்பர் படிக்க மாட்டீங்களா?"

மௌனம்.

"பேப்பர்லே படிக்கிறதுக்கு என்ன இருக்குங்கிற அபிப்பிராயமா?"

மௌனம்.

"அப்பாகிட்டே நீங்க பேசி நான் பார்த்திருக்கேன், என்கிட்டே ஏன் பேச மாட்டேங்கிறேள்?"

மௌனம்.

"உங்களைப் பத்தி எனக்குத் தெரிஞ்சுக்கணும்னு ஆசையா யிருக்கு."

கற்பாறையில் மோதிக்கொள்வது போலிருந்தது. அவர் வாயைத் திறக்கவில்லை.

இரண்டு மூன்று நாட்களுக்குப் பிறகு கேசவன் பெரிய தெரு வழியாகப் போய்க்கொண்டிருந்தபோது, 'குடை' சாரங்கன் எதிரே வந்தார்.

"கேசவா உன்னை ஒண்ணு கேக்கணும்!" என்றார் சாரங்கன். அவர் வாய் வெற்றிலைச் சீவல் புகையிலையுடன் வீங்கியிருந்தது. தலையைச் சற்று உயர்த்தி அவர் பேசினபோது, தன்மீது எச்சில் தெறித்துவிடப் போகிறதே என்ற ஜாக்கிரதை உணர்வுடன் அவன் சற்று விலகி நின்றான்.

"உங்காத்துத் திண்ணையிலே இருக்காரே உங்க பெரியப்பா, அவர் ஊமையா?"

"தெரியாது."

"என்ன தெரியாது? அவர் பேசியே நீ பார்த்ததில்லையா?"

"அப்பாகிட்டே பேசறாரோ என்னவோ, என்கிட்டே பேசினதில்லே."

"அவரைப் பாத்தா ஒரு மஹான் மாதிரி இருக்கு."

"அப்படியா?"

"போகிகள்தான் யோகிகள் ஆயிடறா. அருணகிரிநாதர், 'சிந்தாமணி' சினிமா பார்த்திருக்கியா? பாகவதர், இப்படித்தான் பொம்பளைகளைக் கட்டிண்டு அலைஞ்சு திரிஞ்சவன், ஒரு பெரிய யோகியாயிடறான். 'சிந்தாமணி' நீ பார்த்திருக்க மாட்டே. 'ஹரிதாஸ்', அதிலேயும் பாகவதர்தான்."

"எப்படி அவரை மஹான்ங்கிறேள்?"

“மஹான்கள்லாம் பேசமாட்டா. மௌனத்துக்கு அப்படியொரு சக்தி. அன்னிக்கு வந்திருந்தேன். அவர் பக்கத்திலே போய் நின்னுண்டு, ‘நமஸ்காரம் மாமா’ன்னேன். அவர் என்னை ஒரு பார்வை பார்த்தார். அப்படியொரு தேஜஸ் முகத்திலே. எனக்குக் கண் கூசி, அப்படியே கண்ணை மூடிண்டுட்டேன். ‘தலையாட்டி’ கிட்டே சொன்னேன். அவனுக்கும் அதே மாதிரி அநுபவந்தான் உண்டாச்சுங்கிறான். உங்கப்பாகிட்டே சொன்னபோது, அவர் ‘போடா வேலையத்த பசங்களா’ன்னு கோவிச்சுக்கிறார்.”

“நீங்க என்ன சொல்றேள்?” என்று சற்று பதற்றத்துடன் கேட்டான் கேசவன்.

“உங்காத்திலே இருக்கிற மஹான் எல்லோருக்கும் சொந்தம். உங்கப்பா இப்படி அவரைப் பொத்தி உங்காத்திலே மட்டும் வச்சிருக்கக் கூடாது. அக்ரஹாரத்திலேயிருக்கிற எல்லாருக்கும் அவர் தரிசனம் தரணும்” என்றார் சாரங்கன், வெற்றிலைச் சாற்றைக் கீழே துப்பியவாறு.

அவர், மேல் துண்டினால் வாயைத் துடைத்துக்கொண்டார்.

கேசவன் திடுக்கிட்டான்.

ஒரு புதிய கட்டுக்கதை உருவாக இருப்பதை உணர்ந்தான்.

“மாமா. அவர் மஹானுமில்லே, ஒரு மண்ணுமில்லே. இருக்கிற சொத்தையெல்லாம் கரைச்சுட்டு, இப்பொ ஆண்டியா எங்காத்திலே உட்கார்ந்திருக்கார். அவரை ஒரு துளசிதாஸராகவோ, அருணகிரிநாதராகவோ ஆக்கிடாதீங்க. அவர் ராமாயணமோ, திருப்புகழோ பாடப் போறதில்லே” என்றான் கேசவன்.

“அவர் ராமாயணமும் திருப்புகழும் பாட வேண்டாம். பார்வையாலேயே எங்களைக் கடாட்சிச்சா போறும். நேத்திக்கோ, முந்தா நாளோ ஆராமுது உங்கப்பாவைப் பார்க்க வந்திருக்கான். வாசலுக்கு வந்தவுடனே உங்க பெரியப்பாவைப் பாத்து ‘சௌக்கியமா மாமா’ன்னு கேட்டிருக்கான். அவர் கையைத் தூக்கியிருக்கார், அவ்வளவுதான். அவனுக்குப் பத்து வருஷமா அடி வயத்திலே ‘நசநச’ன்னு வலிச்சுண்டேயிருக்குமாம். பாக்காத டாக்டரில்லே, ஒரு பிரயோஜனமுமில்லே. உங்க பெரியப்பா கையைத் தூக்கின விசேஷம், வயத்துவலி இருந்த இடம் தெரியலே. என்ன சொல்றே நீ, அவர் மஹான்தான் சந்தேகமேயில்லே” கேசவனுக்குக் கோபம் தலைக்கேறியது.

“இதோ பாருங்க மாமா. இந்த மாதிரி கலாட்டா பண்ணி, எங்காத்திலே கூட்டத்தைக் கூட்டாதீங்க.” என்றான் மிகவும் ஒரு கண்டிப்பான குரலில்.

“நீ கம்யூனிஸ்ட். நம்பலேன்னா போ. உங்கப்பாவும் வரவர நாஸ்திகனா மாறிண்டு வரார். எங்களுக்குத் தெய்வ நம்பிக்கை இருக்கு. கலியுகத்திலே பெருமாள் முன்மாதிரி அவதாரமெடுத்து வரமாட்டார். மனுஷனா வந்துதான் எங்களையெல்லாம் கரையேத்துவார். உன்னோட பெரியப்பாதான் பெருமாளோ என்னவோ. அது எனக்குத் தெரியலே. ஆனா பெருமாள்தான் அவரை இப்பொ நம்ம சன்னதித் தெருவுக்குக் கூட்டிண்டு வந்திருக்கார்.”

அவருடன் பேசுவதில் பயனில்லையென்று கேசவன் வீட்டுக்குப் போய்விட்டான். போனதும் அப்பாவிடம் தான் சாரங்கனைச் சந்தித்ததைப் பற்றிச் சொன்னான்.

அப்பா மௌனமாகக் கேட்டுக்கொண்டிருந்தார். அப்பொழுது அங்கு வந்திருந்த பெரியப்பாவின் பிள்ளை சௌந்திரமும் முகம் மலர்ந்த நிலையில், கேசவன் சொன்னதைக் கேட்டுக்கொண்டிருந்தான்.

“இந்த அக்கிரமத்தை உடனே தடுத்து நிறுத்தணும். நீங்க உடனே தெரு மனுஷாளைக் கூப்பிட்டு விஷயத்தைச் சொல்லி, பெரியப்பாவைப் பத்திச் சொல்லியாகணும். இல்லாட்டா...” என்று அவன் கூறி முடிப்பதற்குள் சௌந்திரம் குறுக்கிட்டான்: “என்ன சொல்லியாகணும்?”

“அவர் மனுஷர்தான், மஹான் இல்லே. பொண்டாட்டி அழுது அழுது செத்தா, பிள்ளைகளெப் படிக்க வெக்காமெ...” என்ற கேசவனை மறுபடியும் கையமர்த்தினான் சௌந்திரம்.

“நான் அன்னிக்கு இதையே சொன்னேன். அப்பொ நீ அவருக்குப் பரிஞ்சுண்டு வந்தே, இப்பொ திட்றே” என்றான் சௌந்திரம்.

“நான் திட்டலே. அவரை இந்தத் தெரு மனுஷா சுயநலக் காரியத்துக்காகத் தெய்வமாக்கப் பாக்கறா. அது தப்புன்னு சொல்றேன், அவ்வளவுதான்.”

“என்ன சுயநலக்காரியம்?” என்றான் சௌந்திரம்.

“என்னை அவமானப்படுத்தணும்னு...” என்றார் அப்பா.

“ஏன்?” என்றான் சௌந்திரம்.

“இந்தத் தெருவிலேயிருக்கிற ஒவ்வொருத்தனுடைய யோக்கியதையும் எனக்குத் தெரியும். ஒருத்தன் கோயில் பணத்தைச் சாப்பிடறவன், இன்னொருத்தன் மடி ஆசாரம்னு வேஷம் போட்டுண்டு, துக்காம்பாளையத் தெரு துலுக்கனுக்குத்

தன் மச்சினியைக் கூட்டிக் கொடுத்தவன். இப்பொ உண்மை யிலேயே தெய்வ நம்பிக்கையிருக்கிற எனக்கு எவ்வளவு சங்கடம் உண்டு பண்ணலாம்னு பார்க்கிறா."

"இதிலே என்ன சங்கடம் சித்தியா?" என்றான் சௌந்திரம்.

"சங்கடமில்லையா? உங்கப்பன் மஹானா? பாவம். கோயில் வாசல்லே உக்காந்திண்டு சோத்துக்கு லாட்ரி அடிக்கிறானேன்னு கூட்டிண்டு வந்தேன். அவனை மஹான் அது இதுன்னு சொல்லி, ஒரு கூட்டத்தைக் கூட்டி பணம் பண்ண பாக்கிறாங்க இந்த வேலையத்த பசங்க. இதை நான் ஒருநாளும் அனுமதிக்க மாட்டேன்."

"பணம் நமக்கு வருமே" என்றான் சௌந்திரம் புன்னகை யுடன்.

"என்ன சொன்னே?" என்று உரத்த குரலில் சீற்றத்துடன் கேட்டார் அப்பா.

சௌந்திரம் கொஞ்சம் பயந்துவிட்டான். சிறிது நேரம் பேசாமலிருந்தான்.

"ஊரை ஏமாத்தணும்னா சொல்றே நீ?" என்றார் அப்பா.

"நாம ஏமாத்தணும்னு சொல்லலே. அவா ஏமாந்தா நாம என்ன செய்ய முடியும்?"

"இது என்னடா தர்க்கம்?"

"தர்க்கமுமில்லே, குதர்க்கமுமில்லே சித்தியா. எங்கப்பா வாலே இதுவரைக்கும் எங்களுக்கோ காலணா காசுக்குப் பிரயோஜனமில்லே. இப்பொ, அவராலே அவரறியாமலேயே, எங்களுக்குக் கொஞ்சம் பணம் வந்தா நீங்க ஏன் குறுக்கே நிக்கறேள்?"

"அன்னிக்கு உங்கப்பாவை ஏன் வச்சுக்கறேள்னு என்னைக் கேட்டே. இன்னிக்கு உனக்கு அப்பா வேணும், அப்படித்தானே?"

"எனக்கு வேணாம். நான் கொண்டு போய் வச்சுக்கறேன்னு சொல்லவேயில்லை. இங்கேயே இருக்கட்டும். கூட்டம் கூட ஆரம்பிச்சு, பூஜை புனஸ்காரம்னு வந்தா, வர பணத்தை எங்களுக்குக் கொடுத்திடுங்கோ. அதான் சொல்றேன். அந்தப் பணத்தை நீங்க தொடமாட்டேள், அது தெரியும் எனக்கு. ஆனா எங்களுக்கு வேண்டியிருக்கே, அந்தப் பணம். நான் சொல்றதிலே என்ன தப்பு? நீங்க சொல்லுங்கோ, சித்தி?" என்றான் சௌந்திரம் சிரித்துக்கொண்டே.

அம்மா அங்கு நின்றுகொண்டிருப்பதைக் கேசவன் அப்பொழுதுதான் கவனித்தான். அம்மாவுக்குச் சொந்தமாக அபிப்பிராயமென்று எதுவுமே கிடையாது. அப்பா சொல்வது சரியாகத்தானிருக்கும் என்பது அவளுடைய அசைக்க முடியாத நம்பிக்கை.

"நான் சொல்றதுக்கு என்ன இருக்கு? ஆனா இது மட்டும் என்னாலே முடியும். ஆடற மட்டும் ஆடிட்டு, ஆத்துத் திண்ணையே கதின்னு வந்து உக்காந்திருக்கிற ஒரு பிராம்மணனை, மஹான் அது இதுன்னு சொல்றது சரியான்னு எனக்குத் தோன்றது" என்று சொல்லிவிட்டு, தான் சொன்னது சரிதானா என்று அப்பாவைப் பார்த்தாள்.

அப்பாவின் முகத்தில் புன்னகை தோன்றியது. அம்மாவின் கூற்றுக்கு ஆமோதிப்பு இது.

"அவர் மஹான் இல்லே, அது நாம எல்லோருக்கும் தெரிஞ்சது தான். ஆனா வர ஆதாயத்தை விடறவன் முட்டாள்" என்றான் சௌந்திரம்.

"நீ இப்பொ வீட்டைவிட்டு வெளியே போ, எனக்குக் கோபம் வர்றதுக்கு முன்னாலே" என்றார் அப்பா.

"என் அப்பாவையும் கூட்டிண்டு போறேன்" என்றான் சௌந்திரம் உறுதியாக.

"அது நடக்காது. அவனை ஹிம்சிக்காதீங்கடா, படுபாவிகளா..." என்றார் அப்பா.

வேர்ப்பற்று

இருபத்தேழு

கேசவனுக்கு விழிப்பு வந்தபோது வெளியே வெயில் பளிச்சென்று தெரிந்தது. மணி என்ன ஆகியிருக்கும் என்று ஒரு திடீர் எண்ணத்தினால் உந்துதல் பெற்று கேசவன் எழுந்தான்.

மணி ஏழரை.

அம்மா அவனை இதுவரை எழுப்பாமல் இருந்தது, கேசவனுக்கு ஆச்சரியத்தைத் தந்தது. அப்பொழுதுதான் அவனுக்கு அப்பா விடியற்காலை யில் ஒரு கல்யாணத்துக்காக குடவாசலுக்குப் போயிருப்பார் என்பது நினைவுக்கு வந்தது. அப்பா அவனையும் கல்யாணத்துக்கு வரும்படி கூப்பிட்டார். அவன் மறுத்துவிட்டான். பெரியப்பா வீட்டில் இருந்ததால் அம்மா அக் கல்யாணத்துக்குப் போக முடியவில்லை.

முதல் நாள் இரவு அப்பா அவனைக் கேட்டார்.

"உங்க யுனிவர்சிட்டி எப்போ திறக்கப் போறான். நீ திரும்பி போகப் போறியா, இல்லாட்டா படிப்பை நிறுத்திடலாம்னு பாக்கறயா?"

கேசவன் மௌனமாக இருந்தான்.

அப்பா தொடர்ந்தார். "நீ தமிழ் படிச்சு என்ன கிழிக்கப் போறேன்னு எனக்குத் தெரியல. பேசாம ஒண்ணு கொடவாசலுக்குப் போய் வயல் வரப்பெல்லாம் பாத்துண்டு இருந்துரு—குத்தகக் காரன் நம்மல ஏமாத்திண்டே வரான்—இல்லாட்டா வேற ஏதானும் படிக்கனும்னா படி. எனக்கு

ஆட்சேபணை இல்ல. ஆனா அங்கேயும் போய் 'ஸ்ட்ரைக்' அது இதுன்னு வம்பு பண்ணாம இருந்தா சரி."

"என்னை சஸ்பெண்ட் பண்ணிருக்காங்க. முதல்ல இந்த விவகாரம் தீந்தப்பறம்தான், நான் வேற என்ன செய்யலாம்ன்னு தீர்மானம் பண்ண முடியும்" என்றான் கேசவன்.

"கிணத்துல கல் போட்ட மாதிரி உங்க யுனிவர்சிட்டி பத்தி பேப்பர்ல ஒரு தகவலும் காணோம். இழுத்து மூடிட்டான். பிரச்சினையைத் தீர்க்க யாரும் முயற்சி பண்றதாவே தெரியல. நீ போய் பேசாம உன் சர்ட்டிபிகேட் எல்லாம் வாங்கிண்டு திரும்பி வந்துடு" என்றார் அப்பா.

"அடுத்த மாசம் எட்டாந்தேதி திறக்கப் போறதா நான் கேள்விப்படறேன். அப்ப நான் யுனிவர்சிட்டிக்குப் போய் மேலே படிக்கத்தான் போறேன்" என்றான் கேசவன்.

அவன் அப்பாவிடம் அப்படிச் சொல்லிவிட்டான். ஆனால் இது சாத்தியமா? 'சஸ்பெண்டு' செய்த மாணவர்களை மறுபடியும் சேர்த்துக்கொள்வார்களா? மன்னிப்புக் கடிதம் கொடுக்க வேண்டுமென்று வற்புறுத்தினால் என்ன செய்வது? மற்ற மாணவத் தலைவர்கள் என்ன செய்வார்கள்? அவர்கள் அனைவரும் அப்படிக் கொடுத்துவிட்டால் அவனால் மட்டும் மன்னிப்புக் கடிதம் கொடுக்காமலிருக்க முடியுமா? அப்படி அவன் கொடுக்காவிட்டால், தொடர்ந்து படிப்பது என்பது எப்படிச் சாத்தியமாகும்?

இத்தகைய எண்ணங்கள் அவனை அலைக்கழித்த காரணத்தினால் அவனால் இரவு வெகு நேரம்வரை தூங்க முடியவில்லை.

அவன் படுக்கையைச் சுருட்டி வைத்துவிட்டு மாடியி லிருந்து கீழே வர முற்பட்டபோது, அம்மா மூச்சிறைக்க அவனை நோக்கி வந்தாள்.

"கேசவா, என்னடா இது அக்கிரமம் வாசல்ல ஒரு பெரிய கூட்டம் காத்திண்டிருக்கு" என்றாள் அம்மா.

"எதுக்கு?"

"அப்பா வேற ஊர்ல இல்ல. என்ன செய்யறதுன்னு எனக்குத் தெரியல. நீ சட்டுன்னு கீழே இறங்கி வந்து பாரு."

கேசவன் வேகமாகக் கீழே இறங்கி வந்தான். வாசலில் ஒரு பெரிய கூட்டம். மரச்சட்டத்தினாலான 'கேட்டை' அம்மா இழுத்துப் பூட்டியிருந்ததால் யாரும் உள்ளே நுழைய முடியவில்லை.

திண்ணையில் பெரியப்பா எப்பொழுதும் போல் ஒரு வெட்டவெளிப் பார்வையில் ஆழ்ந்திருந்தார்.

கேசவன் வாசலை நோக்கிச் சென்றான்.

"என்ன வேணும் உங்களுக்கு?" என்றான் கேசவன்.

"உன்னுடைய பெரியப்பாவைத் தரிசனம் பண்ண இவாள்ளாம் வந்திருக்கா. கேட்டைத் திற!" என்றான் 'குடை' சாரங்கன்.

"மாமா, இது நன்னா இல்ல. பெரியப்பா பாவம் 'தேமே'ன்னு உட்கார்ந்திருக்கார். இவரைப் போய் நீங்கள்ளாம் எதுக்காக இம்சிக்கப் பாக்கறீங்க?" என்றான் கேசவன்.

"நன்னா இருக்குடா நீ சொல்றது. ஒரு மஹானை ஆத்துல உட்கார்த்தி வச்சுண்டு எங்களுக்கெல்லாம் அவருடைய தரிசனம் கிடைக்காம தடுக்கிறது மகா பாவம். நாங்க அவரை தரிசனம் பண்ணிட்டுத்தான் போவோம்" என்றார் தலையாட்டி.

வாசலில் ஒரு ஐம்பது பேர் நின்றுகொண்டிருப்பார்கள். எல்லார் முகத்திலும் ஒரு பயங்கலந்த எதிர்பார்ப்பு இருந்தது.

"அப்பா ஊர்ல இல்லேன்னு உங்களுக்குத் தெரியுமா?" என்று கேட்டான் கேசவன்.

"தெரியாதே, எங்கே போயிருக்கார்?" என்றான் 'குடை' சாரங்கன்.

"என்ன கதை விடறேள்? அப்பா ஊர்ல இல்லாதது தெரிஞ்சி தான் நீங்க வந்திருக்கீங்க? அப்பா இல்லாதபோது, நான் அவர் சம்மதமில்லாம இந்தக் காரியத்துக்கும் உடன்பட மாட்டேன். அப்பாவுக்கும் நீங்க எங்க பெரியப்பாவ தெய்வமாக்கறதப் பத்தி ரொம்பக் கோவம். அதனால பேசாம உங்க வேலையைப் பாத்துண்டு எல்லோரும் போங்க" என்றான் கேசவன் கோபத்துடன்.

"இவன் யாரு பொடிப்பய நம்மள விரட்ட?" என்று கூறிக் கொண்டே, கோடி வீட்டுக் கோண்டு வேகமாக முன்னேறி கேட்டைக் குலுக்கினான்.

கோண்டுவின் இயற்பெயர் கோதண்டம். அவன் படிப்பும் இல்லாமல் பிறப்பினால் வரும் பொருளாதார வசதியுமில் லாமல் எப்படி எப்பொழுதும் ஒரு மைனரைப் போல் காட்சி யளித்து வந்தான் என்பது பலருக்குப் புரியாமல் இருந்தது. கேசவனுக்கு இந்தப் புதிர் போன வருஷம்தான் விடுபட்டது. கோண்டு ஒரு 'போலீஸ் இன்ஃபாமர்'. அவனுக்கு இதன்மூலம்

நல்ல வரும்படி வந்தது என்று கூறுவார்கள். ஐந்தாறு மாதங்களுக்கு முன்பு ஒரு முனிசிபல் தேர்தல் வந்தது. அப்பொழுது ஊர்ப் பிரமுகராகிய ஒரு பிரபல ஊறுகாய் வியாபாரி தேர்தலுக்கு நின்றார். அவர் பிராமணர். கோண்டுவும் இதே தொகுதியில் தேர்தலுக்கு நின்றான்.

பிராமணர்களுடைய வாக்குகள் சிதறிவிடப் போகிறதே என்பதற்காக அந்த ஊர்ப் பெரிய மனிதர் சார்பில் பிராமணர்கள் கோண்டுவை தேர்தலிலிருந்து விலகும்படி எவ்வளவோ சொல்லிப் பார்த்தார்கள். கோண்டு மசியவில்லை.

ஆனால், திடீரென்று கோண்டுவை தேர்தல் நடப்பதற்கு ஒரு வாரம் முன்பிலிருந்து காணவில்லை. அந்த ஊறுகாய் வியாபாரி தேர்தலில் வென்றார். கோண்டுவினால் திடீரென்று எப்படி ஒரு மோட்டார் சைக்கிள் வாங்க முடிந்தது என்பது பலருக்கு ஆச்சரியமாக இருந்தது.

கோண்டு கேட்டை உலுக்குவதைப் பார்த்து கேசவன் அவன் எதிரே போய் நின்றான்.

"நீங்க செய்றது நன்னா இல்லே. திடீரென்று உங்களுக்கு மஹானையெல்லாம் தரிசிக்கணும்னு ஆசை வந்திருக்கிறது பத்தி சந்தோஷம்தான். ஆனால், இப்ப எங்கப்பா ஊர்ல இல்லாத சமயத்துல உங்கள யாரையும் உள்ளே விடமாட்டேன்" என்றான் கேசவன்.

"போடா விடலப்பயலே. போலீஸ்காரர்களைக் கூப்பிட்டு இந்த வீட்டுக்குள்ள என்னாலநுழைய முடியும். நீயா மரியாதையா திறந்து விடு. பெரியவாளை தரிசிக்கிறவா தரிசிச்சிட்டுப் போகட்டும்" என்று சொல்லிக்கொண்டே கழுத்தில் இருந்த தங்கச் சங்கிலியைப் பரிவுடன் தடவிக்கொண்டான் கோண்டு.

"உங்களை உள்ள விட முடியாது" என்று சொல்லிக் கொண்டே உள்ளே போனான் கேசவன்.

ஒரு பெரிய சத்தம் கேட்டது. கேட் உடைந்து கீழே விழுந்து கோண்டுவின் தலைமையில் திமுதிமுவென்று பலர் உள்ளே நுழைந்தனர்.

திண்ணையில் உட்கார்ந்திருந்த பெரியப்பா ஒன்றும் புரியாமல் அவர்களைப் பார்த்தார்.

"உங்க எல்லாரைப் பத்தியும் போலீசுக்கு ரிப்போர்ட் பண்ணப் போறேன். இதென்ன அக்கிரமம். எங்க வீட்டுக் கேட்டை உடைக்க உங்களுக்கு என்ன உரிமையிருக்கு?" என்று கோபத்துடன் கத்தினான் கேசவன்.

வேர்ப்பற்று 191

"எங்க அப்பாவை உங்க வீட்ல பொத்தி வைக்க உனக்கு என்ன உரிமையிருக்கு?" என்ற குரல் வந்த திசை நோக்கி திரும்பிப் பார்த்தான் கேசவன்.

அங்கு சௌந்திரம் நின்றுகொண்டிருந்தான். கேசவனுக்கு அசாத்திய சினம் தலைக்கேறியது.

"அப்பாவின்மீது உங்களுக்குள்ள பாசம் எனக்குத் தெரியும். அவரை எங்கப்பா வீட்டில் வைத்துக்கொள்ளக் கூடாது என்று எங்கப்பாவிடம் அன்று நீங்கள் வாதாடியது, இவர்களுக்குத் தெரியாமலிருக்கலாம். உங்கள் யோக்கியதை எனக்குத் தெரியும். தயவு செய்து வெளியே போங்கள்" என்றான்.

"இவரோட அப்பாவை நீ வீட்ல வைச்சிருக்கிறது நன்னா இல்ல. போலீஸ்ல இதப்பத்தி கம்ளெய்ன்ட் கொடுத்தா அப்டக்ஷன் கேஸ்ல உன்னை உள்ளே தள்ளிடுவாங்க. சட்டமெல்லாம் நான் தெரிஞ்சவன். எனக்கு எல்லாம் தெரியும்" என்றான் கோண்டு.

சௌந்திரம் பெரியப்பாவின் அருகில் போய் நின்று மிக மெதுவான குரலில் பாசம் பொங்க, "அப்பா" என்று கூப்பிட்டான்.

பெரியப்பா அவனை ஏற இறங்கப் பார்த்தார்.

"நான் உங்களோட பிள்ளை சௌந்திரம். என்னோட எங்காத்துக்கு வந்துடுங்க" என்றான் அவன்.

"உங்காத்துக்கு எப்படி அழைச்சிண்டு போக முடியும்? நீயே இன்னொரு வீட்ல ஒண்டுக் குடித்தனம் இருக்கே. ஒரு பெரிய வீடாக இருந்தாத்தான் வந்து போறவாளுக்குச் சௌகரியமா யிருக்கும்" என்றான் 'குடை' சாரங்கன்.

அவனுக்குப் பெரியப்பா அந்தத் தெருவை விட்டுப் போவது பிடிக்கவில்லை என்று தெரிந்தது. சௌந்திரம் வருகின்ற ஆதாயத்தை மற்றவர்களுடன் பகிர்ந்துகொள்வான் என்று எப்படி நிச்சயமாகச் சொல்லமுடியும்?

"கேசவா" என்று அம்மா கூப்பிடுவது அவன் காதில் விழுந்தது.

கேசவன் உள்ளே சென்றான்.

"என்னம்மா"

"சௌந்திரம் அவனோட அப்பாவை அவன் ஆத்துக்கு அழைச்சுண்டு போறதாயிருந்தா போகட்டும். இங்க தொந்தர வெல்லாம் நமக்கு வேணாம். அப்பா வந்ததும் அவர்கிட்டே நடந்ததச் சொல்லு. அவர் புரிஞ்சிக்குவார் என்று நினைக்கிறேன்" என்றாள் அம்மா.

கேசவன் யோசித்தான். அப்பா இதை ஏற்றுக்கொள்வாரா? அவர் வீட்டில் இல்லாத சமயத்தில் பெரியப்பாவை இப்படி அழைப்பது சரியா?

"அப்பா நிச்சயம் இதுக்குச் சம்மதிக்க மாட்டார். அப்பா வுக்குப் பிடிக்காத காரியத்தை நான் செய்றது தப்புன்னு எனக்குப் படறது" என்று சொல்லிவிட்டு கேசவன் வெளியே வந்தான்.

பெரியப்பாவைச் சுற்றி எல்லாரும் நின்றுகொண்டிருந் தார்கள். சிலருடைய கையில் பழத்தட்டுகள் இருந்தன.

"பழத்தட்டெல்லாம் பெரியவர்கிட்ட வைங்கோ. ஆசிர்வாதம் வாங்கிக்கோங்க" என்றான் சௌந்தரம்.

அவர்கள் பழத்தட்டுகளை வைத்தார்கள்.

திடீரென்று பெரியப்பா எழுந்தார். இதுவரை பேசாம லிருந்தவர் பேசினார். "நான் எங்கேயும் வரத் தயாராக இல்லை. நான் இங்கதான் தங்கப் போறேன்."

இருபத்தெட்டு

கேசவனின் பெரியப்பா அந்த வீட்டைவிட்டு வர முடியாதென்று சொன்னதோடு மட்டு மில்லாமல், உள்ளே எழுந்து போன பிறகு, கூட்டம் கலைந்தது.

சௌந்திரம் மட்டும் போகவில்லை.

பெரியப்பா கூடத்தில் தூணின்மீது சாய்ந்து கொண்டு உட்கார்ந்திருந்தார்.

திடீரென்று அவர் உறுதியாகப் பேசியது, வந்தவர்களைத் துரும்பு போல் ஒதுக்கிவிட்டு கூடத்தில் வந்து உட்கார்ந்தது, ஆகிய எல்லாமே, கேசவனின் அம்மாவை வியப்பில் ஆழ்த்தியது.

கேசவனுக்கும் அவர் ஒரு புது மனிதர் போல் தோற்றமளித்தார்.

சௌந்திரம், கேசவன் அம்மாவிடம் சென்று முறையிட்டான், "சித்தி, நீங்கள் செல்லுங்கோ. அவர் என்கிட்டே இருக்க வேண்டியவர், என் சொந்த அப்பா. கொள்ளிபோட வேண்டியவங்க நாங்க. இப்படி அவர் உங்காத்துல வந்து உட்கார்ந்திண்டு..."

"இது ஏன் உனக்கு அப்போ தோணலே?" என்றாள் அம்மா.

"இப்போதான் அவர் மஹான்னு எனக்குத் தெரியறது. இப்போ வந்தவா எல்லோரும் முட்டாளா?"

“அவா முட்டாள்னு யார் சொன்னா? புத்திசாலிங்க, பொழைக்கத் தெரிஞ்சவங்க” என்றான் கேசவன் சிரித்துக் கொண்டே.

“சௌந்திரமும் பொழைக்கத் தெரிஞ்சவன்” என்றாள் அம்மா புன்னகையுடன்.

“அதிலே என்ன தப்பு? கையிலே காசு இருக்கச்சே எங்களைப் பட்டினி போட்டார். இப்போ தெய்வமே வந்து ஒரு வழி காட்டறச்சே, இவரை வச்சு நாலு காசு சம்பாதிக்கறதிலே என்ன தப்பு?” என்றான் சௌந்திரம் குரலைச் சற்று உயர்த்தி.

“அவர் வந்தா கூட்டிண்டு போ!” என்றாள் அம்மா.

சௌந்திரம், பெரியப்பா அருகில் சென்று உட்கார்ந்தான்.

“அப்பா என்னைத் தெரியறதா?” என்றான் குரலில் பரிவும் அன்பும் பொங்க. அவர் கையை லேசாகப் பிடித்துக் கொண்டான்.

அவர் கையை உதறிக்கொண்டார். ஒன்றும் பேசவில்லை.

“நான்தான் சௌந்திரம்.”

பதிலில்லை.

“யாரோ சூனியம் வச்சிருக்கா...” என்றான் சௌந்திரம்.

“அவரை மஹான்னு சொன்னீங்க இப்போதான். அதுக்குள்ளே சூனியம் வச்சிருக்கான்னு சொன்னா அதெப்படி? எனக்கும் ஒண்ணும் புரியல” என்றான் கேசவன்.

“கூட்டிண்டுதான் போகப்போறேன்” என்றான் சௌந்திரம் உறுதியுடன்.

“அவர் வரலேங்கிறார், எப்படிக் கூட்டிண்டு போவீங்க?”

“எனக்கு வழி தெரியும். கட்டுத்தறி மாதிரி என்னோட வக்கீல்கிட்டேயிருந்து கத்துண்ட பாடம்.”

“எனக்கும் சட்டம் தெரியும், அவர் மைனர் இல்லே” என்றான் கேசவன்.

“அவர் சுயநினைவிலேயில்லே. அவரை வலுக்கட்டாயமா பிடிச்சு வச்சுண்டிருக்கேள்னு சொல்வேன்.”

“எங்களுக்கு என்ன லாபம்? அவரைச் சாமியாராக்கி நாங்க, பொழைக்கிறதா இல்லையே?”

பெரியப்பா எழுந்தார். சௌந்திரத்தை உற்றுநோக்கினார்.

“நான்தாப்பா சௌந்திரம், உங்க பிள்ளை” என்றான் அவன் குரலில் திடீரென்று தோன்றிய உற்சாகத்துடன்.

"தெரியும். என்னைச் சாமியாராகக் காட்டி ஜனங்களை ஏமாத்தலாமுன்னு பாக்கறே. அது நடக்காது. நான் இங்கேதான் என் தம்பி வீட்டிலேதான் இருக்கப்போறேன். அவன் உத்தமன்" என்றார் பெரியப்பா.

அவர் மிகத் தெளிவாக, உறுதியாகப் பேசியது கேசவனை ஆச்சரியத்தில் ஆழ்த்தியது. அப்படியென்றால், அவர் இத்தனை நாட்களாக சுயநினைவுடன்தான் இருந்திருக்கிறார். நடப்பன வற்றையெல்லாம் ஒரு பார்வையாளராக இருந்து கவனித்துக் கொண்டிருந்திருக்கிறார். இதற்கு எவ்வளவு மனவலிமை வேண்டும்?

"காசிருந்தபோது பட்டினி போட்டடேள். இப்ப எங்களுக்கு நாலு காசு சம்பாதிக்க வழி பண்ணக் கூடாதா? இதுதான் நீங்க செஞ்ச பாவத்துக்குப் பிராயச்சித்தம்."

"ஒரு பாவத்துக்கு இன்னொரு பாவம் பிராயச்சித்தமா இருக்க முடியாது" என்றார் பெரியப்பா.

"எது பாவம்?"

"ஜனங்களை ஏமாத்தறது. நான் மஹானுமில்லே, ஒரு மண்ணாங்கட்டியுமில்லே. மஹான்னு சொல்லணும்னா என் தம்பிதான். என்னாலே ஒரு லாபமில்லேன்னு தெரிஞ்சும், கோயில்லேந்து அழைச்சிண்டு வந்து, ஆத்திலே உட்காத்தி வச்சு சாப்பாடு போடறான். அன்னிக்கே நீ என்ன சொன்னேன்னு எனக்குத் தெரியும். எல்லாத்தியும் வேடிக்கை பாத்திண்டு தானிருக்கேன்."

"நீங்க எங்களுக்குப் பண்ண துரோகத்துக்கு நான் அன்னிக்கு அப்படிச் சொன்னது தப்பா?"

"இல்லே. ஆனா இப்போ என்ன ஒரு போலி மஹானா ஆக்கப் பாக்காதே. நான் உனக்கு நாலு காசு சம்பாதிச்சுக் கொடுத்துட்டா, நெஜமாகவே நான் மஹானோன்னு நீ நினைக்கக்கூடிய ஆபத்திருக்கு. அது என்னாலெ தாங்கிக்க முடியாது" என்றார் பெரியப்பா புன்னகையுடன்.

அவர் இப்பொழுது புதிய மனிதராகத் தெரிந்தார்.

"என்னாலே தாங்கிக்க முடியாதுன்னு ஏன் சொல்றீங்க?" என்றான் கேசவன்.

கேசவனை அவர் சிறிது நேரம் உற்றுப் பார்த்தார்.

பிறகு சொன்னார், "நீ காலேஜ்லே படிக்கிற பையன். ஜே.கே.யைப் பத்திக் கேள்விப்பட்டிருக்கியா?"

"ஜே. கிருஷ்ணமூர்த்தியா?"

"ஆமாம். அவரை அன்னிபெஸண்ட் கலியுகக் கிருஷ்ணனா ஆக்கப்பாத்தா. கொஞ்சம் பெரியவனா ஆனவுடனே நம்மாலே முடியாதுன்னு அவர் ஒதுங்கிண்டுட்டார். இதனால்தான் இன்னிக்கும் அவராலே அவருடைய விவேகத்தையும் மென்டல் பாலென்ஸையும் காப்பாத்திண்டு இருக்க முடிஞ்சிருக்கு. கோயில்லே போய் பார் பகவான் பக்தர்கள் முணுமுணுக்கிற மந்திரத்தாலேயும் செய்யற அபிஷேகத்தாலேயும் மூச்சுவிட முடியாம திணறிக்கொண்டிருக்கார். எல்லாம் எதுக்காக? 'எனக்கு இதைக்கொடு, எனக்கு அதைக் கொடு'ன்னு கோரிக்கைப் பட்டியல்தான். இதுக்குதான் பக்தின்னு பேரு. ஐ டோன்ட் வான்ட் டு பி எ பார்ட்டி டு திஸ் ப்ராட்."

கேசவன் பெரியப்பாவை, மனத்தைத் திடீரென்று நிறைத்த ஒரு குதூகல உணர்வுடன் பார்த்துக்கொண்டிருந்தான். நிறையப் படித்தவர்தாம். ஆனால் அவரைப் பற்றிக் கூறப்படுகின்ற பழிகள் யாவும் உண்மையா? மனைவியும், குழந்தைகளையும் நிராதரவாக விட்டுவிட்டு அவர் போவதற்கு என்ன காரணம்? தாம் செய்வது தவறு என்று அவர் உணரவில்லையா?

ஒரு வெள்ளைக்காரியுடன் சுற்றியதாகக் கூறுகிறார்கள். யார் அந்த வெள்ளைக்காரி?

இறுதியில், கும்பகோணம் வந்து கோயில் வாசலில் உட்கார்ந்து பிச்சை எடுக்கத் தொடங்கியது, இவருடைய குணநலனுக்கு முரணாக இருக்கிறதே?

அல்லது முரணாக இல்லையா?

திடீரென்று அவரிடம் இப்பொழுது இந்த மாற்றம் எப்படி ஏற்பட்டது?

அவர் சொல்வது பொய். வேடிக்கைப் பார்த்துக்கொண்டிருந்தவர். இப்பொழுது பங்கேற்க தீர்மானித்துவிட்டாரா?

இப்பொழுது தெரியும் இந்தப் பெரியப்பாவை, அப்பா எப்படி எதிர்கொள்ளப் போகிறார்? யாரும் இன்னொருவரைப் பற்றித் தம் மனத்தில் கொண்டிருக்கும் கற்பனைக்குப் பங்கம் ஏற்படுவதை விரும்புவதில்லை. கோயில் வாசலில் உட்கார்ந்து மௌனமாகப் பிச்சை எடுத்துக்கொண்டிருந்த பெரியப்பாவைத் தான் அப்பாவுக்குத் தெரியும்.

ஆனால், இந்த பெரியப்பாவோ அன்னிபெசன்டைப் பற்றிப் பேசுகிறார். ஜே.கே.யைப் பற்றிச் சொல்லுகிறார். மேல்நாட்டு நகைச்சுவை உணர்வுடன் நம்முடைய பாரம்பரிய பக்தி மார்க்கத்தைப் பற்றி விமரிசனம் செய்கிறார்.

இவர் வேறொருவராக ஆகிவிட்டது அப்பாவுக்குப் பிடிக்குமா?

இருபத்தொன்பது

கேசவன், அடுத்தநாள் காலையில் எழுந்ததும் அவனுக்கு ஆச்சரியம் காத்திருந்தது. மாடியில் அவன் படுத்திருந்த அறை வெளியே, வெராந்தாவில் பெரியப்பா நின்றுகொண்டிருந்தார். அவர், மாடிக்கே வருவது கிடையாது. அவன் எழுந்து வெராந்தாவுக்குச் சென்றான்.

"ஆச்சரியமா இருக்கா?" என்றார் பெரியப்பா புன்னகையுடன்.

"ஆமாம்."

"உங்கப்பா ராத்திரி வந்தவுடனே, நடந்ததைச் சொன்னேன். திண்ணையிலேந்து என்னை மாடிக்கு நாடு கடத்திட்டான், உங்கப்பா. மஹானா, உசந்து போறதைக் காட்டிலும், இந்த 'பிஸிகல் எலிவேஷன்' பரவாயில்லேன்னு எனக்குப் பட்டது. உனக்கும் 'கம்பெனி' வேணுமில்லையா?"

"அப்பா என்ன சொன்னா?"

"எதைப் பத்தி?"

"நீங்க இப்படிப் பேசறது அவருக்கு ஆச்சரியமாயில்லே?"

"அறுபது வயசைத் தாண்டிட்டா உலகத்தில் ஆச்சரியப்படறதுக்கு ஒரு விஷயமும் கிடையாது."

"ஆச்சரியப்பட, ஒரு விஷயமுமில்லேன்னா, வாழ்க்கை போரடிக்காது?" என்று கேட்டான் கேசவன்.

“எல்லாம் நம் மனோபாவத்தைப் பொருத்த விஷயம். சின்னச் சின்ன ரொம்ப சாதாரண விஷயம்கூட ஒத்தனுக்கு ஆச்சரியத்தைத் தந்ததுன்னா, அவன் ரொம்ப ரொம்பக் கொடுத்து வச்சவன். படிப்புனாலேயே பாதிக்கப்படாத அதிர்ஷ்டசாலி. இப்பொ என்னையே எடுத்துக்கோ. நான் கோயில் வாசல்லே உட்கார்ந்திருந்தது, இங்கே இருக்கிறவா கூட்டிண்டு வந்தது, இங்கே இருக்கிறவா என்னை ஒரு மஹானா ஆக்கப் பாக்கறது, எல்லாமே முன்கூட்டியே தீர்மானிக்கப்பட்ட ஒரு விஷயம் மாதிரி எனக்குப் படறது. இது எனக்கு ஆச்சரியமாவேயில்லே. எதேச்சையா நடக்கிற தூங்கிறதிலேயே எனக்கு நம்பிக்கை கிடையாது. ஆனா எனக்குத் தெய்வ நம்பிக்கை இருக்குன்னும் சொல்ல முடியாது.”

“வீதியிலே நம்பிக்கை இருக்குங்கிறீங்க, அப்படித்தானே?”

“நோ, நடக்கிற எல்லாத்துக்குமே ஒரு ‘இன்டிரின்ஸிக் லாஜிக்’ இருக்கு. ஆனா இதுவும், சாதாரண காரண – காரிய பகுத்தறிவுக்கும் அப்பாற்பட்ட விஷயம். ‘A Method in Madness’ ஆகவுமிருக்கலாம். நானும் உங்கப்பாவும் ஒரே குடும்பத்திலே பொறந்தவாதான். நான் ஏன் இப்படி இருக்கணும், உங்கப்பா ஏன் வேற மாதிரி இருக்கணும்? வேற மாதிரின்னு சொல்ல முடியாது. எங்க லைஃப் ஸ்டைல் வேறமாதிரி இருந்திருக்கலாம். ஆனால் ‘பேஸிக்கா, வி ஆர் ஹானஸ்ட் டூ அவர் செல்ஃப்ஸ்’ உன்னைப் பத்தி எனக்கு அதிகம் தெரியாது. நீ கம்யூனிஸ்ட்னு, யுனிவர்ஸிட்டிலே உன்னை ‘சஸ்பென்ட்’ பண்ணிட்டான்னு நீங்க பேசிண்டதிலேந்து தெரிஞ்சுது. நான் ஆச்சரியப்படலே. ஒவ்வொரு குடும்பத்திலேயும் இந்த ‘ரெபல் எலிமென்ட்’ ஒவ்வொரு வடிவத்திலே ஒவ்வொருத்தரையும் அடையாளப் படுத்திக் காட்டும்.”

அவர் பேசிக்கொண்டே போனார். அம்மா கூப்பிடுவது அவன் காதில் விழுந்தது.

“சரி, அம்மா கூப்பிடறா போ” என்று கூறியவாறு, சரிந்த வேட்டியை இறுகக் கட்டிக்கொண்டார் அவர்.

அப்பா கூடத்தில் ஊஞ்சலில் உட்கார்ந்திருந்தார். அவர் சிந்தனையில் ஆழ்ந்திருக்கிறார் என்று கேசவனுக்குத் தெரியும்.

“தந்தி வந்திருக்கு” என்றாள் அம்மா.

“எங்கேயிருந்து?”

“உங்க யுனிவர்ஸிட்டியிலேந்து.”

அப்பா கையில் தந்தியிருந்தது.

“என்ன தந்தி?” என்று அப்பா அருகில் சென்று கேட்டான் கேசவன்.

“முதல்லே பல் தேச்சுட்டு, காப்பி சாப்பிடு” என்றார் அப்பா.

பெரியப்பா கீழே இறங்கி வந்தார்.

கேசவன் காப்பி குடித்துவிட்டு, அப்பா அருகில் வந்து நின்றான். பெரியப்பா கையில் தந்தியிருந்தது. அவர் கேசவனைப் பார்த்து சிரித்துக்கொண்டே சொன்னார்.

“நீ ‘ஸ்ட்ரைக்’ பண்ணதுக்கு உங்கப்பா வந்து வருத்தம் தெரிவிச்சு, உன் நன்னடத்தைக்கு உத்தரவாதம் கொடுத்தா உன்னைத் திரும்பச் சேர்த்துப்பாளாம்.”

“வாட் நான்ஸென்ஸ் இஸ் திஸ்?” என்று கேட்டவாறு தந்தியை அவரிடமிருந்து வாங்கிப் பார்த்தான் கேசவன்.

“நீ பெரிய தமிழ் படிச்சு, ஆகணும்னு ஒண்ணுமில்லே நீ அப்பா சொன்ன மாதிரி குடவாசலுக்குப் போய் நெலபுலன் களைக் கவனிச்சா போதும். உனக்காக அப்பா போய் அவமானப்பட வேண்டாம்” என்றாள் அம்மா.

“சஸ்பென்ட் பண்ணவா எல்லாருக்குமே இந்த மாதிரி ‘லெட்டர்’ அனுப்பிச்சிருப்பா. இதைச் சும்மா விடக் கூடாது. நான் யுனிவர்ஸிட்டிக்குப் போய்...” என்று அவன் சொல்லி முடிப்பதற்குள் அப்பா குறுக்கிட்டார்.

“என்ன பண்ணப்போறே?”

“ஒரு ஜாய்ன்ட் ஆக்ஷன்!”

“ஜாய்ன்ட்டாவது, ஆக்ஷனாவது. அவனவன் பிள்ளையைக் கூட்டிண்டு போய் உத்தரவாதம், கொடுத்திருப்பான். “ஐ நோ திஸ் கன்ட்ரி, மச் பெட்டர் தென் யு...” என்றார் பெரியப்பா. அவர் கூறுவது உண்மையாக இருக்கலாமென்று கேசவனுக்குப் பட்டது. இந்தக் கசப்பான உண்மையை ஏற்றுக்கொள்வதற்கும் அவனுக்குக் கஷ்டமாக இருந்தது.

“இதோ பாரு. நீ மேலே தொடர்ந்து படிக்கணும்னா, நீயே போய் மன்னிப்புக் கேப்பியோ, என்ன செய்வியோ எனக்குத் தெரியாது. நான் கண்டிப்பா வரமாட்டேன். நீ படிக்கலேன்னா, அதுவும் எனக்கு ஆட்சேபணையில்லே” என்றார் அப்பா.

“அதர்மத்துக்கு அடி பணியணுமா?” என்று கேட்டான் கேசவன்.

“தர்மம், அதர்மங்கிறதுக்கெல்லாம் காலத்துக்குக் காலம் அர்த்தம் வேற” என்றார் பெரியப்பா, புன்னகையுடன்.

“கொனஷ்டையா பேசாதே” என்றார் அப்பா சற்றுக் கோபத்துடன்.

“பின்னே எது தர்மம் சொல்லு? பகவத் கீதையிலே பகவானே பழியைத் தன் மேலே போட்டுண்டுட்டான். ‘தர்மமும் நானே, அதர்மமும் நானே’ன்னு! அப்பொ அதர்மத்தை வழிபட்டாலும் பகவானை வழிபடற மாதிரிதான். அதான் அதர்மத்துக்குக் கொடி பிடிச்சுண்டு அப்பொ ஒரு ‘டெலிகேஷன்’ வந்தது. ‘சரி, தப்புங்கிறதெல்லாம் நம்ம சிந்தனையைப் பொருத்த விஷயம்’னு ஷேக்ஸ்பியரே சொல்லியாச்சு. அதனால்தான் சொல்றேன், நீ தொடர்ந்து படிக்கணும்மா, மன்னிப்புக் கேளு. இல்லேன்னா சுயமரியாதையைக் காப்பாத்திண்டு ஆத்திலே இரு. இரண்டையும் ‘ஜஸ்டிஃபை’ பண்ணலாம்!” என்றார் பெரியப்பா.

“யாருக்கு ‘ஜஸ்டிஃபை’ பண்ணணும்?” என்றார் அப்பா.

“அதான் ஒவ்வொருத்தனையும் தொந்தரவு படுத்திண்டே யிருக்கே, ‘மனசாட்சி’ன்னு ஒண்ணு. அதைச் சொல்றேன்.”

அப்பொழுது வாசலில் அப்பாவின் பேரைச் சொல்லி யாரோ கூப்பிடுவது கேட்டது.

கேசவன் வாசலுக்குப் போனான்.

வக்கீல் லட்சுமி நரசிம்ம அய்யங்கார். முன்பு வீட்டு வேலைக்காரப் பெண்ணிடம் தவறாக நடந்துகொண்டதற்காகக் குற்றம் சாட்டப்பட்டுப் பண பலத்தினால் தப்பித்துக்கொண்டவர். அப்பா அவரைக் கண்டித்தார் என்பதினால், அப்பா மீது அவருக்குக் கோபமென்று கேசவனுக்கு ஞாபகம் வந்தது.

எதற்காக வந்திருக்கிறார்?

அவருடன் கோண்டு, செளந்திரம்.

“அப்பா இருக்காரா?” என்றார் வக்கீல்.

“ஏன் என்ன வேணும்?” என்றான் கேசவன்.

“இவன் யாரு விடலைப் பய, வாங்க உள்ளே போவோம்” என்றான் கோண்டு.

இதற்குள் அப்பாவும், பெரியப்பாவும் வெளியே வந்து விட்டார்கள்.

அவர்கள் உள்ளே வந்தார்கள்.

“உங்க பேரிலே ஒரு ‘கம்ப்ளெய்ன்ட்’ போலீசுக்குப் போறேன்னான் செளந்திரம். வேண்டாம்டா, பேசி சுமுகமா விவகாரத்த தீர்த்துப்போம்னு அழைச்சுண்டு வந்தேன்” என்றார் வக்கீல், புன்னகையுடன்.

வெற்றிலைக் காவியேறிய பற்கள்.

“என்ன கம்ப்ளெய்ன்ட்?” என்றார் அப்பா.

“சௌந்திரத்தோட அப்பாவை நீங்க பலவந்தமா பிடிச்சு வச்சிருக்கேளாம். லீகல் லாங்குவேஜ்லே சொல்லப் போனா, அப்டக்ஷன். இது சட்டப்படி குற்றம்.”

“நான் என் விருப்பத்தின் பேரிலேதான் இங்கே இருக்கேன். நான் மேஜர் ஆகி, நாப்பத்தேழு வருஷமாறது!” என்றார் பெரியப்பா.

“அப்போ மைனரா இருந்தேள் இல்லியா?” என்று விஷமச் சிரிப்புடன் ஒரு சிலேடையை உதிர்த்தார் வக்கீல்.

“நான் இப்போ மேஜராகிட்டேன். ஆனா, நீ இன்னமும் மைனராத்தான் இருக்கே. தெருவுக்குத் தெரு தேவடியா அப்படித்தானே?” என்றார் பெரியப்பா கோபப்படாமல், மிக நிதானமான குரலில்.

“ஷட்–அப்!” என்று கோபத்தில் கத்தினார் வக்கீல்.

“நோ, கோபப்படக் கூடாது. வக்கீலா இருக்கிறவாளுக்குப் பொறுமை வேணும். என்னைப் பலவந்தமா பிடிச்சு வச்சிருக்கிறதா யார் சொன்னா? மை ப்ளஸ்ஸட் ஸன், இவன் தானே? அன்னிக்கு இவன்தான் என்னை வெளியிலே துரத்தும் படியா கேசவன் அம்மாகிட்டே சொல்லிண்டிருந்தான். என்னை மஹானா ஆக்கி எல்லாரும் பணம் பண்ண பாத்தேள். நான் உங்களை ஏமாத்திட்டேன், அதானே கோபம்?”

“அவர் சுய நினைவிலே இல்லே” என்றான் கோண்டு.

“நான் இப்பொ பேசறதெல்லாம் சுயநினைவிலே இல்லியா?” என்று சிரித்துக்கொண்டே கேட்டார் பெரியப்பா.

“இவரை அழைச்சுண்டு போய் என்ன பண்ணப் போறேடா, சௌந்திரம்? மனுஷன் பேச ஆரம்பிச்சுட்டான். உனக்கு வீண் செலவுதான்” என்றார் வக்கீல் சௌந்திரத்தைப் பார்த்து அனுதாபத்துடன்.

“கரெக்ட். பேசாம இருந்தா, பக்தகோடிகள் பெரியவா மௌனத்துக்கு என்ன அர்த்தம் வேணும்னாலும் கற்பனை பண்ணிச் சொல்லலாம். இப்பொ அது சாத்தியமில்லே” என்றார் பெரியப்பா.

“நான் உங்களை ஒரு பொழைக்கத் தெரியாத ஆள்னுதான் சொல்லுவேன். மஹானா இருக்கச் சம்மதிச்சேள்னா, இதுவரை யிலும், கஷ்டப்பட்டிருக்கிற உங்க குடும்பத்தையாவது கரையேத்தி இருக்கலாம். காவி வேஷ்டி உதவற மாதிரி வெறும் பேச்சு உதவவாப் போறது?” என்றார் வக்கீல்.

“கதர்ச் சட்டை உதவலாம்” என்றார் அதுவரையில் மௌனமாக இருந்த அப்பா.

முப்பது

திருவனந்தபுரம் ஃபாஸ்ட் பாஸென்ஜர் வண்டி கும்பகோணத்துக்குச் சாயந்திரம் 7.45க்கு வந்தது.

கேசவன் அதில் ஏறி உட்கார்ந்தான். சிதம்பரம் ஐம்பத்தாறு மைல் தூரம். மூன்றரை மணி நேரப் பயணம், சில சமயங்களில் நாலு மணி நேரம்கூட ஆகலாம்.

டெல்லி போன்ற இடங்களுக்கு ஐம்பத்திரண்டு மணி நேரப் பயணம் என்கிறார்கள். எப்படித்தான் பொறுமையாகப் பயணம் செய்கின்றார்களோ என்று யோசித்தான் கேசவன்.

எதிர்த்தாற்போல், அப்பா, அம்மா, மகள் ஆகிய மூவர் அடங்கிய குடும்பம், மகளுக்குப் பதினெட்டு அல்லது பத்தொன்பது வயதிருக்கலாம். பாவாடை, தாவணியை மீறிய வளர்ச்சி. செல்லமாக வளர்த்து வருகிறார்கள் என்று தோன்றியது.

கண்கள் பிரகாசமாயிருந்தன. கெட்டிக்காரப் பெண் என்று தோன்றியது.

கையில் ஓர் ஆங்கிலப் புத்தகம் வைத்திருந்தாள். தாமஸ் ஹார்டி. இது அவனுக்குச் சற்றே ஆச்சரியத்தைத் தந்தது.

பாடப்புத்தகமாக இருக்கலாம்.

"டெஸ் ஆஃப் டூபர் வெல்லிஸை"ப் பாடமாக வைக்க மாட்டார்கள்.

தாமஸ் ஹார்டியைப் பற்றி உயர்ந்த அபிப்பிராயம் கொள்ளாமலிருந்த அவனை, டெஸ்ஸையும், ஜூட்தி அப்ஸ்க்யோரையும் படிக்கச் சொன்னவன் கிருஷ்ணன்.

அவன் அப்புத்தகத்தைப் பார்ப்பதைக் கவனித்த அப்பெண், அதைப் பிரித்து வைத்துப் படிக்கத் தொடங்கினாள்.

அவனைத் தவிர மற்றைய எல்லா மாணவர்களும் வருத்தம் தெரிவித்துவிட்டு பல்கலைக்கழகத்தில் திரும்பச் சேர்ந்து விட்டார்கள் என்று அவனுக்குத் தெரியவந்தது.

அவன் திரும்பப் படிக்க வேண்டுமென்றால், வருத்தம் தெரிவித்தாக வேண்டும்.

தேர்ந்தெடுக்கும் உரிமை, அவனிடமிருந்து. அப்பா குறுக்கிட மறுத்துவிட்டார். தொடர்ந்து படித்துத்தான் ஆக வேண்டுமா என்று சிந்தித்த அவனிடம், கொள்கை, கோட்பாடு என்ற எந்தப் புண்ணாக்குக்கும் அர்த்தம் ஏதுமில்லை என்று வற்புறுத்தியவர் பெரியப்பா. அவர் இதற்குமேல் தம்முடைய வாழ்க்கையைப் பற்றி ஒன்றும் சொல்லவில்லை.

அவர் அப்படி வாதாடியது தனக்குச் சௌகரியமாக இருந்ததினால்தான், அவர் சொன்னதை தான் ஏற்றுக் கொண்டதாக அவனுக்குத் தோன்றியது.

அவனுக்கு என்ன சௌகர்யம்?

தொடர்ந்து படிக்க வேண்டும்.

பல்கலைக்கழக வாழ்க்கை, நியதியை மீற இஷ்டமில்லை.

துணைவேந்தர், வெற்றிச் சிரிப்புடன் அட்மிட் என்று போட்டுக் கொடுப்பார். எந்த அமைப்புடன் மோதினாலும், இறுதி வெற்றி அமைப்புக்குத்தான்.

மோதுவது என்பது ஒவ்வொருவருடைய ஈகோவைச் சீராட்டுவதோடு முடிந்துவிடுகின்றது. தனக்கு ஓர் அடையாளம் உண்டு என்று உணர்வதுதான் போராட்டம்.

“மெட்ராஸ் போறயா?”

கேசவன் திரும்பிப் பார்த்தான். பெண்ணின் அப்பா அவனைப் புன்னகையுடன் விசாரித்தார்.

“இல்லே, சிதம்பரம்.”

“அண்ணாமலையா?”

“ஆமாம்.”

“இன்ஜினீயரிங்கா?”

இன்ஜினீயரிங் என்று சொன்னால் மேல் ஜாதி. தமிழ் என்று சொன்னால் அவர் அக்கறை அதோடு முடிந்துவிடும். பதில் சொல்ல வேண்டியது அவசியந்தானா? அவர் ஆவலுடன் அவன் பதிலை எதிர்பார்ப்பது போல் அவனுக்குத் தோன்றியது.

அந்தப் பெண்ணும் அவன் பதிலை எதிர்பார்ப்பது போல் அவனுக்குப் பட்டது.

பார்வை, புத்தகத்திலிருந்தாலும், கவனம் அவள் அப்பாவும் அவனும் பேசுவதிலிருப்பது போல் ஒருணர்வு.

"தாமஸ் ஹார்டி உங்களுக்கும் பிடிக்குமா?" என்று கேட்டான் கேசவன்.

புத்தகத்தில் ஆழ்ந்திருந்தால், அக்கேள்வி அவளைத் திடுக்கிடச் செய்திருக்காது. அக்கேள்வி அவள் காதிலே விழுந்திருக்காது. அவன் மிக மெதுவாகத்தான் கேட்டான்.

"என்ன?" என்றாள் அவள்.

"சம்ஸ்கிருதம் படிக்கிறேன்."

"வேறு ஏதோ கேட்டேளே?"

"இல்லியே."

அவள், அவனை உற்றுப் பார்த்தாள். அழகான கண்கள். கம்பன் என்ன சொல்கிறான்?

'கஞ்சத்தின் அளவிற்றேனும் கடலினும் பெரிய கண்கள்.'

"உன் பேரு?"

"பிள்ளைப் பெருமாள்."

அந்தப் பெண்ணினால் சிரிப்பை அடக்க முடியவில்லை.

"எதுக்குச் சிரிக்கறே?" என்று கடிந்துகொண்டாள் அம்மா.

"என் பேரைக் கேட்டுத்தான். விசித்திரமான பேரில்லையா?" என்றான் கேசவன்.

"பிள்ளைப் பெருமாள் ஐயங்கார்னு ஒரு வைஷ்ணவ பெரியவா இருந்திருக்கா. நானும் வைஷ்ணவந்தான். என் பேரு கோபால் ரத்னம்" என்றார் அப்பெண்ணின் அப்பா.

"என் அப்பா பேரைக் கேட்டா இன்னும் விசித்திரமா இருக்கும்!" என்றான் கேசவன்.

"என்ன பேரு?" என்றார் அவர்.

"பட்டினத்து முதலி."

“அப்படியெல்லாம் வச்சுப்பாளா என்ன?” என்று கேட்டாள் அந்தப் பெண்ணின் அம்மா.

“நாங்க பரம வைஷ்ணவக் குடும்பம். பட்டினத்து முதலிகள்னு நீங்க கேள்விப்பட்டதில்லையா?”

“கேள்விப்பட்டிருக்கேன், கேள்விப்பட்டிருக்கேன்” என்று அவர் பலமாகத் தலையை ஆட்டினார்.

“உங்க பேருக்கும் உங்க ட்ரெஸ்ஸுக்கும் எந்தச் சம்பந்தமுமில்லே” என்றாள் அந்தப் பெண்.

“ஏய் வாய் துடுக்கு, சும்மா இரு!” என்றாள் அம்மா, கோபம் வந்த பாவனையில்.

“பரவாயில்லே. சொல்லட்டும். ஏன் அப்படிச் சொல்றேள்?”

“உங்க பேரைக் கேட்டா, பஞ்ச கச்சம் கட்டிண்டு நாமம் போட்டுண்ட ஒரு மாமாதான் கண் முன்னாலே தோணறது. நீங்க இப்படி பேண்ட் போட்டுண்டு...” அவள் மேலே தொடராமல் சிரித்தாள்.

“உங்க பேர் என்ன?”

“கண்ணம்மா!”

“அவளுக்கு வச்ச பேரு கோமளம். கண்ணம்மான்னு கூப்பிடறோம்” என்றார் அவர் அப்பா.

“கோமளம் – நல்ல பேர்தான். அப்படியே கூப்பிடலாமே!” என்றான் கேசவன்.

“இந்தக் காலத்துப் பசங்களுக்கு நல்ல பேர்லாம் எங்கே பிடிக்கிறது?” என்றார் அவர்.

“வாஸ்தவந்தான். எங்கப்பா என்னைப் பெருமாள்னுதான் கூப்பிடுவார். எனக்கும் அதுதான் பிடிச்சிருக்கு. ஒரு நாளைக்கு நூறு தடவை பெருமாள் பேரைச் சொன்னா போறாதா, வைகுண்டத்திலே இடம் பிடிக்க?”

அவன் கிண்டலாகச் சொல்கின்றானா அல்லது உண்மையாகவே சொல்கின்றானா என்று அவருக்குப் புரியவில்லை. அவர் அவன் சொல்வதை ஒரு தயக்கத்துடன் ஆமோதித்தார்.

“யுனிவர்ஸிட்டியிலே உங்களை எப்படிக் கூப்பிடறா?” என்றாள் அந்தப் பெண்.

“பிள்ளைவாள்னு!”

அவள் பலமாகச் சிரித்தாள்.

“பிள்ளைவாள்னா அர்த்தமே மாறிடறதே!” என்றார் அவள் அப்பா.

"என்ன அர்த்தம்?"

"ஜாதி"

"பட்டினத்து முதலின்னா, முதலியார்னு அர்த்தமா? ஜாதி மாறினாத்தான் என்ன? இப்பதான் ஜாதியே கூடாதுங்கிறாளே?"

"சொல்றா. ஆனா யார்தான் ஜாதியை விடறா? உங்க கோத்திரம் என்ன?"

"தாமஸ் ஹார்டி உங்களுக்குப் பிடிக்குமா, மிஸ் கோமளம்?"

அவள் அவனை முறைத்துப் பார்த்தாள்.

"சிதம்பரத்துக்கு ராத்திரி பதினோரு மணிக்குப் போறது, இல்லியா?" என்றான் கேசவன்.

"எனக்குக் காது கேட்கும். நீங்க அப்பொ கேட்ட கேள்வியும் இதுதான். இல்லேன்னேன்" என்றாள் அந்தப் பெண் குரலைச் சற்று உயர்த்தி.

"எதுக்குக் கோபப்படறேள்?" என்றான் கேசவன்.

"என் பேரு கண்ணம்மா."

"கோமளம்கிறதும் நல்ல பேர்தானே? என்னோட பாட்டி பேரும் கோமளந்தான்."

"உங்களுக்குப் பூர்வீகம் கும்பகோணந்தானா?" என்றார் அப்பெண்ணின் அப்பா.

"ஆமாம்."

"கும்பகோணத்திலே எந்தத் தெரு?"

"வராகக் குளத்தெரு."

"வராகக் குளத்தெருவா? அங்கே என் ஷட்டகர் இருக்கார். அங்கே... அங்கே..." என்று அவர் சொல்லாமல் இழுத்தார்.

"சொல்லுங்கோ."

"பட்டினத்து முதலின்னு யாரும் இருக்கிறதா தெரியலையே"

"கோமளாங்கிற பேரு உங்களுக்கு ஏன் பிடிக்கலே?"

"பட்டிக்காட்டுப் பேரு..."

"சாரங்கபாணிப் பெருமாள் பிராட்டி பேரு கோமளம். அதுவா பட்டிக்காட்டுப் பேரு?"

"அவ கிடக்கிறா... நீங்க சும்மா விடுங்கோ. உங்க கோத்திரம் கேட்டேன், சொல்லலியே..."

"ஜூட் தி அப்ஸ்க்யோர் படிச்சிருக்கேளா?" அந்தப் பெண் அவனை ஆச்சரியத்தோடு பார்த்தாள்.

“ஏன் அப்படிப் பார்க்கிறேள்?”

“உங்களுக்கு இங்கிலீஷ் புஸ்தகம் பேரெல்லாம் தெரிஞ்சிருக்கே?”

“என்ன அப்படிச் சொல்றேள் மிஸ் கோமளம். எனக்குத் தெரிஞ்சிருக்கக் கூடாதா?”

“என்னைக் கோமளம்னு கூப்பட வேணாம். என் பேர் கண்ணம்மா.”

“கூப்டா என்னடி?” என்றாள் அவள் அம்மா புன்னகையுடன்.

“ஐ டோன்ட் லைக் இட்” என்று கோபத்துடன் சொன்னாள் அந்தப் பெண்.

“நீங்க எதுக்கு என் கோத்திரத்தைக் கேக்கறேள், உங்க பொண்ணுக்கு என்னைப் பிடிக்கலே” என்றான் கேசவன் புன்னகையுடன்.

“அவ கிடக்கிறா” என்றாள் அப்பெண்ணின் தாய்.

“உங்க அட்ரஸைக் கொடுங்கோ. நான் அடுத்த மாசம்...”

“நோ” என்று அந்தப் பெண் கோபத்துடன் தலையை ஆட்டினாள்.

“அவ கிடக்கிறா...” என்றாள் அப்பெண்ணின் தாய்.

“பாத்தேளா. உங்க பொண்ணுக்குக் கொஞ்சம்கூட இஷ்டமில்லே. ஏன் வற்புறுத்தறேள்?” என்றான் கேசவன்.

“சொல்லட்டுமா, உண்மையான காரணம். உங்க பேரு, ஃபன்னியா இருக்கு. நீங்களே ஃபன்னியா இருக்கேள். உங்கப்பா பேரு எல்லாத்தையும்விட ரொம்ப ஃபன்னி. பட்டினத்து முதலி, மைகாட்” என்று அவள் வாய்விட்டு உரக்கச் சிரித்தாள்.

“சீ வாயை மூடு” என்று கோபத்துடன் கத்தினாள் பெண்ணின் அம்மா.

“ஐ ஆம் ஸாரி!” என்றாள் அந்தப் பெண்.

இவ்வாறு கூறிக்கொண்டே, அந்தப் பெண் கீழே குனிந்து ஒரு பாத்திரத்தை எடுத்தாள்.

அதிலிருந்து பிசைந்த மாவை உருண்டையாக்கி வாயில் போட்டுக்கொண்டாள்.

“என்னது அது?” என்றான் கேசவன்.

“அப்பளாத்து மாவு” என்றாள் அப்பெண்ணின் தாய்.

“எங்காத்திலே நான் சின்னப் பையனா இருந்தபோது, கூடத்திலே அப்பளாம் இடுவா. அப்போ பாட்டிகள்லாம்

அப்பளாத்து உருண்டை சாப்பிட்டுப் பாத்திருக்கேன். எங்கம்மா சாப்பிட மாட்டா. அப்பளாத்து உருண்டை சாப்பிடறது என்ன ரசனைன்னு எங்கம்மா கூட கேலி பண்ணுவா...” என்று சிரித்துக் கொண்டே சொன்னான் கேசவன்.

“ஓ.கே. ஸ்டாப் இட்.” என்றாள் அந்தப் பெண் கோபத்துடன்.

அப்பொழுது வண்டி ஒரு ஸ்டேஷனில் நின்றது.

மாயவரம்.

வண்டிக்குள் ஏழெட்டுப்பேர் திமுதிமுவென்று ஏறினார்கள்.

அந்தப் பெண்ணை கிண்டல் செய்திருக்க வேண்டாமென்று கேசவனுக்குத் தோன்றியது.

அவன் ஜன்னலுக்கு வெளியே பார்த்துக்கொண்டிருந்தான்.

“என்ன கேசவா, சிதம்பரமா போறே?” என்ற குரல் கேட்டுத் திரும்பினான்.

அப்பாவின் சிநேகிதர் ஜோஸ்யர் வடுவூர் மாமா. அவர் பெயர் அவன் நினைவுக்கு வரவில்லை.

“அவன் பேர் என்ன சொன்னேள்?” என்று கேட்டார் அப்பெண்ணின் அப்பா.

“ஏன், கேசவன்.”

“உங்களுக்கு அவரைத் தெரியுமா?”

“தெரியுமாவாவது? அவன் தெருவிலேயே நான் குடியிருக்கேன்.”

“அவர் அப்பா பேரு, பட்டினத்து முதலியா?”

வடுவூர் மாமா உரக்கச் சிரித்தார்.

“என்ன பேரு? பட்டினத்து முதலியா, யார் சொன்னா?”

“அந்தப் பிள்ளையாண்டான்தான் சொன்னார்.”

“என்னடா கேசவா, இதென்ன இப்படிக் கலாட்டா பண்ணிண்டுருக்கே. இவனோட அப்பா பெரிய சாஸ்த்ரோத்தமர். நடாதூர் ஸ்ரீவத்ஸன். கும்பகோணம் சாரங்கபாணி சன்னதித் தெருவிலே இருக்கார்.”

“அவரா இந்தப் பிள்ளையாண்டானோட அப்பா?” என்று ஆச்சரியத்துடன் வினவினார் அப்பெண்ணின் தந்தை. கண்ணம்மா மிகுந்த கோபத்துடன் கேசவனைப் பார்த்தாள்.

முப்பதொன்று

சிதம்பரம் ரெயில் நிலையத்தில் தனக்கு இப்படியொரு வரவேற்பு இருக்குமென்று கேசவன் எதிர்பார்க்கவில்லை.

வார்டன், ஒரு சப்-இன்ஸ்பெக்டர், இரண்டு போலீஸ்காரர்கள்.

அவன் வண்டியை விட்டு இறங்கியதும், வார்டன் சற்று தொலைவில் நின்றுகொண்டிருந்தவர், அவனைச் சுட்டிக்காட்டி, 'அந்தப் பையன்தான், வாங்க!' என்று சப்-இன்ஸ்பெக்டரிடம் சொன்னார். அவர்கள் அவனை நோக்கி வந்தார்கள். கேசவன் திரும்பி, தான் இறங்கி வந்த ரெயில் பெட்டியை நோக்கினான். அந்தப் பெண் தூங்கிக் கொண்டிருந்தாள்.

அவனைக் கதாநாயகனாக அடையாளம் காட்டக்கூடிய அக்காட்சியை அவள் பார்க்கவில்லை என்பது அவனுக்குச் சற்று ஏமாற்றத்தைத் தந்தது.

"எனக்கு என்ன இவ்வளவு மரியாதை சார்?" என்றான் கேசவன், வார்டனிடம்.

அவர் அவனிடம் ஒரு தாளை நீட்டினார். மன்னிப்புக் கடிதம் டைப் ஆகியிருந்தது.

"உன்னோட அப்பா எங்கே?" என்றார் வார்டன்.

"கல்கத்தா போயிருக்காரு."

"கல்கத்தாவா?"

"ஆமாம். என் அண்ணியோட அண்ணன் மகளுக்கு மஞ்ச நீராட்டு."

வார்டன் இடைமறித்தார்: "சரி, போறும், நீ பாப்பான்கிறது எனக்குத் தெரியும். இந்தக் கதையெல்லாம் வைஸ்–சான்ஸ்லர் கிட்டே வச்சுக்கோ. அவரை ஏமாத்தி ஹாஸ்டல்லே இடம் வாங்கிட்டே."

"சரி, நேரமாகிறது. கையெழுத்துப் போட்டுக்கொடு தம்பி. நாங்க போகணும்" என்றார் சப்–இன்ஸ்பெக்டர்.

"நீ ஒத்தன்தான் பாக்கி. எல்லா ஆடுகளும் ஷெட்டுக்கு வந்தாச்சு" என்றார் வார்டன், புன்னகையுடன்.

"நான் இந்த வண்டியிலேதான் இன்னிக்கு வருவேன்னு உங்களுக்கு எப்படித் தெரியும்?"

"ஸிம்பிள். டாக்டர் வாட்ஸன், நீ கிருஷ்ணனுக்கு எழுதின லெட்டர்…" என்றார் வார்டன்.

கிருஷ்ணன் தன்னைக் காட்டிக் கொடுத்திருப்பானா? அவன் அப்படிச் செய்யக் கூடியவனாக கேசவனுக்குத் தோன்றவில்லை.

"அவன் காட்டிக் கொடுத்திருப்பானோன்னு சந்தேகப் படாதே. நான் சர்வ சாதாரணமா, சுபாவமா அவனைக் கேட்டேன். நீ எப்பொ வரப்போறேன்னு. கிருஷ்ணன் ஈஸ் எ ஸிம்பிள் ஃபெல்லோ. அவனுக்குப் பொய் சொல்ல வராது, சொல்லிவிட்டான்" என்றார் வார்டன் ஒரு வெற்றிச் சிரிப்புடன்.

"சார் நேரமாறது, அவரு கையெழுத்துப் போட்டார்னா, எங்க வேலை முடியுமில்லே" என்றார் சப்–இன்ஸ்பெக்டர் அலுப்புடன்.

கேசவன் கையெழுத்துப் போட்டான்.

"குட், நீ போலாம்" என்றார் வார்டன்.

கேசவன் அறைக் கதவைத் தட்டினான். தூங்கிக் கொண்டிருந்த கிருஷ்ணன் திறந்தான்.

"போராட்ட வீரரே, வருக!" என்றான் விஷமச் சிரிப்புடன்.

கேசவன் ஒன்றும் பேசாமல் தன் பெட்டியைக் கட்டிலுக்கடியில் வைத்துவிட்டு கட்டிலில் உட்கார்ந்தான்.

"நீ கையெழுத்துப் போட்டுட்டியா?" என்றான் கிருஷ்ணன்.

கேசவன் தலையசைத்தான்.

"நீ போடமாட்டேன்னு நான் நெனச்சேன்."

"இப்பொ உன் மதிப்பிலே நான் குறைஞ்சு போயிட்டேனா?"

"அதெல்லாம் ஒண்ணுமில்லே, ஜஸ்ட் எ தாட்."

"இந்த மண்குதிரைகளை நம்பிப் போராட்டத்திலே இறங்கியிருக்கக் கூடாது."

கிருஷ்ணன் புன்னகை செய்தான்.

"எதுக்கு ஸ்மைல் பண்றே?"

"ஹீராயிக் வேர்ட்ஸ் வெல் ஸ்போக்கன்"

"யு ஆர் எ ஸினிக்"

"சரி, தூங்கலாமா நேரமாறது" என்றான் கிருஷ்ணன்.

அடுத்த நாள் காலையில் எழுந்ததும், கிருஷ்ணன் அவனிடம் சொன்னான்:

"எனக்கு நீ ஹெல்ஃப் பண்ணணும்."

"என்ன ?"

"என் கஸினோட ஃப்ரெண்ட் இங்கே சிதம்பரத்துக்கு வரா. ஸம் மெடிகல் கான்ஃபரென்ஸ். ஷி ஈஸ் எ டாக்டர். நீ ஒரு நாளைக்கோ, ரெண்டு நாளைக்கோ கிருஷ்ணனா இருக்கப் போறே."

"வாட் நான்ஸெஸ்ஸ்?"

"அவ என்னைப் பாத்ததில்லே. என் கஸின் எனக்கு லெட்டர் எழுதியிருக்கா. அவளுக்குச் சிதம்பரத்தைச் சுத்திக் காமின்னு. நடராஜர் கோயில் எக்ஸெட்ரா எக்ஸெட்ரா. என்னாலே முடியாது. ப்ளீஸ் ஹெல்ப் மீ. அவ என்னைப் பாத்ததில்லே. நோ ப்ராப்ளம்."

"இம்பர்ஸனேஷன்?"

"நோ இம்பர்ஸனேஷன்! ஒரு ஆப்த சிநேகிதனுக்கு உதவி செய்யப்போறே, அவ்வளவுதான்."

"நீ ஊர்லே இல்லே, உன் ஃப்ரெண்ட் நான்னு சொல்லிண்டு சுத்திக் காமிச்சா என்ன?"

"ஒரு நாளைக்கு நீ கிருஷ்ணனா இருக்கக் கூடாதா?"

"அவ இங்கே ரூமுக்கு வரணும்னு சொன்னாள்னா?" என்று கேட்டான் கேசவன்.

"என்னைக் கேசவனாக்கிடு. ஸிம்பிள்.!"

“வாட் ஈஸ் யுவர் ப்ராப்ளம்?”

“ஒரு ப்ராப்ளமுமில்லே. நீங்க ஸ்ட்ரைக் பண்றீங்க, கம்யூனிஸ்ட்னு சொல்லிண்டு ஏதேதோ செய்யறீங்க. இதுதான் உங்க அடையாளம்னா, அடையாளமில்லாமலேயே இருக்கிறது தான் என்னோட அடையாளம்னு நான் நினைக்கிறேன். கடவுள் மாதிரி நகத்தைச் சீவிண்டு உங்களை வாட்ச் பண்ணுவேன்.”

“ஜேம்ஸ் ஜாய்ஸ்?”

“ஓ.கே. ‘யு ஆர் வெல் ரெட்...’ இப்பொ அது பாயிண்ட் இல்லே”

“நீ கடவுள்ங்கிறதுதான் பாயிண்ட். இதுதான் உன் அடையாளம்?”

“கடவுளுக்கு ஏது அடையாளம்? அடையாளம் இருந்துட்டதுன்னா, அவர் கடவுளா இருக்க முடியாது. நேதி, நேதி நேதி எக்ஸெட்ரா, எக்ஸெட்ரா. சரி, ப்ளீஸ், வில் யூ ஹெல்ப் மீ?”

“அவ எப்போ வர்ரா?”

“வந்தாச்சு. நீ அவளை மத்தியானம் இரண்டு மணிக்கு சாஸ்திரி ஹால்லே போய்ப் பாக்கணும். அவ காத்திண்டிருப்பா. இதான் அவ போட்டோ.”

அவன் புகைப்படத்தைக் கொடுத்தான்.

“குட் லுக்கிங்!” என்றான் கேசவன்.

“இன்னொரு தடவை சொல்லு. இதுதான் உனக்குக் கிடைக்கப்போற ரிவார்ட். இதிலே ஒரு அனுகூலமுமிருக்கு. நீ அதை எப்படி எடுத்துக்கிறேங்கிறதைப் பொருத்த விஷயம்.”

“புரியலே.”

“அவளுக்கு உன்னைப் பிடிச்சுப்போகலாம்!” என்று சொல்லிவிட்டுச் சிரித்தான் கிருஷ்ணன்.

“டோண்ட் பி ஸில்லி!”

“உன் குரல்லே லேசா தொனிக்கிற சந்தோஷத்தை உன்னாலே மறைக்க முடியலே. உலகமே நம்பிக்கையிலேதான் இருக்கு. ஸர்வைவல் ஆஃப் தி ஹான்ட்ஸமஸ்ட்!” என்று வாய் விட்டுப் பெரிதாகச் சிரித்தான் கிருஷ்ணன்.

கேசவன் சரியாக, இரண்டு மணிக்கு சாஸ்திரி ஹால் வாசலில் போய் நின்றான்.

மாநாடு காலைக் கூட்டம் முடிந்து, பல பேர் திரும்பி வந்து கொண்டிருந்தார்கள். வயதான டாக்டர்கள், நடுவயது டாக்டர்கள். அவர்களில் இளம் வயது பெண் டாக்டர் ஒருவரையும் காண வில்லை. கிருஷ்ணனுடைய கஸின் ஒரு நடுத்தர வயது டாக்டருடைய இளம் வயது புகைப்படத்தைக் கொடுத்திருக்க லாம் என்பதும் சாத்தியந்தான்.

இளம் வயது டாக்டர்கள் சிறுசிறு குழுவாகப் பின்னால் வந்துகொண்டிருந்தார்கள். இவர்களில் யார் டாக்டர் சுபத்ரா?

அதோ! அழகான பெண்தான், சந்தேகமில்லை! புகைப்படம் பொய் பேசவில்லை. அவள் இன்னொரு பெண்ணிடம் எதைப் பற்றியோ மிக சீரியஸாக விவாதித்தவாறு வந்துகொண்டிருந்தாள்.

கேசவன் அவளை நோக்கிச் சென்றான்.

"டாக்டர் சுபத்ரா?"

"எஸ். நீ யார் என்னைப் பார்க்க வந்திருக்கிறாய்?" என்பது போலிருந்தது அவள் பார்வை.

"என் பேர் கிருஷ்ணன்."

"கிருஷ்ணனா?" அவள் குரலும் கண்களும் சந்தேகத்தைத் தெரிவித்தன.

"என் கஸின்... அவள் பேரென்ன?"

"எஸ்... பத்மா, பத்மா எழுதியிருந்தாள்."

"ஐ ஸீ..."

சந்தேகம் தீரவில்லை.

"நீங்க பிஸியா இருந்தா, ஓ.கே. அப்புறம் பாத்துக்கலாம்."

அவள் தன் சிநேகிதியிடம் புன்னகையுடன் விடைபெற்றுக் கொண்டாள்.

அவள் மறுபடியும் அவனை மௌனமாகப் பார்த்தாள்.

கேசவனுக்கு இது புது அனுபவம். மிகச் சங்கடமாக இருந்தது. எதற்காக இந்த வம்பில் மாட்டிக்கொண்டோமென்று தோன்றியது.

"கான்ஃபரென்ஸ் முடிஞ்சுடுத்தா?

"நான் விஷுவலைஸ் பண்ண கிருஷ்ணன் வேற!"

"புரியலே"

இந்திரா பார்த்தசாரதி

"ஓ.கே. ஃபர்கெட் இட்.!"

ஒருவேளை கிருஷ்ணனின் புகைப்படத்தை, பத்மா அவளிடம் கொடுத்திருப்பாளோ? தான் புகைப்படமே எடுத்துக் கொண்டது கிடையாதென்று கிருஷ்ணன் உறுதிமொழி அளித்திருந்தான்.இந்தச் சந்தேகம் அவனுக்கு ஏற்பட்டு, இதைப் பற்றி அவனிடம் வினவியபோது.

ஒருவேளை, கிருஷ்ணன் எப்படியிருப்பானென்று சித்திரித்துக் கூறியிருக்கக்கூடும்.

"நீங்க எப்படி விஷூவலைஸ் பண்ணிங்க?"

"சரி, என்னோட வாங்க. இந்தப் பேப்பர்ஸ் எல்லாத்தையும் என் ரூம்லே வச்சிட்டு வந்துடறேன்."

"விமன்ஸ் ஹாஸ்டல் பக்கம் ஆண் வாடை வீசக் கூடாதுன்னு தான எங்க வைஸ்–சான்ஸ்லெர் உத்தரவு. அதுக்காகவேதான் ஸ்ட்ரைக் நடந்தது. நான் இங்கேயே இருக்கேன். நீங்க வச்சிட்டு வாங்க, நான் காத்திண்டிருக்கேன்."

"நாங்க விருந்தினர்கள். இந்த உத்தரவு எங்களுக்குச் செல்லாது!" என்றாள் சுபத்ரா.

"நான் விருந்தினன் இல்லே. எனக்குச் செல்லும்."

"சரி. ஓ.கே., இங்கேயே இருங்க. யார்கிட்டேயிருந்தாவது ஒரு சைக்கிள் வாங்கித் தர முடியுமா? சீக்கிரம் வந்துடறேன். எத்தனை நேரம் வெயிட் பண்ணுவீங்க?"

இதுதான் அவனுக்குப் பிரச்சினையாக இருந்தது. அவன் சுற்றுமுற்றும் பார்த்தான். ஈப்பன், சைக்கிளில் போய்க்கொண் டிருந்தான். கேசவன் 'ஈப்பன்' என்று குரலைச் சற்று உயர்த்திக் கூப்பிட்டான்.

ஈப்பன் நின்றான்.

கேசவன் அவனருகில் சென்றான்.

"கொஞ்சம் சைக்கிளை அஞ்சு நிமிஷம் கொடு. அவங்க லேடிஸ் ஹாஸ்டலுக்குப் போய்விட்டு உடனே வந்துடுவாங்க."

"ரொமான்ஸா?" என்று கேட்டுவிட்டு கண்ணடித்தான் ஈப்பன்.

"டோன்ட் பி ஸில்லி! என் ஸிஸ்டர். மெடிகல் கான்ஃப்ரன்ஸுக்கு வந்திருக்கா."

"ரியலி? ஐயாம் ஸாரி! சரி, சைக்கிளை உன் ரூமிலேயே வச்சுக்க, பின்னாலே எடுத்துக்கறேன்."

அவன் சைக்கிளைத் தள்ளிக்கொண்டு சுபத்ரா அருகில் சென்றான்.

"யு ஆர் ரிஸோர்ஸ் ஃபுல்."

"எல்லாம் சந்தர்ப்பத்தைப் பொருத்த விஷயம்!" என்றான் கேசவன்.

அவள் புன்னகை செய்தாள்.

அவள் சொன்னபடியே ஐந்து நிமிஷத்தில் வந்துவிட்டாள்.

புதிதாக மேக்–அப் எதுவும் செய்துகொண்டதாகத் தெரிய வில்லை.

"ரொம்ப பங்க்சுவலா இருக்கீங்க!" என்றான் கேசவன்.

"எல்லாம் சந்தர்ப்பத்தைப் பொருத்த விஷயம்!" என்றாள் சுபத்ரா.

இது அநுகூலமா என்று கேசவனுக்குப் புரியவில்லை.

"சரி. சைக்கிளை உங்க ஃப்ரெண்ட்கிட்டே கொடுத்துடுங்க!" என்றாள் சுபத்ரா.

"அவன் அப்புறம் வாங்கிக்கிறேன்னான். போற வழியிலே, என் ரூம்லே வச்சுட்டு வந்துடறேன்."

"இல்லே. அதோ வரார் உங்க ஃப்ரெண்ட்!" ஈப்பன் அவர்களை நோக்கி வந்துகொண்டிருந்தான்.

"ராஸ்க்கல், சுபத்ராவைப் பார்ப்பதற்கென்றே வருகின்றான்."

முப்பத்திரண்டு

"குட் ஈவினிங்!" என்றான் ஈப்பன், சுபத்ராவிடம்.

"குட் ஈவினிங்!."

"என் பேர் ஈப்பன்."

"தேங்க் யூ, ஈப்பன். நீங்கதானே சைக்கிள் கொடுத்தீங்க?"

"தட் ஈஸ் நதிங்!" என் சிநேகிதனுடைய ஸிஸ்டருக்கு நான் இதுகூட செய்யக் கூடாதா?"

சுபத்ரா, கேசவனைப் பார்த்தாள். கேசவன் ஆகாயத்தைப் பார்த்துக்கொண்டிருந்தான். ஆகாயத்திலிருந்து அவனை இந்த இக்கட்டான நிலையிலிருந்து தப்புவிக்க எந்த உதவியும் வருவதாகத் தெரியவில்லை.

"உலகத்திலே எல்லாருமே சகோதர சகோதரிகள்தான். நீங்களும் என் சகோதரர்தான்" என்றாள் சுபத்ரா.

"அது சரி" என்றான் ஈப்பன்.

"சிதம்பரத்திலே பாக்க என்ன இருக்கு?" என்றாள் சுபத்ரா.

"என்ன அப்படிக் கேட்டுட்டீங்க? நடராஜர் கோயில் உலகப் பிரஸித்தம்."

"அப்புறம்?"

"அப்புறம்? கேசவனுக்குத் தெரிஞ்சிருக்கலாம். என்னப்பா வேற என்ன இருக்கு?"

வேர்ப்பற்று

"கேசவனுக்குத் தெரியாது. அவருக்குத் தான் யாருன்னுகூட மறந்து போயிடறது."

"அப்படியா?"

"ஷிட்ஸோப்ரென்னாகவும் இருக்கலாம்!"

"நீங்கள்தான் டாக்டராச்சே, வைத்தியம் செய்யலாமே."

"செய்யலாம்னு இருக்கேன். ஸோ, தேங்க் யூ மிஸ்டர் ஈப்பன்."

தன்னை இப்படித் திடீரென்று கத்திரித்துக்கொண்டது, ஈப்பனுக்குச் சற்று ஏமாற்றமாகயிருந்தது என்பது அவன் முகத்திலிருந்து தெரிந்தது.

அவன் சைக்கிளை வாங்கிக்கொண்டு சிறிது தூரம் நடந்து சென்றான்.

"என்ன கிருஷ்ணன், போகலாமா?" என்றாள் சுபத்ரா.

"ஐ ஆம் ஸாரி!"

"எதுக்கு?"

"இது கிருஷ்ணனோட ஐடியா. என்னுடையதில்லே."

"இது ஷீட் ஸோ, பிரன்னா, தான், சந்தேகமில்லே. ட்ரீட்மெண்ட் எப்போ ஆரம்பிக்கலாம், கிருஷ்ணன்?"

"கிருஷ்ணன் ரொம்பவும் கூச்ச சுபாவம். யாரையுமே பாக்க மாட்டான். முக்கியமா பெண்களை. அவன்தான் என்னை..."

"ஸ்டாப் இட்! நீங்க கிருஷ்ணனாக இருங்க. ஐ லைக் இட் தட் வே!" என்றாள் அவள் சிரித்துக்கொண்டே.

"நீங்க கிருஷ்ணனைப் பார்க்கணும்."

"யு மீன் கேசவன்?"

"ப்ளீஸ்!"

"ஓ.கே. பாக்கலாம் வாங்க. ஆனா, அவருக்கு இப்போ நடந்ததைப் பத்தி ஒண்ணும் நீங்க சொல்லக் கூடாது."

"இட் ஈஸ் நாட் ஃபேர்" (Fair).

"வாட் ஈஸ் நாட் ஃபேர்? நீங்க கிருஷ்ணனா வந்ததா?"

"ஐம் ஆம் ஸாரி!"

"சரி, வாங்க போகலாம்!"

கிருஷ்ணன் அறையிலில்லை. எங்கு போயிருப்பான்?

அவன் போகக்கூடிய இடங்கள் இரண்டு. ஒன்று நூல் நிலையம்; இன்னொன்று, புஸ்தகக் கடை. அந்தக் கடை

அண்ணாமலை நகரிலேயே இருந்தது. ஒரு தமிழ் எழுத்தாளர் வைத்திருந்தார்.

முதலில் நூல் நிலையத்துக்குச் சென்று பார்க்கலாமென்று தோன்றியது கேசவனுக்கு.

அவன் அங்கில்லை.

புஸ்தகக் கடைக்குச் சென்றார்கள். கிருஷ்ணன் உட்கார்ந்திருந்தான். எழுத்தாளரைக் காணவில்லை.

கிருஷ்ணன் சற்று திடுக்கிட்டது போல் கேசவனுக்குப் பட்டது.

"இவங்கதான் சுபத்ரா" என்றான் கேசவன்.

"நமஸ்காரம் மிஸ்டர் கேசவன்" என்றாள் சுபத்ரா.

கிருஷ்ணன், கேசவனைப் பார்த்தான். கேசவன் அவன் பார்வையைச் சந்திக்க விரும்பவில்லை.

"நீங்கதான் தன்னோட நெருங்கிய சிநேகிதர்னு கிருஷ்ணன் சொன்னார். அப்படியே உங்களையும் பாத்திட்டுப் போகலாம்னு தோணித்து."

"சிதம்பரம் போகலியா?"

"கோயில்லே என்ன இருக்கு? உங்களைப் பாத்தா கோயிலுக்குப் போன மாதிரி" என்றாள் சுபத்ரா.

"ஐ ஸீ."

"சுப்ரமணியம் ஸார் இல்லியா?" என்று கேட்டான் கேசவன்.

"தூங்கிண்டிருக்கார்..."

சுபத்ரா அக்கடையிலிருந்த புஸ்தகங்களை ஆராயத் தொடங்கினாள்.

கிருஷ்ணனுக்கு அவர்கள் அங்கு வந்திருப்பது பிடிக்கவில்லை என்பது அவன் முகத்தினின்றும் தெரிந்தது.

"தி பிரிஸினர் ஆஃப் ஜெண்டா இருக்கா?" என்று கேட்டாள் சுபத்ரா கிருஷ்ணனிடம்.

"எனக்குத் தெரியாது. நான் கடைக்காரர் இல்லே" என்றான் கிருஷ்ணன் சிறிது எரிச்சலுடன்.

"நீங்க அந்தப் புஸ்தகத்தைப் படிச்சிருக்கேளா?"

"இல்லே."

"சுவாரஸ்யமான புஸ்தகம்."

"இலக்கியத்துக்குச் சுவாரஸ்யந்தான் ஒரு முக்கியமான அளவுகோல்னு நான் நினைக்கலே" என்றான் கிருஷ்ணன்.

வேர்ப்பற்று

"நான் அந்தப் புஸ்தகத்தை இலக்கியம்னே சொல்லலியே?" என்றாள் சுபத்ரா புன்னகையுடன்.

கிருஷ்ணன் சுபத்ராவை ஏறிட்டு நோக்கினான்.

"நான் சொன்னது தப்புதான்" என்றான் சில விநாடிகளுக்குப் பிறகு.

அவள் எதற்காக அந்தப் புஸ்தகத்தக் குறிப்பிட்டாள் என்பது கேசவனுக்குப் புரிந்துவிட்டது. ஆள்மாறாட்டம் அந்நாவலின் அடிப்படைக் கரு. நிச்சயமாகக் கிருஷ்ணன் அந்நாவலைப் படித்திருக்கக்கூடும் அல்லது கேள்விப்பட்டாவது இருக்கலாம். அவள் எதற்காக அந்தப் புஸ்தகத்தை குறிப்பிட்டாள் என்பது பற்றி கிருஷ்ணன் யோசித்திருக்கவே மாட்டானென்று கேசவனுக்குப் பட்டது.

"இங்கே மெடிகல் புஸ்தகம் எதுவும் இல்லே" என்றான் கிருஷ்ணன்.

"ஓ, ஐ ஸீ! நான் ஷீட்ஸோபிரன்னா பத்தி ஏதாவது புஸ்தக மிருக்குமான்னு பாத்தேன்" என்றாள் சுபத்ரா சிரித்துக்கொண்டே.

"ஏன் ஷீட்ஸோபிரன்னா?" என்று கேட்டான் கிருஷ்ணன்.

உட்கார்ந்திருந்தவன், எழுந்து சோம்பல் முறித்துக்கொண்டே இவ்வாறு கேட்டான்.

"நீங்கள் ரெண்டு பேரும் ரொம்ப க்ளோஸ்னு நினைக்கிறேன்."

"ஸோ?"

"ஸோ, நீங்க ரெண்டு பேருமே ஷீட்ஸோபிரன்னாவினாலே பாதிக்கப்பட்டிருக்கீங்க. ரெண்டு பேருமே கிருஷ்ணனாவுமிருக் கீங்க, கேசவனாகவும் மாறிடறீங்க. யாரு கிருஷ்ணன், யாரு கேசவன்னு தெரியாமப் போயிடறது. அடையாளச் சிக்கல்" என்றாள் சுபத்ரா.

கிருஷ்ணன் புன்னகை செய்தான். இதைக் கேசவன் எதிர்பார்க்கவில்லை.

"இதிலே ஒரு பிரச்சினையுமிருக்கிறதா எனக்குத் தெரியலே" என்றான் கிருஷ்ணன்.

"எனக்கில்லே, உங்களுக்கு?" என்றாள் சுபத்ரா.

"யார் யாராக இருந்தா என்ன? ஓர் அடையாளத்துக்காக கிருஷ்ணன், கேசவன், சுபத்ரான்னு சொல்லிக்கிறோம், அவ்வளவு தான். அகம் பிரும்மாஸ்மி!"

"நீங்க மனோதத்துவ வியாதியாலே கஷ்டப்படுறீங்கன்னு நெனைச்சேன், இது வெறும் தத்துவ வியாதி" என்றாள் சுபத்ரா.

"சிதம்பரம் போகலியா?"

"சிதம்பரம் போகிறதைவிட, இந்த அநுபவம் இன்னும் சுவாரஸ்யமா இருக்கு. ஓ, உங்களுக்கு சுவாரஸ்யம்னு சொன்னா பிடிக்காது இல்லையா?

"சுவாரஸ்யமா இருக்கிற அநுபவத்தை, கலையா மாத்தறது தான் இலக்கியம்" என்றான் கிருஷ்ணன்.

"அப்பொ அது சுவாரஸ்யமா இருக்கக் கூடாதுங்கறீங்களா?"

"அப்பொ சுவாரஸ்யந்தான் தெரியும், கலை தெரியாது. மரத்தில் மறைந்தது மாமத யானை, மரத்தை மறைத்தது மாமத யானை."

"கிருஷ்ணன் யார் வந்திருக்கா?" என்று உள்ளிருந்து ஒரு குரல் கேட்டது.

சுப்ரமணியம்.

"கேசவனும், அவனோட ஃப்ரெண்டும்."

"பொம்மனாட்டிக் குரல் மாதிரி இருந்தது?"

"ஆமாம்."

சுப்ரமணியம் எழுந்து வந்தார்.

அவிழ்ந்திருந்த வேட்டியைச் சரி செய்துகொண்டே வந்தார். அவர் சுபத்ராவை ஏற இறங்கப் பார்த்தார்.

"புஸ்தகம் வாங்க வந்திருக்கேளா?"

"ஆமாம். பிரிஸினர் ஆஃப் ஜெண்டா இருக்கா?"

"சினிமா வந்தது, பாத்தேளா?"

"இல்லே. நாவலைவிட சினிமா நன்னாயிருக்கும்."

சுப்ரமணியம் நாற்காலியில் உட்கார்ந்தார். நாற்பது வயதிருக்கும். தடித்த ஃப்ரேம் போட்ட கண்ணாடி. அடித்தொண்டையிலிருந்து பேசுவது போல் குரல்.

"என்ன கேசவா, உன்னை இப்போ பாக்க முடியறதில்லே" என்றார் சுப்ரமணியம்.

"அவர் பேர் கிருஷ்ணன, கேசவனில்லே" என்றாள் சுபத்ரா.

"என்ன சொல்றேள், இவன்னா கிருஷ்ணன்?"

"யார் யாரா இருந்தா என்ன, ஓர் அடையாளத்துக்காக கிருஷ்ணன், கேசவன், சுபத்ராங்கிறோம், அகம் பிரும்மாஸ்மி!" என்றாள் சுபத்ரா.

சுப்ரமணியம் ஒன்றும் புரியாமல் அவர்கள் மூவரையும் மாறி மாறிப் பார்த்தார்.

"நீங்கதான் சுபத்ராவா?" என்றார் சில விநாடிகளுக்குப் பிறகு.

"கிருஷ்ணனாகவுமிருக்கலாம்" என்றாள் சுபத்ரா.

"ஏன் அர்ஜுனனாக இருக்கக் கூடாது?" என்றார் சுப்ரமணியம்.

"இருக்கலாம். அர்த்த நாரீஸ்வரர்" என்றாள் சுபத்ரா.

"எனக்கு ஒண்ணும் புரியலே" என்றார் சுப்ரமணியம்.

கேசவன் நடந்த எல்லாவற்றையும் விளக்கிச் சொன்னான்.

சுப்ரமணியம் புன்னகை செய்தார்.

"நீங்க ஏன் அந்தப் புஸ்தகத்தைக் கேட்டேள்னு இப்பொ புரியறது. ஆனா இது அவ்வளவு கொச்சையான விஷயமில்லே. கேசவன் தன்னைக் கிருஷ்ணன்னு சொல்லிண்டா, தான் அப்படிக் கேசவனா மாறிடறது. கிருஷ்ணனுக்கு ரொம்ப பிடிச்சிருக்கு. ஆனா, கேசவனுக்கு இது பிடிச்சிருக்கான்னு எனக்குத் தெரியலே."

"இது யாருக்கு எது பிடிச்சிருக்கு, பிடிக்கலேன்ற விஷயமே இல்லே. நான் கிருஷ்ணனுக்கு ஹெல்ப் பண்ணலாம்னு பார்த்தேன். அவ்வளவுதான்" என்றான் கேசவன்.

"உங்களையே நீங்க ஏமாத்திக்க வேண்டாம். அது கிடக்கட்டும், திடீர்னு என்னை உங்க ஸிஸ்டரா மாத்துவானேன்?"

"ஸிஸ்டரா மாத்திட்டா, அடி மனசிலே ஏற்படற சங்கட மான, தப்பு எண்ணங்களையெல்லாம் தடை செஞ்சிடலாம். தமிழ் நாட்டிலே, இந்த ஸிஸ்டர் காம்ப்ளெக்ஸ் ஒரு பெரிய அப்ஸெஷன். எல்லாத் தமிழ் சினிமாலேயும் இதுதான் மெய்ன் தீம்!" என்றார் சுப்ரமணியம் சிரித்துக்கொண்டே.

"நீங்க இப்பொ அதைக் கொச்சைப்படுத்தறீங்க" என்றான் கேசவன் கோபத்துடன்.

"சரி. லெட் அஸ் ஃபர்கெட் இட். எல்லாருமே சிதம்பரத் துக்குப் போகலாம், வர்றீங்களா, மிஸ்டர் சுப்ரமணியம்."

"பேஷா போகலாம். அங்கே மாருதி விலாஸ்னு ஒரு ஹோட்டல் இருக்கு, நல்ல காப்பி கிடைக்கும்" என்றார் சுப்ரமணியம்.

முப்பத்து மூன்று

சுப்ரமணியம் சொன்ன மாதிரியே மாருதி விலாஸில் காப்பி மிகவும் நன்றாக இருந்தது.

"சாப்பாட்டு விஷயத்தில் உங்களுக்கு நல்ல ரஸனை" என்றான் கேசவன், சுப்ரமணியத்திடம்.

"இலக்கிய விஷயத்திலும்தான். நல்ல காப்பியை ரஸிக்கத் தெரியாதவனுக்கு நல்ல இலக்கியத்தையும் ரஸிக்கத் தெரியாது" என்றார் சுப்ரமணியம்.

"அப்படிச் சொல்ல முடியாது!" என்றான் கேசவன்.

"உங்களுக்குச் சங்கீத ரஸனை உண்டா?" என்று கேட்டாள் சுபத்ரா, சுப்ரமணியனை.

"இல்லை" என்றான் கிருஷ்ணன் சிரித்துக் கொண்டே.

"அவருக்காக நீங்க ஏன் பதில் சொல்றீங்க?"

"அவருக்குச் சங்கீத ரஸனை கிடையாதுன்னு எனக்குத் தெரியும். நீங்க எதுக்காக இந்தக் கேள்வி கேட்டீங்கன்னும் எனக்குத் தெரியும்."

"ஏதாவது ஒரு ரஸனை இருந்தா போதும், இன்னொன்னிலே ரஸனை உண்டாகும். சங்கீத ரஸனை இல்லாதவன் கொலை செய்யக்கூட தயங்க மாட்டான்கிறார் ஷேக்ஸ்பியர். ஆனா என்னாலே என்னைக் கடிக்கிற எறும்பைக்கூடக் கொல்ல முடியாது" என்றார் சுப்ரமணியன் சிரித்துக் கொண்டே.

"நம்மைக் கடிக்கிற எறும்பை நாம் கொல்ல வேண்டாம். அதுவே கடிச்சிட்டுச் செத்துப் போயிடும், நாம அதைத் தள்ற தள்ளிலே" என்றாள் சுபத்ரா.

"எறும்புக்கு மஸொகீஸ்டிக் டென்டென்ஸி உண்டுங்கிறீங்களா?" என்று கேட்டான் கேசவன்.

"கேசவன்கிட்டே இதான் ப்ராப்ளம். அரைவேக்காட்டு மனோதத்துவ ஞானத்திலே, பயங்கர ஜார்கன்லாம் போட்டு நம்மைச் சித்திரவதை செஞ்சிடுவான்" என்றான் கிருஷ்ணன்.

கிருஷ்ணன் சொன்னது கேசவனுக்குச் சிறிது எரிச்சலைத் தந்தது. இப்படிப் பேசுவது அவன் இயல்பான சுபாவமில்லை. எதற்காக இப்பொழுது இவ்வாறு பேசுகிறான்?

"ஷீட்ஸோஃப்ரென்னா"ன்னு சொன்னது யாரு, நீங்களா இல்லாட்டா கேசவனா?" என்று கேட்டார் சுப்ரமணியம்.

"நான்தான். எனக்கும் அரைவேக்காட்டு மனோதத்துவ ஞானம்னு, கிருஷ்ணன் சொல்லிடலாம்!" என்றாள் சுபத்ரா புன்னகையுடன்.

"ஐ ஆம் ஸாரி!" என்றான் கிருஷ்ணன். அவன் அவ்வாறு பேசியிருக்கக் கூடாதென்பதை உணர்ந்துவிட்டானென்று கேசவனுக்குத் தோன்றியது. தானும் எறும்புக்கு மஸொகீஸ்டிக் டென்டென்ஸி உண்டா? என்று கேட்டதும், சுபத்ரா தன்னைப் பற்றி ஒரு நல்ல அபிப்பிராயம் கொள்ளவேண்டுமென்பதற்காக இருக்கலாம். தன்னுடைய மனோதத்துவ ஞானத்தை அவள் அறிய வேண்டுமென்பதற்காக. அவன் கேட்ட கேள்விக்கு என்ன பதிலை எதிர்பார்த்திருக்க முடியும்?

"நான் ஒண்ணு கேட்கலாமா?" என்றாள் சுபத்ரா, கிருஷ்ணனிடம்.

நால்வரும் ஹோட்டலை விட்டு வெளியே வந்தனர்.

தெருவில் ஜனநடமாட்டம் அதிகமாக இருந்தது. இதைத் தவிர, மாட்டு வண்டிகளின் போக்குவரத்து, மக்கள் நெரிசலைச் சமாளித்துக்கொண்டு, அவை வெகு லாகவமாகப் போய்க்கொண்டிருந்தன.

"என்ன இன்னிக்கு இவ்வளவு கூட்டம்னு தெரியலே?" என்று கூறினார் சுப்ரமணியம்.

"கோயில்லே உற்சவம்" என்றார் வீதியில் போய்க்கொண்டிருந்த ஒருவர். சுபத்ராவை உற்றுப் பார்த்துக்கொண்டேபோன அவர் காதில் சுப்ரமணியம் கேட்டது விழுந்திருக்க வேண்டும்.

இந்திரா பார்த்தசாரதி

"கோயிலுக்குப் போக வேண்டாமா?" என்றார் சுப்ரமணியம்.

"இது நம் சிறப்பு விருந்தினர் தீர்மானிக்க வேண்டிய விஷயம். அப்படிப் போகத் தீர்மானிச்சா நான் வரல்லே!" என்றான் கிருஷ்ணன்.

"இது இன்டிமிடேஷன்!" என்றார் சுப்ரமணியம்.

"இது இன்டிமிடேஷன் இல்லே, தப்பிச்சுக்க ஒரு சந்தர்ப்பம். நான் கேட்ட கேள்விக்கு அவர் இன்னும் பதில் சொல்லலே!" என்றாள் சுபத்ரா.

"கேள்வியே கேக்கலியே?" என்றான் கேசவன்.

"நான் ஒண்ணு கேக்கலாமான்னேன். அதுக்கே அவர் இன்னும் பதில் சொல்லலே."

"தாராளமா கேக்கலாம். அவன் பதில் சொல்லுவான்" என்றார் சுப்ரமணியம்.

"அவர் வாயே திறக்கலியே?"

கிருஷ்ணன் மௌனமாக நடந்துகொண்டிருந்தான். அவள் என்ன கேள்வி கேட்கப்போகிறாளென்று அவனுக்குத் தெரிந்திருக்கலாம். அல்லது அதைப் பற்றி யூகித்திருக்கலாம்.

"ஓ.கே. என்னைப் பாக்க நீங்க ஏன் விரும்பலே? நீங்க அனுமதி கொடுக்காட்டாலும், கேக்கறேன்."

"அவன் சுபாவம் அப்படி. தெரிஞ்சவா போறும், புதுசா யாரையும் தெரிஞ்சுக்க வேண்டாம்னுருக்கிறது தப்பா?" என்றார் சுப்ரமணியம்.

"அப்பொ அவர் வராமயெ இருந்திருக்கலாமே, ஏன் கிருஷ்ணன்னு வேற ஒருத்தரை அனுப்பணும்? யாரையும் திருப்திப் படுத்தணும்னு அவருக்குக் கம்பல்ஷன் ஒண்ணுமில்லையே?"

"நான் உங்களைப் பாக்க வந்ததைப் பற்றி நீங்க வருத்தப் படறீங்களா?" என்றான் கேசவன்.

"இது இஷ்யூ இல்லே. நீங்க வந்தது பற்றி எனக்குச் சந்தோஷந் தான்னு நான் சொல்லணும்னு நீங்க எதிர்பார்த்தா, ஓ.கே. சொல்றேன். நீங்க வந்தது பற்றி எனக்கு ரொம்ப சந்தோஷம். ஆனா..."

சுப்ரமணியமும், கிருஷ்ணனும் புன்னகை செய்தனர். இது கேசவனுக்குச் சிறிது மனச் சங்கடத்தைத் தந்தது.

அவன் அவர்களிடமிருந்து விலகித் தனியாகச் சென்று விடுவதென்று தீர்மானித்தான். இந்தப் பெண்ணுக்கு எவ்வளவு திமிர் இருக்க வேண்டும்? அவனிடம் சலுகைகள் எடுத்துக் கொண்டு, அவனைப் பற்றி எப்படி வேண்டுமானாலும் விவாதிக்கலாமென்று நினைக்கிறாள்.

கூட்டம் அதிகரித்துக்கொண்டே போனது. இதைப் பயன்படுத்திக்கொண்டு கேசவன் அவர்களிடமிருந்து ஒதுங்கி, எதிர்த்திசையில் நடக்கத் தொடங்கினான். அவர்கள் அவனைக் கவனிக்கவில்லை.

கோயில் வாசலில் நல்ல கூட்டம். உள்ளே போவதா வேண்டாமா என்று சில கணங்கள் யோசித்துவிட்டு, போக வேண்டாமென்று தீர்மானித்தான்.

தன்னை அவளிடம் இப்படி எளிமைப்படுத்திக்கொண்டிருக்க வேண்டாமென்று அவனுக்குத் தோன்றியது. கெட்டிக்காரப் பெண். சந்தேகமில்லை. கெட்டிக்காரத்தனமிருந்தால், கூடவே திமிரும் வந்துவிடுகிறது. ஒருவேளை இந்தத் திமிர்தான், இந்தக் கெட்டிக்காரத்தனத்துக்கு ஒரு கவர்ச்சியை அளிக்கக் கூடும்.

இந்தக் கவர்ச்சி அவனுக்குப் பிடிக்கவில்லையென்று அவனால் மறுக்க முடியும்?

சுப்ரமணியத்திடமும் கர்வம் உண்டு. மிகவும் படித்தவர். வாஸ்தவந்தான். ஆனால் மற்றவர்களுக்கு ஒன்றும் தெரியாது என்பது போல், சாதாரண விஷயத்தையும் விளக்கிச் சொல்லும் ஒரு வகையான கர்வம். நீ முட்டாள்! என்ன செய்வது? என்பது போல் ஆதரவு காட்டும். போஷகத் திமிர்.

அவன் அவர் புத்தகக் கடையில்தான், டி.எஸ். எலியட்டின் கவிதைத் தொகுப்பு வாங்கினான். அவர் அவனை அடுத்த தடவை பார்த்தபோது, அவர் கேட்டார்:

“படிச்சியா?”

“படிச்சேன். சில வரிகள் பிரில்லியன்டா இருக்கு...”

அவர் ஒன்றும் பேசாமல் அவனைப் பார்த்து புன்னகை செய்தார்.

“என்ன சிரிக்கறீங்க?”

“இல்லே, பிரில்லியன்டா இருக்குன்னு சொன்னியே, எனக்குப் புரியலே.”

“ஏன்?”

“பரவாயில்லே, விடு.”

“சொல்லுங்க. நான் சொன்னதிலே என்ன தப்பு?”

“ஒரு தப்புமில்லே.”

“பின்னே, எதற்காகச் சிரிச்சீங்க?”

“ஒரு நல்ல கவிதை, என்னைப் பொறுத்தவரையிலும் ஒரு அநுபவம். இதிலே பிரில்லியன்ட்னு குணாம்சம் ஏதானும் சொல்ல முடியும்னு எனக்குப் படலே.”

“நீங்க நல்ல காப்பி, நல்ல தோசைன்னு சொல்றீங்களே, அந்த மாதிரி நல்ல கவிதைன்னு ஏன் குணாம்சமா சொல்ல முடியாது?”

“நல்லங்கிறது வேற. பிரில்லியன்ட் காப்பின்னு நான் எப்போதும் சொன்னதே கிடையாது. நல்லதுங்கிறது என்கிட்டே யிருந்து பிரித்துக் காண முடியாத, என் உள்ளுணர்வோட ஓர் அனுபவத்தைச் சொல்றது. என்னோடயே ஒன்றுபட்டுப் போனப்புறம் அதை எப்படி வகைப்படுத்திப் பார்க்க முடியும்? எனக்கு ரொம்பப் பசிச்சா, என்னால ஒரு நல்ல கவிதையைப் படிச்சு, பசியாற முடியும்.”

“என்னாலே இதை நம்ப முடியாது.”

“நீ நம்பணும்னு நான் சொல்லல. நான் இப்படிச் சொன்னா உனக்குப் புரியாதுங்கிறதும் எனக்குத் தெரியும்.”

இதற்குப் பிறகு பல நாட்கள் அவன் சுப்ரமணியத்தைப் பார்க்கவில்லை. புத்தகக் கடையினால், அவருக்குப் பெரிய நஷ்டமென்று ஒருநாள் கிருஷ்ணன் சொன்னான்.

அவனுக்கு இது ஆச்சரியத்தைத் தரவில்லை.

புத்தகம் வாங்க வருகின்ற மாணவர்களைப் பார்த்து, “இதை வாங்கிண்டு போறயே, உனக்கு இது புரியுமா?” என்று கேட்டால், புத்தகக் கடை லாபத்திலா ஓடும்? அவர் எதற்காகப் புத்தகக் கடை நடத்துகிறாரென்று அவனுக்கு விளங்கவில்லை. அவர் படிப்பதற்காக இருக்கலாம். ஏதோ ஒரு தொழிலில் ஈடுபட்டிருப்பது போல் மற்றவர்களை நம்ப வைப்பதற்காகவும் இருக்கலாம்.

அவன் சிதம்பரத்தில் ஒரு ஹோட்டலில் இரவுச் சாப்பாட்டை முடித்துக்கொண்டு, ஹாஸ்டலுக்குச் சென்ற போது, இரவு பத்து மணியாகிவிட்டது.

கிருஷ்ணன் படித்துக்கொண்டிருந்தான்.

கேசவனைப் பார்த்ததும் கேட்டான்: "என்ன ஆச்சு உனக்கு?"

கேசவன் பதில் சொல்லவில்லை.

"சுபத்ரா அப்படிச் சொன்னது உனக்குப் பிடிக்கலியா?"

"வாட் டு யு மீன்?" என்று மிகுந்த சினத்துடன் குரல் எழுப்பிக் கேட்டான் கேசவன்.

கிருஷ்ணன் பதில் சொல்லவில்லை. அவனைச் சில விநாடிகள் உற்றுப் பார்த்தான். பிறகு புத்தகத்திலாழ்ந்து விட்டான்.

கேசவன் கட்டிலில் படுத்துக்கொண்டான்.

கிருஷ்ணனும் விளக்கை அணைத்துவிட்டு, தன் கட்டிலில் படுத்தான்.

சில நிமிஷங்கள் கழித்து, கிருஷ்ணன் கேட்டான்: "ஆர் யூ இன் லவ் வித் ஹர்?"

"டோன்ட் பி ஸில்லி"

"பின்னே கோபம் வருவானேன்? அவளுக்குத் தேவையில்லாமே, நீ ரொம்ப முக்கியத்துவம் கொடுத்துட்ட மாதிரிதான் எனக்குப் படறது. யூ ஆர் இம்பல்ஸிவ்."

"நோ நோ. கூட்டத்திலே, நீங்க எல்லாரும் திடீர்னு காணாமப் போயிட்டீங்க. உங்களை எங்கே போய் தேடறதுன்னு எனக்குப் புரியலே. கோயிலுக்குப் போனேன்."

கிருஷ்ணன் ஒன்றும் பேசாமல் மௌனமாக இருந்தான். அவன் மௌனமாக இருந்தான். அவன் மௌனம், அவன் நம்பவில்லை என்பதைத் தெளிவாகச் சொல்லியது.

சிறிது நேரம் கழித்து கேசவன் கேட்டான்: "அவளப்பத்தி நீ என்ன நினைக்கிறே?"

"நத்திங்!"

"நான் அவளுக்குக் கொஞ்சம் திமிர் ஜாஸ்தின்னு நினைக்கிறேன். நாம பண்ணது தப்புதான். ஆனா, அவ கோபப் படாம நம்பளைக் கிண்டல் செஞ்சது எனக்குப் பிடிக்கவேயில்லை. கோபப்பட்டிருந்தாள்னா, அது நியாயமா இருந்திருக்கும். ஆனா, கிண்டல் செஞ்சது, ஐ டோண்ட் லைக் இட் அட் ஆல்..."

கிருஷ்ணன் தொடர்ந்து பேசாமலிருந்தான்.

"என்ன பேசாமலிருக்கே?"

"என்ன சொல்லச் சொல்றே?"

"நீ இன்னொரு வகையிலே, திமிர் படைச்சவன். சுப்ரமணியம் வேறொரு வகை."

கிருஷ்ணன் எழுந்து விளக்கைப் போட்டான்.

திடீரென்று தோன்றிய ஒளியின் காரணமாக கேசவன் கண்கள் கூசின.

"எதுக்காக விளக்கு?"

"நீதானான்னு பார்த்தேன்."

"உன் நகைச்சுவை எனக்குப் புரியலே."

"எனக்குத் தெரிஞ்ச கேசவன், ஒரு மெச்சூர் பர்ஸன்னு எனக்கு ஞாபகம். Now you are talking like a moon struck adolescent boy. தமிழ்லே சொல்லப்போனா..."

"சொல்ல வேணாம். விளக்கை அணைச்சுட்டு படுத்துக்க!" என்றான் கேசவன்.

"லுக், கேசவன். நீ அப்படி அவ சொன்னதுக்காகக் கோவிச்சுண்டு போனது சரியான்னு யோசித்துப் பாரு. இது உன்னுடைய தாழ்வு மனப்பான்மையை எடுத்துக்காட்டக் கூடும்னு நீ எதிர்பார்க்கலியா? இப்பொ நீ பேசறது... சுபத்ரா வுக்குத் திமிரு, எனக்குத் திமிரு, சுப்ரமணியத்துக்குத் திமிரு. மை காட்! அவளாலே உனக்கேற்பட்டு இருக்கிற பாதிப்பு, உன்னை இப்படிப் பைத்தியமாக்கியிருக்கே. இதை என்னாலே நம்பவே முடியலே. Do you like her this much?"

கேசவன் பதில் சொல்லவில்லை. கிருஷ்ணன் பேசிய சொற்கள் அவனைச் சுட்டன. அவன் கூறுவது உண்மைதான். அவன் பைத்தியமாகிவிட்டான்.

சுபத்ரா அவனைப் பற்றி என்ன அபிப்பிராயம் கொண்டிருப்பாள்?

இதைப் பற்றி அவன் தெரிந்துகொள்ள விரும்புவதே அவனைப் பைத்தியம் என்று அடையாளம் காட்டிவிடுகிறது. அழகான, கெட்டிக்காரப் பெண்ணை அவன் இதுவரை சந்தித்ததே கிடையாது.

இதுதான் முதல் அனுபவம்.

அவள் அவனை டீஸ் செய்தது பற்றி அவனுக்குக் கோபம் ஏற்பட்டதாக அவன் நம்பியதும், ஒரு வகையில் பார்க்கப் போனால் ஊடல்தான்!

அவனால், கிருஷ்ணனைப் போல் எந்தவித அசட்டுத்தனமு மில்லாமல் ஏன் இருக்க முடியவில்லை ?

இதுதான் அவனுடைய இயல்பான சுபாவமா ?

"சுபத்ரா உன்னைப்பத்தி என்ன நினைக்கிறா தெரியுமா?" என்று கேட்டான் கிருஷ்ணன்.

கேசவன் மௌனமாக இருந்தான்.

"உனக்குக் கேட்க விருப்பமில்லையா?"

"இல்லே."

"ஓ.கே. தூங்கலாம் அப்பொ!" கிருஷ்ணன் விளக்கை அணைத்துவிட்டுப் படுத்துக்கொண்டான்.

"என்ன நினைக்கிறா?" என்றான் கேசவன் சில நிமிஷங்கள் கழித்து.

கிருஷ்ணன் லேசாகக் குறட்டை விடும் சத்தம் கேட்டது.

முப்பத்து நான்கு

அடுத்த நாள் கேசவன் காலையில் வெகு சீக்கிரம் எழுந்து குளித்துவிட்டு சேனாவரையத் தோடு போராடிக்கொண்டிருந்தான்.

கிருஷ்ணன் இரண்டு மூன்று தடவை அவனோடு பேச முயன்று, தோற்று, அவனுடைய நோட்டுப் புத்தகத்தில் ஏதோ எழுதிக்கொண்டிருந்தான். அதுதான் அவன் டயரி.

ஒருவேளை தன்னைப் பற்றி ஏதாவது எழுதிக் கொண்டிருப்பானோ என்ற சந்தேகம் கேசவனுக்கு ஏற்பட்டது.

"என்னைப் பத்தியா எழுதறே?" என்றான் கேசவன்.

கிருஷ்ணன் பதில் சொல்லவில்லை.

"என்னைப் பத்திதான் எழுதறேன்னு நினைக்கிறேன்."

கிருஷ்ணன் புன்னகையுடன் சொன்னான். "சில பேருக்கு, போரடிச்சா குறுக்கெழுத்துப் போட்டியில ஈடுபாடு, உனக்கு சேனாவரையம், எனக்கு டயரி."

"எல்லாம் ஒண்ணுதானா?"

"ஆமாம்."

"சுபத்ரா நேத்திக்கு என்னப் பத்தி என்ன சொன்னா?"

"அவ உன்னைக் காதலிக்கிறா. உனக்குச் சந்தோஷந்தானே?"

"டோன்ட் பி ஸில்லி."

"பின்னே நான் என்ன பதில் சொல்லணும்னு எதிர்பார்க்கிறே?"

"நீதானே நேத்தி ராத்திரி சொன்னே, அவ உன்னை என்ன நினைக்கிறா தெரியுமான்னு? என்ன நினைக்கிறா?"

"நீ இன்னும் கெட்டுப் போகாத, அம்மாவோட கன்னிப் பையன்னு!" ("Inspoiled mother's virgin boy.")

"இது பாராட்டா?"

"எனக்குத் தெரியாது. அவ சொன்னதைச் சொன்னேன், அவ்வளவுதான். மறுபடியும் அவ உன்னைப் பாக்க வரலாம், அப்போ அவளைக் கேளு, பாராட்டா இல்லையான்னு."

"அவ எதுக்காக என்னைப் பாக்க வரணும்?"

"அகெய்ன் எனக்குத் தெரியாது. அவ சொன்னதைச் சொன்னேன், அவ்வளவுதான். ஒருவேளை..."

"ஒருவேளை"

"ஷி ஈஸ் இன் லவ் வித் யூ"

"டோண்ட் பி ஸில்லி"

"இப்போ இதைச் சொல்லறச்சே உன் குரல் ஆக்ரோஷமா ஒலிக்கலை. நீ சந்தோஷமா இருக்கிறாப்பலே தெரியறது. குட் லக்!"

அப்போது ஹாஸ்டல் காவல்காரர் இசக்கி அங்கு வந்தார். வயதானவர். அவர் தமக்கு இன்னும் ஐம்பது வயதுகூட ஆக வில்லை என்று சொல்லிக்கொண்டிருக்கிறார். அண்ணாமலைப் பல்கலைக்கழகம் ஆரம்பித்ததிலிருந்தே பணிபுரிந்து வருகிறார். மீனாட்சி காலேஜ் தொடங்கியதிலிருந்தே வேலை செய்து வருகிறார் என்றாலும் நம்பலாம். அவரிடம் மாணவர்களுக்கு மிகுந்த மரியாதை.

"தம்பி, உன்னைத் தேடிக்கிட்டு ஒரு பொண்ணு வந்திருக்கு. நல்லாயில்லே" என்றார் இசக்கி, கேசவனிடம்.

"நல்லாயில்லையா, நல்லாயிருக்குமே பொண்ணு" என்றான் கிருஷ்ணன்.

"பொண்ணைச் சொல்லலே! இப்படி ஒரு ஆம்பளைப் பையனைத் தேடிக்கிட்டு வர்றது நல்லாயில்லை" என்றான்.

"அப்போ இப்படித் தேடிக்கிட்டு வர்றது நல்லாயில்லைன்னு போகச் சொல்லிடுங்க" என்றான் கிருஷ்ணன்.

"இல்லே ஏதோ முக்கியமான காரியமாம். வெளியூர் பொண்ணு."

"இதோ வரேன்!" என்றான் கேசவன்.

இசக்கி போனதும் கேசவன் வெளியே போக ஆயத்தமாக, ட்ரெஸ்ஸை மாற்றிக்கொண்டான்.

"யு லுக் ஸ்மார்ட்" என்றான் கிருஷ்ணன்.

கேசவன் அவன் சொல்வதைக் கவனிக்காதது போலிருந்தான்.

"அவளைக் கேளு, மறந்துடாதே!"

"என்ன?" என்றான் கேசவன்.

"கெட்டுப்போகாத அம்மாவோட கன்னிப் பையன்கிறது பாராட்டா, இல்லாட்டா..."

"இல்லாட்டா..."

கிருஷ்ணன் சிரித்தான்.

"என்ன சொல்றே நீ?" என்றான் கேசவன்.

"இல்லாட்டா இப்படி இருக்கிறதுனாலே அவளுக்கு ஏதாவது ஆட்சேபணை உண்டான்னு கேளேன்."

"எப்படி இருக்கிறதுனால?"

"கெட்டுப் போகாத அம்மாவோட கன்னிப் பையன்"

கேசவன் அவனை உற்றுப் பார்த்தான். கிருஷ்ணன் இப்படிப் பேசி அவன் கேட்டது இல்லை.

பொறாமை இருக்கக்கூடும். யார் மீது? அவள் மீதா அல்லது தன் மீதா?

அவள் மீதாயிருந்தாலும் ஆச்சரியப்படுவதற்கில்லை. கிருஷ்ணனின் பலவீனத்தைப் பற்றி அவனுக்கு நன்கு தெரியும். அவன் இதைப்பற்றி எதேச்சையாகச் சொல்வது போல் குறிப்பிட்ட போது, "எனக்கு இயல்பான ஆக்ரோஷமான பாலுறவில்தான் நம்பிக்கை இருக்கிறது" என்று தான் சொன்னது கேசவன் நினைவுக்கு வந்தது. அதனால்தான் வழக்கமாக மிருதுவாக ஒலிக்கும் அவன் குரல், "கெட்டுப்போன அம்மாவோட கன்னிப் பையன்" என்று சொல்லும்போது தன்னைத்தானே தண்டித்துக் கொள்வது மாதிரி சற்று ஆக்ரோஷமாக ஒலிப்பதாக கேசவனுக்குப் பட்டது.

"சரி லீவ் இட். அவளை இதைப்பத்தி ஒண்ணும் கேக்க வேண்டாம்."

"ஏன் அவள் அப்படிச் சொல்லவில்லையா?"

"ஷட் அப்!"

சுபத்ராவும் உடையில் சற்று விசேஷ அக்கறை எடுத்துக் கொண்டிருக்க வேண்டுமென்று கேசவனுக்குத் தோன்றியது.

"என்ன நீங்க நேத்திக்கு அப்படிப் போய்ட்டீங்க, சொல்லிக்காம கொள்ளாம?"

"அதைப்பத்தி பேச வேண்டாம்னு நினைக்கிறேன்."

"ஏன்?"

"எதுக்காக என்னைப் பாக்க வந்தீங்க?"

"நான் இன்னிக்கு மத்யானம் ஊருக்குப் போறேன். சொல்லிண்டு போகலாம்னு."

"கெட்டுப்போகாத அம்மாவோட கன்னிப் பையன்கிட்ட எதுக்காகச் சொல்லிக்கணும்?"

"புரியலே!"

"நீங்க அப்படி என்னப் பத்திச் சொன்னதா கிருஷ்ணன் சொன்னான்."

"நான்ஸென்ஸ். நான் உங்களைப்பத்தி அப்படி எதுக்காகச் சொல்லணும்? கிருஷ்ணன் ஏன் இப்படிப் பொய் சொல்றார்? அவரிருக்காரா?"

"ஃபர்கெட் இட். வாங்க போகலாம்."

இருவரும் மௌனமாகச் சிறிது தூரம் நடந்து சென்றார்கள்.

"கிருஷ்ணன் எதுக்காக உங்ககிட்ட நான் சொல்லாத தெல்லாம் சொன்னதா சொல்றார்? அவர் சைக்காலஜி எனக்குப் புரியலே."

"எனக்குப் புரியறது"

அவள் அவனை சடக்கென்று உற்றுப் பார்த்தாள். புன்னகை செய்தாள்.

"என்ன புரிஞ்சதுன்னு கேட்கலாமா?" என்று கேட்டாள் சில வினாடிகள் கழித்து.

கேசவன் பதில் சொல்லவில்லை. அவன் மௌனமாகவே நடந்தான்.

"கிருஷ்ணனுக்கு உங்க மேல பொறாமை இருக்கலாம்" என்றாள் சுபத்ரா.

"ஏன்?"

"உங்க மாதிரி அவரால இருக்க முடியலையேன்னு"

"என்னை மாதிரின்னா?"

"பாராட்டை என் வாய்லேர்ந்து பிடுங்கித்தான் ஆகணுமா?"

"ஐ ஆம் நாட் ஷ்யோர்."

"எதைப்பத்தி?"

"நீங்க சொல்றதில் பாதியையாவது மீன் பண்றீங்களான்னு."

"நான் உங்களை மாதிரியில்லே... ஆள் மாறாட்டம் செய்யறது, பாத்த பொண்ணுங்களை எல்லாம் ஸிஸ்டர்னு சொல்றது, அப்புறம் திடீர்னு ஒரு இம்பல்ஸிவ் மூட்ல ஆள் அம்பேல் ஆயிடறது. ஐ ஆம் எ சீரியஸ் கேர்ல்."

அவள் இதைச் சொல்லும்போது முகம் சிவந்திருந்தது. அவன் சொன்னது அவளைக் கோபத்திற்குள்ளாக்கியிருக்க வேண்டுமென்று அவனுக்குத் தோன்றியது.

அவள் சற்று விலகி நடந்தாள்.

"வணக்கம் கேசவன்" என்று சொல்லிக்கொண்டே எதிர்த்தாற் போல் நல்லபெருமாள் வந்தான்.

"வணக்கம்."

நல்லபெருமாளின் பார்வை சுபத்ராவின் மேல் லயித்தது.

"நான் இவரோட சிஸ்டர் இல்லே, ஃப்ரண்ட்!" என்றாள் சுபத்ரா.

நல்லபெருமாளுக்கு ஒன்றும் புரியவில்லை. அவன் கேசவனைப் பார்த்தான்.

கேசவன் ஒன்றும் பேசாமல் வேகமாக நடந்தான். அவனுக்குக் கோபம் என்பது அவன் நடையின் வேகத்திலிருந்தே தெரிந்தது.

"இப்படி வேகமாப் போனா கோபம்னு அர்த்தமா?"

"நீங்க யாரு, நான் யாரு?"

"இது தத்துவார்த்தமான கேள்வியா, இல்லாட்டா...?"

"உங்ககிட்ட நான் வழக்காட விரும்பல்ல. நான் நேத்திக்கு ஆள்மாறாட்டம் செஞ்சது தப்புதான். ஐ ஆம் ஸாரி. ரெண்டு பேரும் நடந்ததையெல்லாம் மறந்துட்டு பிரியறதுதான் நல்லதுன்னு எனக்குத் தோணறது."

"ஏன், இப்படிக் கோபப்படறீங்க?"

"பின்ன எதுக்காக வர்றவங்க போறவங்ககிட்டயெல்லாம் என்னை இப்படிக் கிண்டல் பண்றீங்க? நான் அப்போ ஸிஸ்டர்னு சொன்னது தப்புதான்."

"உங்களுக்குக் கொஞ்சம்கூட நகைச்சுவை உணர்வே கிடையாதா, மிஸ்டர் கேசவன்?"

"இதுவா நகைச்சுவை உணர்வு? அந்தப் பையன் நல்ல பெருமாள் நாலுபேர்கிட்ட போய் என்ன சொல்லப் போறானோ?"

"என்ன சொல்லப் போறான்? கேசவன் ஒரு பொண்ணோட போய்க்கிட்டிருந்தாரு. அந்தப் பொண்ணு அவரோட ஸிஸ்டர் இல்லேன்னு, அவ்வளவுதானே! நான் உங்க ஃப்ரண்ட் இல்லையா?"

"ஆர் யூ?"

"ஐ ஆம். உங்களை எனக்கு ரொம்பப் பிடிச்சிருக்கு. உடனே காதல் கீதல்னு கற்பனை பண்ணிக்க வேணாம்."

"ஒரு பெண் ஒரு ஆண்கிட்ட, உங்களை ரொம்பப் பிடிச்சிருக்குன்னு சொன்னா வேற என்ன அர்த்தம்?"

"காதல்னுதான் அர்த்தமா? இதுக்குத்தான் கிருஷ்ணன்" அவள் மேலே சொல்லாமல் நிறுத்தினாள்.

"சொல்லுங்க."

"கெட்டுப் போகாத அம்மாவோட கன்னிப் பையன்னு சொல்லியிருக்கணும். You are an incorrigibleromantic..." என்று கூறிக்கொண்டே அவன் கைகளைப் பற்றிக்கொண்டாள் சுபத்ரா.

முப்பத்தைந்து

கேசவன் யோசனையில் ஆழ்ந்தான். அவன் கும்பகோணத்தில் படிக்கும்போது, சில பெண்கள் மீது ஈடுபாடுகொண்டிருக்கலாம். காதல் என்று சொல்ல முடியாது.

இதுதான் காதலா, அவன் சுபத்ராவினால் பாதிக்கப்பட்ட இந்நிலை?

அவன், சுபத்ரா ஊருக்குப் போன பிறகு, அவள் கொடுத்திருந்த முகவரிக்கு மூன்று கடிதங்கள் போட்டுவிட்டான்.

பதிலில்லை.

இதைப்பற்றி அவன் யாருடனும் விவாதிக்க விரும்பவில்லை. குறிப்பாக, கிருஷ்ணனிடம். அவனுக்கு ஆரம்பத்திலிருந்தே இதைப் பற்றி ஏளனம்.

அவள் ஏன் பதில் எழுதவில்லை? அவள் சொன்னது அவன் நினைவுக்கு வந்தது. 'காதல் கீதல்னு கற்பனை பண்ணிக்க வேணாம்!'

அப்படியென்றால்?

அவள் அன்று அவன் கைகளைப் பற்றிக் கொண்டாள்.

அவன் மனம் சந்தோஷத்தால் நிறைந்து, காவேரியின் பதினெட்டாம் பெருக்கைப்போல், உணர்ச்சி அலைபாய்ந்ததை நினைத்துப் பார்த்தான்.

அவள் அவனைச் சிறிது நேரம் உற்றுப் பார்த்தாள்.

அப்பார்வை அவனை அப்படியே அள்ளி அணைப்பது போல் அவனுக்குப் பட்டது.

'சரி. அப்புறம்?' என்றாள் அவள்.

'திரும்பிப் போகலாம். நான் உங்களுக்கு லெட்டர் எழுதறேன்.'

அவள் பதில் சொல்லவில்லை. மௌனமாக இருந்தாள்.

'எனக்குப் பேசத் தெரியாது, எழுதத் தெரியும்!' என்றான் அவன்.

'நம்ம தமிழ்ப் பையன்களுக்கு ரெண்டும், இல்லாட்டா ஏதாவது ஒண்ணு, உன் மாதிரி நன்னா தெரியும். அவ்வளவுதான்!'

'அப்படின்னா?'

'எழுதறது பேசறது, எழுதறது இல்லாட்டா பேசறது. சரி, போகலாம்.'

'என்ன சொல்றீங்க?'

'நான் 'நீ', 'வா', 'போ'ன்னு சொல்றேன். நீ இன்னும் 'நீங்க'ன்னு சொல்லிண்டிருக்க. சரி, போகலாம்.'

கேசவன் யோசித்தான். அவளுக்குத் தன்னிடம் ஏமாற்றமோ? அவள் என்ன எதிர்பார்த்திருப்பாள்? எதற்காகத் தமிழ் பையன்களைப் பற்றி அப்படி விமரிசனம் செய்ய வேண்டும்? கிருஷ்ணன் கூறியதும் நினைவில் வந்து போயிற்று. 'கெட்டுப் போகாத அம்மாவின் கன்னிப் பையன்.'

அவன் கன்னிப்பையன்தான்.

ஹாஸ்டலில் பல மாணவர்கள் சிதம்பரத்துக்குப் போவதுண்டு, கன்னித் தன்மையைக் கழித்துவிட்டு வர.

ஒரு சமயம் தர்ம விநாயகம் அவனைக் கூப்பிட்டான். 'தப்பில்லே, வா!' அவன் மறுத்துவிட்டான்.

மறுத்ததற்கு என்ன காரணம்? ஒழுக்க நியாயம் பற்றிய அக்கறையா? இல்லாவிட்டால், பயமா? அப்பொழுது இதைப் பற்றி ஆராயவும் விரும்பவில்லை.

அவன் பள்ளிக்கூடத்தில் படித்துக்கொண்டிருந்தபோது அப்பா அம்மாவுடன் ஒப்பிலியப்பன் கோயிலுக்குப் போனான்.

அவர்கள் போன வீட்டு வாசல் திண்ணையில் வயதான ஒருவர் உட்கார்ந்திருந்தார். கை, கால் குறைந்த தொழுநோய்க் காரர். வீட்டிலிருந்தவருடைய அண்ணன். அவன் அம்மா

இந்திரா பார்த்தசாரதி

சொன்னா, 'நடத்தை கெட்டவர். கண்ட பெண்களுடன் சுத்தினா இதுதான் சம்பாதிக்கலாம்.'

'அவர் தோற்றம், அவன் மனத்தில் ஒரு பயத்தை விசுவரூபமாக உருவாக்கிவிட்டது. நடத்தைக் கெட்டுப் போனால் இதுதான் மிஞ்சும். இந்தப் பயந்தான் அவனை அன்று தர்ம விநாயகத்துடன் சிதம்பரத்துக்குப் போகாமல் தடுத்திருக்க வேண்டும்.

சுபத்ரா அவனிடம் என்ன எதிர்பார்த்திருப்பாள்? அப்படி அவள் எதிர்பார்த்திருப்பாள் என்று அன்றே அவனுக்குத் தோன்றியிருந்தால், அவளைப் பற்றி அவன் அபிப்பிராயமே வேறு மாதிரியாக ஆகியிருக்கும். அவளுக்குக் கடிதங்களே எழுதியிருக்க மாட்டான்.

அவன் ஒரு ப்ளாடினிக் காதலன் மட்டுந்தானா?

செக்ஸ் விஷயத்தில் அவன் ஒரு சனாதனியாக இருப்பதற்கு என்ன காரணம்?

கிருஷ்ணன் உள்ளே வந்தான். அவன் சில நாட்களாக கேசவனிடம் சரியாகப் பேசுவதில்லை. சுபத்ராவுடன் அவன் சென்ற அன்று முதற்கொண்டே என்று பட்டது கேசவனுக்கு. அவனுக்குச் சுபத்ராவிடம் ஈடுபாடு இருந்திருக்கலாமோ? மனித மனம் விசித்திரமானது. யாரையும் படமாக்கிச் சட்டம் போட்டு, ஃப்ரேமில் சிறை செய்துவிட முடியாது.

கிருஷ்ணன் கையில் ஒரு கடிதம் இருந்தது. அவன் கேசவனைப் பார்த்துப் புன்னகை செய்தான்.

"உன் ஃப்ரெண்டிடமிருந்து!" என்றான் கிருஷ்ணன்.

"யாரு என் ஃப்ரெண்ட்?"

"சுபத்ரா"

"எனக்கா லெட்டர்?"

"இல்லே எனக்கு. அவ அமெரிக்கா போறா."

"ஐ ஸீ."

"படிக்கிறாயா?"

"நோ, தாங்க்ஸ்"

கிருஷ்ணன் நாற்காலியில் உட்கார்ந்தான். கடிதத்தை மேஜையின்மீது தூக்கிப் போட்டான்.

அவன் கீழே குனிந்துகொண்டு முழங்கால்களைப் பரிவுடன் தடவிக்கொடுத்தான்.

கேசவன் சட்டையைப் போட்டுக்கொண்டு, வெளியே போக ஆயத்தமானான்.

கிருஷ்ணன் அவனைத் தலையைச் சாய்த்து, கண்ணாடியைச் சற்றுக் கீழே இறக்கிப் பார்த்தான். முகத்தில் லேசான புன்னகை.

"சாப்பிடப் போறயா?"

"இல்லே."

"கேசவா. யு ஆர் எ ஃபூல்."

கேசவன் பதில் சொல்லவில்லை.

"அன்னிக்கு என்ன நடந்தது?" என்றான் கிருஷ்ணன்.

"என்னிக்கு?"

"உனக்குத் தெரியும், நான் என்ன சொல்றேன்னு!"

"ஒண்ணும் நடக்கலே. சந்தோஷந்தானே?"

"அதான் உன்கிட்டே ப்ராப்ளம்."

"எதுதான்?"

"அந்தப் பெண்ணை உன்னால ஜட்ஜ் பண்ண முடியலே?"

"I care less."

"சும்மா சொல்லாதே."

"நான் வெளியே போறேன்."

"க்ளாசுக்கு வரலியா?"

"இல்லே."

கிருஷ்ணன் சிறிது நேரம் பேசாமலிருந்தான். கேசவன் ஒரு சிறிய பையில் துணிகளை எடுத்து வைத்துக்கொண்டான்.

"எங்கே போறே?"

"பாண்டிச்சேரிக்கு."

"பாண்டிச்சேரிக்கா? அங்கே என்ன வேலை?"

கேசவன் பதில் கூறவில்லை. பையை எடுத்துக்கொண்டு வெளியே சென்றான்.

வெளியே போன பிறகுதான் அவன் யோசித்தான்.

"எதற்காகப் பாண்டிச்சேரி என்று சொன்னேன்?"

பாண்டிச்சேரிக்குச் செல்ல வேண்டுமென்ற ஆவல் அவன் அடி மனத்திலிருந்தது வெகு நாள்களாய். அவனுடைய குரு சுப்ரமணிய அய்யர், எதனையுமே எவரையுமே புனிதமாகக் கருதாவிட்டாலும், அரவிந்தரைப் பற்றி மிக உயர்வாகப் பேசி அவன் கேட்டிருக்கிறான். அவர் ஒவ்வொரு வருஷமும், அரவிந்தரைத் தரிசிக்க பாண்டிச்சேரிக்குப் போவது வழக்கம்.

"ஒவ்வொருத்தனுக்கும் ஒரு *Pet superstition* இருந்தாத்தான் நல்லது. எனக்கு அரவிந்தர் என்பார் சுப்ரமணிய அய்யர்.

"அரவிந்தர் என்ன புதுசாச் சொல்லியிருக்கார்?"

"ஒண்ணுமில்லே. வள்ளலார் தமிழ்லே சொன்னதை அவர் இங்கிலீஷ்லே சொல்றார். அவ்வளவுதான். நான் வள்ளலாரைப் பார்த்ததில்லை. அரவிந்தரை வருஷத்துக்கு ஒரு தடவை பார்க்க முடிகிறது. ஸோ ஒய் நாட்?"

இப்பொழுது திடீரென்று அரவிந்தர் நினைவு ஏன் வரவேண்டும்?

அரவிந்தரும் இல்லை. சுப்ரமணிய அய்யரும் இல்லை.

அரவிந்த ஆஸ்ரமத்தில் சேர்ந்துவிடுவதில் என்ன தவறு?

இது அவனுக்கே வேடிக்கையாக இருந்தது. "மார்க்ஸிஸத்தி லிருந்து அரவிந்த தத்துவம் வரை" என்ற ஒரு புத்தகம் எழுதலாம்.

மார்க்ஸ், அரவிந்தர் இருவருமே ஒரு யுடோபியாவை உருவாக்கத்தானே முயன்றார்கள்? ஒன்று பொருளாதார யுடோபியா, இன்னொன்று ஆன்மீக யுடோபியா. ஒன்று பாட்டாளிகளின் சர்வாதிகாரம். இன்னொன்று ஆத்மாவின் உச்சநிலை.

இவற்றைப் பற்றியெல்லாம் அவனுக்கு ஏன் சிந்தனை வர வேண்டும்?

அவனை நிராகரித்துவிட்டு சுபத்ரா அமெரிக்கா போகப் போகிறாள். அதனால்தானே?

இல்லை. இல்லை... இல்லை... தமிழிலக்கணத்தின்படி மூன்று முறைக்கு மேல் சொல்லக் கூடாது.

அவன் அவளைப் பற்றிக் கவலைப்படவில்லை. எதைப் பற்றியும் கவலைப்படவில்லை . அரவிந்த ஆஸ்ரமத்தில் ஒரு முகம் தெரியாத மனிதனாக இருக்கப் போகிறான். யோகத்தினால் தான் அரவிந்தர் உடம்பு சொர்ணமேனியாயிற்று என்கிறார்கள்.

சுப்ரமணிய அய்யரும் சொல்வதுண்டு. "மனுஷனுக்கு என்ன உடம்பு, தகதகன்னு !"

தனக்கும் அப்படி இன்னும் இருபது வருஷங்களில் ஆகி விடுமா? அப்பொழுது சுபத்ரா எப்படி இருப்பாள்?

நடு வயதை எய்தி, மூன்று குழந்தைகளுக்குத் தாயாகி, இடுப்பில் சதை தொங்க, அவளை அப்பொழுது பார்க்க நேர்ந்தால்...சே...என்ன வக்கிரமான கற்பனை? அந்த அளவுக்கா அவன் ஏமாற்றம் அடைந்திருக்கிறான்?

இது ஆச்சரியந்தான். திடீரென்று பார்த்த ஒரு பெண் அவன் மனத்தில் இப்படியா ஒரு சலனத்தை ஏற்படுத்த வேண்டும்?

இது பைத்தியக்காரத்தனம். திரும்பிப் போய்விடுவதுதான் நல்லது.

உரையாசிரியரை சேனாவரையர் மறுத்தால் என்ன, மறுக்காவிட்டால் என்ன? தொல்காப்பியம் படிக்காவிட்டால், உலகம் ஸ்தம்பித்துவிடவா போகிறது?

எதற்கும் அர்த்தமேயில்லை. வாழ்க்கையின் ஒரே அர்த்தம் சாவது. எக்ஸிஸ்டென்ஷியஸ்ட் சொல்வது உண்மை. மாக் பெத்தும் இதைத்தான் சொல்கிறான்:'சத்தம் ஆவேசமும் முடிவில் சூன்யம்.'

எதற்காக அர்த்தம் கற்பித்துக்கொள்ள வேண்டும்?

"சூழ்ந்து அகன்று தாழ்ந்து உயர்ந்து முடிவில் பெரும் பாழேயோ"

ஆயிரம் பாடல் எழுதிய பிறகு நம்மாழ்வாருக்கு ஏற்பட்ட ஞானம் இதுதான். 'ஆவாவறச் சூழ்ந்து...' இறுதியில் எஞ்சுவது சூன்யந்தான்?

சீ! இதென்ன பைத்தியக்காரத்தனம்! அர்த்தம் கற்பித்துக் கொள்வதுதான் விவேகம்.

"சேனாவரையம், நச்சினார்க்கினியம், கைவல்ய நவநீதம், முத்துக் குமாரஸ்வாமி பிள்ளைத் தமிழ், பிரபுலிங்க லீலை, நைடதம், விறலி விடு தூது.

"சே! வாழ்க்கை இவ்வளவு அற்பமான விஷயமா?"

அரவிந்த ஆஸ்ரமம் தேவலை. முகம் தெரியாமல் கையில் தட்டை எடுத்துக்கொண்டு சாப்பிட்டுவிட்டு, சூன்யத்தைப் பற்றி ஆராயலாம்.

எதற்கும் சாப்பிட்டுத்தானே ஆக வேண்டும்? பசியை நிறுத்தி விடு அல்லது மூச்சை நிறுத்தி விடு.

பசிதான் உண்மை!

பசியும் சிவனும் இரண்டென்பர் அறிகிலார். பசியே சிவனாய் உணர்ந்த பின்..!

அவன் பாண்டிச்சேரிக்குச் சென்று, அரவிந்த ஆஸ்ரமத்து அலுவலகத்தை அடைந்தபோது, சிவனை நன்குணாந்துவிட்ட ஆன்மீக எல்லையில் நின்றான்.

அவனுக்கு அந்த அளவுக்குப் பசித்தது. அது ஆன்மீகப் பசியா, வயிற்றுப் பசியா என்று அவனால் உறுதியிட்டுக் கூற முடியவில்லை.

அலுவலகத்தில் அவன் சொன்னான்: "நான் ஆஸ்ரமத்தில் சேர வேண்டும்."

மேஜைக்கெதிரே உட்கார்ந்திருந்தவர், அவனை ஏற இறங்கப் பார்த்தார். அவருக்கு ஐம்பது வயதிருக்கலாம். குர்த்தா, பைஜாமா. தடித்த ஃபிரேம் போட்ட கண்ணாடியும், சற்று அகலமான முகமும், பின்புறமாக வாரிவிடப்பட்டிருந்த கிராப்பும் வங்காளி என்று எடுத்துக்காட்டின.

"என்ன சொல்கிறீர்கள்?" என்றார் அவர். கேசவன் தான் சொன்னதைத் திருப்பிச் சொன்னான்.

"எங்கிருந்து வருகிறாய்?" குரங் தொனியிலிருந்து அவர் ஆங்கிலத்தில் பேசினாலும், முன்னிலைப் பன்மை ஒருமையாகி விட்டது போல் அவன் உணர்ந்தான்.

"அண்ணாமலைப் பல்கலைக்கழகம்."

"படிக்கிறாயா?"

"படித்துக்கொண்டிருந்தேன். படிப்பில் ஈடுபாடு போய் விட்டது."

"எதில்தான் ஈடுபாடு?"

"ஆன்மிகத்தில்."

அவர் முகத்தில் லேசான முறுவல்.

"சாப்பிட்டுவிட்டாயா." என்றார் அவர், சில விநாடிகள் கழித்து.

"இல்லை."

"போய் சாப்பிட்டுவிட்டு வா, பேசுவோம்!" முகத்தைப் பார்த்ததும் அவன் பசியால் வாடுகிறான் என்று அவருக்கு எப்படித் தெரிந்தது என்று அவன் யோசித்தான்.

"எங்கே போய் சாப்பிட வேண்டும்?"

அவர் அவனுக்கு எங்கே போக வேண்டுமென்று ஒரு சிறிய காகிதத் துண்டில் எழுதிக் கொடுத்தார்.

"நன்றி. சாப்பிட்டதும் வருகிறேன்."

அவன் எதிர்பார்த்தபடியே தட்டுதான். ரொட்டியும் கறியும் சுவையாக இருந்தன என்று சொல்ல முடியாது. காரமில்லை. உப்பும் குறைவு.

ஆன்மிகம் வேண்டுமென்றால், உப்பையும் காரத்தையும் தியாகம் செய்ய வேண்டும் போலிருக்கிறது.

அவன் சாப்பிட்டு முடித்ததும், மறுபடியும் அலுவலகத் துக்குச் சென்றான்.

வேறொருவர் உட்கார்ந்திருந்தார்.

"என்ன வேண்டும்?" என்றார் அவர்.

அவர் மிகவும் வயசானவர், எழுபது வயதிருக்கலாம். குரலில் ஒரு கருணை தெரிந்தது.

"ஆஸ்ரமத்தில் சேர வேண்டும்."

"நீயா?"

"ஆமாம்."

"வீட்டிலிருந்து ஓடி வந்துவிட்டாயா?"

"இல்லை, படித்துக்கொண்டிருந்தேன். படிப்பில் ஈடுபாடில்லை. அரவிந்தர் என்னை அழைப்பது போல் தோன்றியது."

"கனவில் வந்தாரா?"

இதற்கு என்ன பதில் சொல்ல வேண்டுமென்று அவன் யோசித்தான்.

வழக்கமாக ஆன்மீகத்தை நாடிச் செல்கின்றவர்கள் கனவைப் பற்றி ஏதாவது சொல்லியாக வேண்டுமென்று அவன் எப்பொழுதோ படித்திருந்தது அவன் நினைவுக்கு வந்தது.

ஆனால் இவர் கிண்டல் செய்கின்றாரா, உண்மையாகவே கேட்கின்றாரா என்று எப்படித் தெரிந்துகொள்வது?

"ஆமாம்!" என்றான் அவன், பலகீனமான குரலில்.

"முதலில் படிப்பை முடித்துவிட்டு வா."

"கவைக்குதவாப் படிப்பு. படிக்கப் படிக்க அஞ்ஞானந்தான் வளர்கிறது."

"அஞ்ஞானம் முதிர்ந்த நிலையில்தான், ஞானம் ஏற்படும்."

"நீங்கள் சொல்வது எனக்குப் புரியவில்லை."

"புரியவில்லை என்று ஒப்புக்கொள்வதுதான் ஞானத்தின் ஆரம்பப் பாடம்."

"என்னை ஆஸ்ரமத்தில் சேர்த்துக்கொள்ள முடியாதா?"

"படித்து முடி. அஞ்ஞானம் முதிர்ச்சி அடையும். அப்பொழுது வந்து சேரலாம்."

"இங்கு எல்லாரும் அப்படித்தான் வந்து சேர்ந்திருக்கிறார்களா?"

அவர் பதில் சொல்லவில்லை.

அவன் சிறிது நேரம் பேசாமல் நின்றுகொண்டிருந்தான்.

அப்பொழுது அவன் சாப்பிடப் போகுமுன் பார்த்தவர் வந்தார்.

அவனைப் பார்த்துவிட்டு புன்னகையுடன் கேட்டார்: "சாப்பிட்டாயா?"

"சாப்பிட்டுவிட்டேன்."

"இந்தப் பையனுக்கு ஆஸ்ரமத்தில் சேர வேண்டுமாம்" என்றார் தடித்த ஃபிரேம் போட்ட கண்ணாடிக்காரர்.

"சொன்னான். நான் படித்து முடித்துவிட்டு வா, சேரலாம் என்றேன்."

"எனக்கு அரவிந்தர் தத்துவத்தில் மிகுந்த ஈடுபாடு!" என்றான் கேசவன்.

"அரவிந்தர் தத்துவத்தை ஒரே சொல்லில் சொல்ல முடியுமா?"

"ஓவர் ஸோல்."

"அப்படியென்றால்?"

"மனிதனுடைய ஆத்மா பரிணாமம் அடைய வேண்டும். பரிணாமம், சரீரத்தைப் பொருந்த விஷயம் மட்டுமன்று. படித்தேன், புரியவில்லை."

இருவரும் ஒருவரையொருவர் பார்த்துக்கொண்டனர். அவர்களுக்கே புரிந்திருக்காதென்று கேசவனுக்குத் தோன்றியது.

"அதில் என்ன புரியவில்லை?"

"என்ன புரிய வேண்டுமென்பது புரியவில்லை!" மறுபடியும் இருவரும் ஒருவரையொருவர் பார்த்துக்கொண்டனர்.

"நான் எப்பொழுது சேரலாம்?"

"இதோ பார். இங்கு சேர்வதென்பது அவ்வளவு சுலபமில்லை. உன் சொத்து முழுவதையும் சொத்து இருக்கிறதா உனக்கு? ஆஸ்ரமத்துக்கு எழுதிவைக்க வேண்டும். உனக்குப் பெற்றோர் இருக்கிறார்களா?"

கேசவன் சற்று நேரம் பேசாமல் நின்றான். ஆன்மீகமாக இருந்தாலும், விஷயம் ஆஸ்தியில் வந்து முடிகின்றது.

"சொத்தை ஏன் எழுதிவைக்க வேண்டும்? நானே ஒரு பெரிய சொத்து என்று நினைக்க மாட்டீர்களா?"

அவர்கள் பேசவில்லை. அவனையே சிறிது நேரம் உற்றுப் பார்த்துக்கொண்டிருந்தனர்.

"என்ன சொல்கிறீர்கள்?" என்றான் கேசவன்.

"எதைப் பற்றி?"

"நான் ஆஸ்ரமத்தில் சேர்வது பற்றி."

"சொல்ல வேண்டியதைச் சொல்லியாகிவிட்டது. அப்புறம் உன் இஷ்டம்!" என்றார் வங்காளி.

கேசவன் அவ்விடத்தை விட்டு வெளியே வந்தான்.

முப்பத்தாறு

திடீரென்று வந்த கேசவனைப் பார்த்ததும், அவன் அம்மா சிறிது ஆச்சரியமடைந்தாள். சாப்பிட்டுவிட்டுக் கிணற்றடியில் கையை அலம்பப் போனவள், அவனையே சற்று நேரம் வியப்புடன் உற்றுப் பார்த்தாள்.

"என்னடா விஷயம், திடுதிடுப்புனு வந்து நிக்கறே?"

அப்பா வீட்டிலில்லை போல் தெரிந்தது. பெரியப்பா திண்ணையில் உறங்கிக்கொண்டிருந்தார்.

"குளிச்சுட்டியா, சாப்பிடறயா?" என்று கேட்டாள் அம்மா.

"சாப்பிடறேன்."

அவன் கை, கால்களை அலம்பிக்கொண்டு, சாப்பிட உட்கார்ந்தான்.

"இப்பொ லீவ் ஒண்ணுமில்லியே, என்ன காரியமா வந்தே?"

"உன்னைப் பாக்கணும்போல இருந்தது."

"பொய் சொல்லாதே, என்ன விஷயம்?"

பருப்புத் துவையல், வற்றல் குழம்பு, கீரை மசியல், தக்காளி ரசம், வெள்ளரிப் பச்சடி... அம்மா சமையலுக்கு ஈடு, உலகத்தில் எதுவுமே கிடையாது.

"ஹாஸ்டல் சாப்பாடு போரடிச்சது. தினம் உருளைக்கிழங்கு இல்லாட்டா கத்திரிக்காய். நல்ல சாப்பாடு சாப்பிடணும்னு வந்தேன்."

"நான் நம்பமாட்டேன். நீ சாப்பாட்டைப் பத்திக் கவலைப் படாதவன். எதுக்காகப் பொய் சொல்றே?"

"அப்பா எங்கே?"

"வீராச்சி மாமா ஆத்துக்கு யாரோ பெரிய படிச்சவர் வந்திருக்காராம். நம்ம சம்பிரதாயத்தைப் பத்தி நன்னாத் தெரிஞ்சவராம். வீராச்சி மாமா வந்து கூப்பிட்டார். உங்கப்பா போய் ரெண்டு மணி ஆச்சு. இன்னும் ஆளைக் காணோம்."

"எங்கே?"

"அய்யங்கார் தெருவிலே தேரெழுந்தூர் மாமா ஞாபக மிருக்கா, அவாத்திலே தங்கியிருக்காராம்."

"தேரெழுந்தூர் மாமா, பெரிய ஃப்ராட் ஆச்சே?"

"சீ, அப்படியெல்லாம் பேசாதே..."

"பொழுது விடிஞ்சா, போர்ட்டர் டவுன் ஹால்லே சீட்டாட்டம். அவர் எத்தனை பேரை சீட்டாட்டத்திலே ஏமாத்தியிருக்கார் தெரியுமா? இப்பொ சத்புருஷாள் தரிசனம். வேதாந்த விசாரம். அப்பா எப்படிப் போனார் அங்கே? அப்பாவுக்கு அவரைப் பத்தித் தெரியுமே!"

"எனக்கு உன்னோட வழக்காட முடியாது. எனக்கு உடம்பிலே தெம்பில்லே. நீ எதுக்குத் திடீர்னு வந்தே, சொல்லு. பணம் வேணுமா?"

"பெரியப்பா எப்படியிருக்கார்?"

"அவராலே ஒரு தொந்தரவு இல்லே. சௌந்திரம் அவரை வச்சு காசு சம்பாதிக்க ஆன மட்டும் பார்த்தான். அவர் பிடிவாதமா முடியாதுன்னுட்டார். இங்கேதான் இருக்கார்."

"இப்போ பேசறாரோ?"

"ஹூஹும். "நறுக்"னு ஒரு வார்த்தை, ரெண்டு வார்த்தை, அவ்வளவுதான். எப்படித்தான் அவராலே அவ்வளவு பேசாமக் கொள்ளாம, ஆகாசத்தை வெறிச்சுப் பாத்துண்டு உட்கார்ந் திருக்க முடியறதோ தெரியலே."

"என்னோட பேசிண்டிருந்தாரே."

"இப்போ பேசறதே கிடையாது. திடீர்னு அபூர்வமா முகத்திலே புன்னகை வரும். காரணம் தெரியாது. ஆடின மட்டும் ஆடிட்டு, இப்பொ..."

"அதெல்லாம் தப்பு, அவர் ஆடவேயில்லை. உண்மையைத் தேடிண்டு போனார்."

"நீயும் தேடு போ."

"தேடித்தான் போறேன். அதனால்தான் சிதம்பரத்தை விட்டுட்டு வந்துட்டேன்."

"என்னடா சொல்றே?"

"எனக்குப் படிக்கிறதிலே இஷ்டமில்லேம்மா."

"பின்னே?"

"எதுக்கும் அர்த்தமில்லேன்னு படறது!"

"என்னடா இது, அப்பொ கம்யூனிஸ்ட்னு கூத்தடிச்சே. யுனிவர்ஸிட்டியை விட்டு அவாளே வெளியிலே தள்ளிட்டா. இப்பொ இப்படி பைத்தியம் மாதிரி எதுக்குமே அர்த்தமில்லேன்னு வந்து நிக்கறியே? பெரியப்பாவுக்கு வாரிசா?"

கேசவன் ஒன்றும் பேசாமல் கூடத்துக்குச் சென்றான்.

அம்மா அவனைத் தொடர்ந்து வந்தாள்.

"என்னடா பதில் சொல்லாமேயிருக்கே?"

"எனக்கு ஒண்ணும் புரியல்லேம்மா."

"உடம்பு சரியில்லையா?"

"நான் மாடிக்குப் போய் கொஞ்சநேரம் தூங்கப் போறேன். அப்புறம் பேசிக்கலாம்."

அவன் மாடிக்குச் சென்றான். அவன் அறை போட்டது போட்டபடியே இருந்தது. யாரும் மாடிக்கு வருவதில்லை. ஆனால், துப்புரவாகப் பெருக்கப்பட்டிருந்தது. புஸ்தகங்களை ஒன்றும் செய்யாதே, பெருக்கிவிட்டு வா. இதுதான் வேலைக்காரிக்கு அம்மாவின் உத்தரவாக இருக்க வேண்டும்.

அவன் படுத்தான்.

அப்படி அவன் தூங்கியதே கிடையாது. எழுந்தபோது, மாலை மணி ஐந்து. ஆறு மணி நேரம் தூங்கியிருக்கிறான். மனம் லேசாக இருந்தது.

அவன் கீழே இறங்கி வந்தான். கூடத்தில் அப்பா சாய்வு நாற்காலியில் உட்கார்ந்து ஏதோ ஒரு புத்தகத்தில் ஆழ்ந்திருந்தார். அவனைக் கண்டதும் நிமிர்ந்து பார்த்தார். ஆங்கிலத்தில் கேட்டார். "உன் பிரச்சினை என்ன?"

"ஒண்ணுமில்லே."

"படிக்க விருப்பமில்லையா?"

வேர்ப்பற்று

"அப்படியில்லே... திடீர்னு..."

அவன் மேலே சொல்லாமல், மௌனமாக நின்றான்.

"சொல்லு."

"எதிலியுமே ஒரு இன்ட்ரஸ்ட் இல்லாமப் போச்சு."

"காரணம்?"

"தெரியலே."

பெரியப்பா உள்ளே வந்தார். அவனை ஆச்சரியத்துடன் பார்த்தார்.

"இவனுக்கு எதிலியுமே இன்ட்ரஸ்ட் இல்லையாம், படிப்பைப் பாதியிலே விட்டுட்டு வந்து நிக்கறான்" என்றார் அப்பா, பெரியப்பாவிடம்.

பெரியப்பா தூணில் சாய்ந்துகொண்டு கீழே உட்கார்ந்தார்.

அம்மா உள்ளிருந்து கூப்பிட்டாள். "வாடா இங்கே"

"என்னம்மா?"

"வாயேன்."

அவன் எழுந்து உள்ளே போனான். சத்தியபாமா பாட்டி கையில் கரண்டியுடன் நின்றுகொண்டிருந்தாள். மூத்த சுமங்கலி, எழுபத்தைந்து வயதிருக்கும்.

"உட்காரு" என்றாள் அம்மா.

அவன் உட்கார்ந்தான்.

சத்தியபாமா பாட்டி திருஷ்டி சுத்திப்போட்டாள்.

"என்னம்மா இது பைத்தியக்காரத்தனம்?"

"எது பைத்தியக்காரத்தனம்? இப்படி திடீர்னு, ஓடி விளையாடிக்கொண்டிருந்த பிள்ளை, நான் சாமியாரா போகப் போறேன்னா, நிச்சயமா யாரோ கொள்ளிக்கண்ணு போட்டிருக்கான்னுதான் அர்த்தம்!" என்றாள் பாமா பாட்டி.

"என்னம்மா வெடிச்சுது!" என்றாள் அம்மா.

"நான் சாமியாரா போகப் போறேன்னு யார் சொன்னா?" என்றான் கேசவன்.

"எதிலியுமே இஷ்டமில்லேன்னா என்ன அர்த்தம்?" என்றாள் அம்மா.

கேசவன் மௌனமாக வெளியே வந்தான். பெரியப்பா கேட்டார், புன்னகையுடன்.

"சுத்திப்போட்டாளா?"

"ஆமாம்."

"என்னைச் சாமியாரா ஆக்கப்பாத்தா முடியலே. நீ ஆயிடேன்!" என்றார் பெரியப்பா, முகத்திலிருந்த புன்னகை மாறாமல்.

"என்னைக் கிண்டல் பண்றேளா?"

"மாடிக்குப் போகலாமா, கொஞ்சம் பேசுவோம்" என்றார் பெரியப்பா.

கேசவன் அப்பாவைப் பார்த்தான். அவர் மௌனமாக இருந்தார். பெரியப்பா அவனுடன் பேசுவது அவருக்குச் சம்மதந்தான் என்று அவனுக்குத் தோன்றியது.

இருவருமே மாடிக்குச் சென்றனர்.

"மேலே மொட்டை மாடிக்குப் போகலாம் வா!" என்றார் பெரியப்பா.

"ஏன்?"

"நன்னா காத்து வரும்."

கேசவன் வீடு சற்றுப் பெரிய வீடு. மொட்டை மாடியில் நின்றால், நிற்பவர்களுக்கும் ஒரு கம்பீரத்தைத் தரும் உயரமான வீடு.

"இங்கேயிருந்து பார்க்க எவ்வளவு அழகாயிருக்குப் பாரு! ஏழைச் சோமேஸ்வரர் வீட்டைப் பிடுங்கிண்டு, சாரங்கபாணி உட்கார்ந்திருக்கார் பெரிய வீட்ல. ஏழைச் சோமேஸ்வரர் கதை தெரியுமா உனக்கு?"

"தெரியும்."

"சோமேஸ்வரர் கோயிலும், சாரங்கபாணி கோயிலும் ஒரே விஸ்தாரமான இடத்திலேதான் இருந்திருக்கணும். சிவன் கோயில் பெரிசா இருந்திருக்கணும். பெருமாள் கோயில் சின்னதா இருந்திருக்கணும். பெருமாள் ஒண்ட இடம் கேட்டு, கொஞ்சம் கொஞ்சமா இடத்தை ஆக்கிரமிச்சுண்டு, சிவனை ஒதுக்குப்புறமா தள்ளிட்டார்ங்கிறது கதை. சுவாரஸ்யமான கதை. சோழர்கள் காலத்திலே இது நடந்திருக்கணும். ராஜா சைவனா இருந்தா பெருமாளைத் தூக்கி கடல்லே வீசி எறிஞ்சுடுவான். வைஷ்ணவனா இருந்தா முருகனுக்கும் நாமத்தைப் போட்டுடுவான்."

கேசவன் பேசாமலிருந்தான்.

வேர்ப்பற்று

"எனக்கு ஒண்ணும் தெரியாது. கதையை வச்சு சொல்றேன். சிவனும் பெருமாளும் இடம் மாறிப் போயிருக்கலாம். எதுவுமே யாருக்கும் சாசுவதமில்லே. பகவானுக்கே இப்படியிருந்தா மனுஷாளுக்கு எப்படி? சரி உனக்கேன் விரக்தி? காதல் தோல்வியா?"

முகத்தில் அறைவது போல் கேட்டார். அவன் திடுக்கிட்டு அவரை உற்றுப் பார்த்தான்.

"என்ன இப்படிக் கேக்கறேள்?"

"நானும் இப்படித்தான் போனேன், எதிலியுமே இன்ட்ரஸ்ட் இல்லாமப் போச்சு. காரணம் இப்பொ சொல்றேன். காதல் தோல்வி. ஆனா எனக்கு அப்பொ கல்யாணம் ஆயிருந்தது. குழந்தையுமிருந்தது. இப்பொ நினைச்சுப் பார்த்தா சிரிப்பா இருக்கும்!"

கேசவன் பதில் கூறவில்லை. சாரங்கபாணி கோயில் கோபுரத்தின் நடு மாடத்திலிருந்து இரண்டு, மூன்று புறாக்கள் பறந்து போயின. அவன் அதைப் பார்த்துக்கொண்டே நின்றான்.

"காதல் தோல்வியா, சொல்லேன்!"

"தோல்வியா தெரியாது. நான் தப்பா நினைச்சுண்டிருக்க லாம். நடந்தது இதுதான்..."

அவன் அவரிடம் சுபத்திராவிலிருந்து தொடங்கி, அரவிந்த ஆஸ்ரமம்வரை எல்லாவற்றையும் சொன்னான். அவர் பொறுமையாகக் கேட்டுக்கொண்டிருந்தார். இடையில் புகுந்து ஒரு கேள்வியும் கேட்கவில்லை.

அவன் சொல்லி முடித்ததும், அவர் முகத்தில் ஒரு புன்னகையான கீறல்.

"நான் முட்டாளாயிருந்திருக்கேன்னு எனக்குப் படறது." என்றான் கேசவன்.

"எல்லா மாதிரி அனுபவமும் மனுஷனுக்கு வேணும். அதுதான் அவன் தனக்குத்தானே தான் மனுஷந்தான்னு உறுதிப்படுத்திக்கொள்வதற்குச் சரியான வழி. வாழ்க்கையிலே எதுக்குமே வருத்தப்படக் கூடாது. நீ ஒதுங்கியிருந்துண்டு உன் அனுபவத்தை நீயே நினைச்சுப்பாக்கணும். இப்பொ உன்னாலே முடியாது. என் வயசிலே பண்ணலாம். என் வயசிலே உனக்கு இந்த அனுபவம் சுவாரஸ்யமா இருக்கும்."

"உங்க அனுபவம்?"

"நம்ம குடும்பத்திலே நான்தான் அந்தக் காலத்திலேயே இங்கிலீஷ் படிப்பு படிச்சவன். சின்ன வயசிலேயே கல்யாணம். வீட்டுக்கே அந்நியப்பட்டுப்போன மாதிரி இருந்தது, அந்த பொம்பளையைப் பொறுத்தவரையிலும். நான் அவளைப் பத்திக் கவிதை எழுதினது. டைம் கிடைச்சிருந்தா, ஒரு காவியமே பாடியிருப்பேன். எல்லாக் கவிஞர்களும் அப்படித்தான் காவியம் பாடியிருப்பாங்கன்னு நினைக்கிறேன். ஷேக்ஸ்பியர், அவரோட டார்க் லேடிக்குத்தான் எல்லா நாடகங்களையும் எழுதியிருப்பார்னு தோணறது. என்னாலேயே முடிஞ்சது கவிதை, அவ்வளவுதான். ஆனா, அவளைப் பொறுத்தவரைக்கும் அவ கல்யாணமானவ. என்னோட இருந்தது *Affair*, அவ்வளவுதான்! இது எனக்கு ஒரு அதிர்ச்சியா இருந்தது. நீ அரவிந்தர்கிட்டே போனே, நான் அன்னிபெசண்ட்கிட்டே போனேன். ரெண்டும் ஒண்ணுதான். என் மாதிரி 'டோன்ட் கோ ஆன் எக்ஸ்பெரிமெண்டிங் வித் யுவர் லைஃப்!' இப்போ என்னுடைய 'அல்டிமேட் கோல்' (Goal) என்ன ஆச்சு? திண்ணை அதனால் தான் சொல்றேன், 'வாழ்க்கை மகத்தானது, புனிதமானது' அப்படிங்கிற புண்ணாக்கெல்லாம் ஒண்ணும் வேணாம். பொறந்தாச்சு. கஷ்டப்படாம இருந்துட்டுப் போவோம். நாம நினைச்சு நம்ம மனதை வருத்திக்கிறதுக்கோ புளகாங்கிதம் அடையறதுக்கோ உலகத்திலே அப்படித் தகுதி வாய்ந்ததா எதுவுமே கிடையாது. எல்லாம் நாம் நினைச்சுக்கிறதுதான். அதனாலே சொல்றதைக் கேளு. போய் பேசாம படிச்சுட்டு டிகிரி வாங்கிண்டு வா."

"நீங்க எக்ஸிஸ்டென்ஷியலிஸ்டா?"

"புண்ணாக்கு! இவ்வளவு சீரியஸா பேசிண்டிருக்கேன். ஏன் ஏதோ ஏதோ வார்த்தையைப் பிடிச்சுண்டு தொங்கறே?"

இருவரும் கீழே இறங்கி வந்தார்கள். அப்பா தூங்கிக் கொண்டிருந்தார்.

முப்பத்தேழு

"நான் நாளைக்குச் சிதம்பரம் போறேன்" என்றான் கேசவன், அப்பாவிடம்.

அவர் 'ஹிண்டு' படித்துக்கொண்டிருந்தார். பெரியப்பா தூணில் சாய்ந்துகொண்டு, முற்றத்தின் கூரையாகத் தெரிந்த ஆகாயத்தைப் பார்த்துக் கொண்டிருந்தார். கையில் பால் பாத்திரத்தை எடுத்துக்கொண்டு சென்ற அம்மா, அவரைத் திரும்பிப் பார்த்தாள்.

"படிக்கப் போறயா?" என்றார் அப்பா.

"ஆமாம்."

"சரி, போ. நாளைக்கு வேணாம், நாளன்னிக்குப் போ!"

"நாள் நன்னால்லியா?" என்று குரலில் கிண்டலின் சாயை நிழலாய்த் தெரிய, கேசவன் கேட்டான்.

"நாளைப் பத்தித் தெரியாது. வாத்தியாருக்கு வாழைக்கா கொடுத்துட்டுப்போ, உன் சித்தப்பா சிரார்த்தம்."

பெரியப்பா, அப்பாவைத் திடீரென்று திரும்பிப் பார்த்தார்.

"கேசவனா பண்றான்?" என்றார் பெரியப்பா."

"வேற யார் இருக்கா பண்ண?"

பெரியப்பா கேசவனைப் பார்த்துப் புன்னகை செய்தார்.

இந்திரா பார்த்தசாரதி

அப்புன்னகையின் பொருள் கேசவனுக்கு விளங்கவில்லை.

அப்புன்னகைக்குப் பல பொருள் இருக்கக்கூடும். "

"இந்த மாதிரிக் காரியங்களில் உனக்கு நம்பிக்கை இருக்கிறதா?" என்று.

"நம்பிக்கை இல்லாமல் அப்பாவைத் திருப்திப்படுத்தச் செய்கிறாயென்றால், எல்லா விஷயங்களிலும் சமரஸம் செய்து கொள்ள நீ தயாராக இருக்க வேண்டும். என் பிள்ளைகள் எனக்குச் செய்யப் போவதில்லை. நீ எனக்குச் செய்வாய் என்று நம்புகிறேன்" என்று.

கேசவன் இவ்வாறு நினைத்துக்கொண்டே மாடிக்குச் சென்றான்.

சித்தப்பாவுக்கு அவன் கொள்ளி போட்டதே அப்பொழுது பிரச்சினைக்குரிய விஷயமாயிற்று.

"ஒரே பிள்ளை! முதல் கொள்ளி அப்பாவுக்கோ அம்மா வுக்கோ போடாமல், சித்தப்பாவுக்கு அதுவும் ஒரே தாய் வயிற்றில் பிறந்த சகோதரனுமில்லை. அவருக்குக் கொள்ளி போட்டதை அக்ரஹாரவாசிகள் பலமாக எதிர்த்தார்கள்.

அப்பா அப்பொழுது கவலைப்படவில்லை, இவ்வெதிர்ப்பைப் பற்றி. ஆனால் சித்தப்பாவுக்கு வீட்டில் சிரார்த்தம் கிடையாது.

வாத்தியாரைக் கூப்பிட்டு தட்சிணை கொடுத்து, வாழைக் காயையும் அரிசியையும் தானமாக வழங்கிவிடுவதுதான் சிரார்த்தம். இதுவும் ஒருவகையில் பார்க்கப் போனால், ஒரு சமரஸந்தான். அம்மா, சித்தப்பாவுக்கு வீட்டில் சிரார்த்தம் செய்ய இஷ்டப்படவில்லை என்பதால், அம்மாவுக்காக அப்பா செய்து கொண்ட சமரஸம்.

அப்பாவின் அப்பா – அவன் தாத்தா ஒரு சுவாரஸ்யமான மனிதராயிருந்திருக்க வேண்டும். மூன்று மனைவி. ஒவ்வொரு தாரத்துக்கும் ஒரு பிள்ளை. மூன்று பேரும் ஒவ்வொரு மாதிரி.

பெரியப்பாவும் சித்தப்பாவும் வெவ்வேறு மாதிரி என்று சொல்ல முடியுமா? இருவரும் வீட்டுக்கு வெளியே சென்று 'பரிசோதனை' செய்தவர்கள். பெரியப்பாவுக்குப் படிப்பு இருந்தது. சித்தப்பா அந்த அளவுக்குப் படித்திருந்ததாகத் தெரிய வில்லை. இருந்தாலும், தன்னுடைய 'ஈமக் காரியங்கள்' தன் செலவிலேயே நடந்தாக வேண்டுமென்று ஒரு பிடிவாதம் அவருக்கிருந்தது. மற்றவர்களுக்குத் தொந்தரவு கொடுக்க

அவர் விரும்பவில்லை . இந்த அளவில் அவர் ஒரு தனிப்பட்ட மனிதர்தான். சந்தேகமில்லை.

"என்ன யோசிச்சிண்டிருக்கே?"

கேசவன் திரும்பிப் பார்த்தான்.

"பெரியப்பா!"

"ஒண்ணுமில்லை."

"என்னைப் போய் மஹானாக்கப் பாத்தார்களே, இந்தத் தெருவாசிகள். உண்மையிலேயே மஹான் உங்கப்பாதான். அவ்வளவு எதிர்ப்பைச் சமாளிச்சிண்டு, உன்னைக் கொள்ளி போடச் சொன்னானே அவன் தம்பிக்கு. இது ஒரு பெரிய காரியம்!"

"எனக்கு ஒண்ணும் புரியலே!" என்று இழுத்தாற்போல் சொன்னான் கேசவன்.

"என்ன?"

"தாத்தா எதுக்காக மூணு கல்யாணம் பண்ணிண்டார்?"

"கல்யாணம் மூணு. அப்புறம் குடவாசல்லேர்ந்து நாச்சியார் கோயில்வரை வச்சிண்டிருந்த தேவடியா? – அதெல்லாம் கணக்கிலே வராது. பிராமணாளை இன்னிக்கு வையறான்னா தப்பேயில்லே. அவ்வளவு அக்கிரமம் பண்ணியிருக்கா அந்தக் காலத்திலே. ஆனா, ஒரு சமூகக் கட்டமைப்பிலே இருந்துண்டு, வைதிகாளைப் பகைச்சுக்காமெ இருந்துண்டு, உங்க தாத்தா மாதிரி இருந்திருந்தா, என்னையோ உன் சித்தப்பாவையோ இப்போ திட்ற மாதிரி திட்டியிருக்க மாட்டா. நாங்க இந்தச் சமூகத்தை விட்டு வெளியிலே வந்ததுதான் தப்பு."

"நீங்க செஞ்சது சரிங்கறேளா?" என்று கேட்டான் கேசவன்.

"நோ. இதுவும் ஒரு வகையான எதிர்ப்புன்னு வச்சுக்கோயேன். உங்கப்பாவும் அடிப்படையிலே எங்க மாதிரிதான். ஒரு தார்மீகக் கோபம். ஆனா அதே சமயத்திலே, எதிர்ப்பு தெரிவிக்கிறேன்னு தன் தலையிலேயே மண்ணை அள்ளிப் போட்டுக்கிறவனில்லே. என்னைச் சாமியாராக்கிப் பணம் பண்ண அவன் முடியாதுன்னுட்டானே? அவன் சம்மதிச்சிருந்தா நான் சாமியாரா ஆக 'சரி'ன்னுருப்பேன்."

"நிஜமாகவா?"

"கோயில்லே உட்கார்ந்திருந்தவனை வீட்டுக்குக் கூட்டிண்டு வந்து சோறு போடறானே, ஒரு கேள்வியும் கேக்காமெ. இந்த மாதிரி எத்தனை பேரிருக்கா? அவன் பணம் பண்ண நான் ஏன்

சாமியாரா வேஷம் போடக் கூடாது? ஆனா, நிச்சயமா தெரியும். உங்கப்பா அந்த மாதிரி காரியமெல்லாம் செய்ய மாட்டான்."

பெரியப்பா, அப்பாவைப் பற்றிச் சொல்வது கேட்டு, கேசவன் உணர்ச்சி வயப்பட்டான். கண்கள் ஈரமாகிக்கொண்டு வருவது போல் அவனுக்குப் பட்டது.

அவன் மௌனமாகப் பால்கனியை நோக்கிச் சென்றான்.

இரண்டு நாள்கள் கழித்து, அவன் பல்கலைக்கழகம் திரும்பிய போது, அவனுக்கு ஆச்சரியம் காத்திருந்தது.

கிருஷ்ணன் அறையைக் காலி செய்துகொண்டு போய் விட்டான்.

கேசவன் வார்டனிடம் சொன்னான் : "ஒண்ணு எனக்கு ஒரு தனி ரூம் கொடுங்க. இல்லாட்டா, இன்னொரு பையனை என் ரூமிலே போட்டுடாதீங்க?"

"என்னாலே எதுவும் ப்ராமிஸ் பண்ண முடியாது."

"கிருஷ்ணனுக்கு எப்படி ஒரு தனி ரூம் கொடுத்தீங்க?"

"காலியாச்சு, கொடுத்தேன். அந்தப் பையன் படிப்பைப் பாதியிலே விட்டுட்டுப் போயிட்டான். அது கிடக்கட்டும். நீ எங்கே போயிருந்தே திடுதிப்னு? பர்மிஷன் இல்லாமெ போனதில்லாமெ, என்கிட்டே சட்டம் பேசறியா?"

"ஊர்லே ஒரு அவசர காரியம்!"

"சொல்லிட்டுப் போக வேண்டாமா? கிருஷ்ணனைக் கேட்டா அவனுக்குத் தெரியாதுன்னு சொன்னான்."

"யார்கிட்டேயும் சொல்லலே. வீட்லே கொஞ்சம் ப்ராப்ளம். எங்கப்பா என்னை உடனே வரச் சொன்னார்."

"சரி, சரி. இனிமே இப்படிச் சொல்லிக்காமெ போகாதே."

பீரியட் கம்பராமாயணம் ராமசாமி பிள்ளை ஒரு சுவாரஸ்யமான ஆசிரியர்! அவர் சொல்வதை அவரே ரசிப்பது தான் அவருடைய விசேஷ இயல்பு. அப்படி ரசிக்கும்போது, பேசுவது தடைபட்டுப் போகும். கண்களில் நீர் ததும்பும். மௌனந்தான் ரசனையின் உன்னத மொழி என்று அவர் மூலம்தான் கேசவன் அறிந்துகொண்டான்.

ஆனால் அவர் இராமாயணத்தில் ரசிக்கும் பகுதிகள்தாம் விவாதத்துக்கு மிகச் சாதாரண வரிகளாக அவனுக்குத் தோன்றுவதை, அவர் மிக உயர்ந்த இலக்கிய நயம் மிகுந்த

வரிகளாகப் பாராட்டி அனுபவிக்கத் தொடங்குவதுதான் அவனுக்குக் கஷ்டமாக இருக்கும்.

இது மட்டுமல்லாமல், நம் அன்றாட வாழ்க்கையில் மிகச் சாதாரணமான நிகழ்ச்சிகள்கூட அவருக்கு ஆச்சரியத்தைத் தருவதும் அவனுக்குப் புரியாத விஷயங்களில் ஒன்று.

"நாம அறைக்குள்ளே நுழைஞ்சதும், ஒரு பித்தானை அழுத்தினோம் படக்னு விளக்கு எரிகிறது. என்ன ஆச்சர்யம்? எல்லாம் வெள்ளைக்காரன் மூளை!"

"வெள்ளைக்காரன் போயாச்சு சார்!" என்பான் சுப்ரமணியப் பிள்ளை.

அவன் போனா என்ன, அவன் கெட்டிக்காரன் கெட்டிக் காரந்தான். ஆறாம் ஜார்ஜ் மன்னர் இறந்தபோது, நான் ஒரு இரங்கற்பா பாடினேன். கழி நெடிலடியிலே ஆசிரிய விருத்தம். நல்ல செய்யுள். அதை ரசிக்கத்தான் ஆள் இல்லே. காரணம் வெள்ளைக்காரன் மேலே உள்ள வெறுப்பு. வெள்ளைக்காரனை வெறுக்கலாம். ஆனா அதுக்காக ஒரு நல்ல செய்யுளை ரசிக்காம ஒதுக்கித் தள்ளிடறதா?" மாணவர்கள் விரும்பினாலும் விரும்பாவிட்டாலும், அந்த இரங்கற்பாவை அவர் படிக்காமல் விடமாட்டார்.

கேசவன் வகுப்புக்குச் சென்று உட்கார்ந்ததும், சுப்ரமணியப் பிள்ளை கேட்டார்: "எங்கே ஒரு வாரமா உன்னைக் காணலே."

"வீட்டிலே ஒரு முக்கிய வேலை."

"பொண்ணு பாத்தியா?"

கிருஷ்ணன் புன்னகை செய்தான்.

"உனக்கு எப்போதும் இதான் ஞாபகம்" என்றான் கேசவன்.

கிருஷ்ணன் தொடர்ந்து புன்னகை செய்துகொண்டிருந்தான்.

கேசவன், கிருஷ்ணனைக் கேட்டான்: "ஏன் ரூமைக் காலி பண்ணிண்டு போயிட்டே."

"அப்பொ, பட்டர் இப்பொ உன் ரூமிலே இல்லியா?" என்றான் சுப்ரமணியப் பிள்ளை.

"இல்லே!" என்றான் கேசவன்.

"கேசவன் இப்போ ஆன்மீகவாதியாகிவிட்டான். பாண்டிச்சேரிக்குப் போய் அரவிந்தர்கிட்டேயிருந்து மூட்டை மூட்டையா ஆன்மீக விஷயங்களைச் சேகரிச்சுண்டு வந்திருக் கான்" என்றான் கிருஷ்ணன்.

இந்திரா பார்த்தசாரதி

"என்னது, ஆன்மீகவாதியா?"

இதற்குள் ராமசாமிப் பிள்ளை வகுப்புக்குள் நுழைந்தார். பாடத்தைத் துவங்க ஆரம்பித்தவர், கேசவனைப் பார்த்தார்.

"எங்கே உன்னை சில நாட்களா காணலே?" என்றார் அவர்.

"ஆன்மீகம்" என்றான் சுப்ரமணியப் பிள்ளை.

"என்ன, ஆன்மீகமா?"

"ஆமாம், இப்போ கேசவன் அரவிந்தரோட சிஷ்யன்."

"புரியலே. கம்யூனிஸ்டா இருந்தவன் எப்படி இப்படி?"

"நான் அரவிந்தரோட சிஷ்யன் இல்லே. இவன் சும்மா சொல்றான். ஊருக்கு வீட்டு விஷயமா போயிருந்தேன்" என்றான் கேசவன்.

"சரி, பாடத்துக்குச் செல்வோம்" அவர் புத்தகத்தைப் பிரித்து வைத்துக்கொண்டார்.

நேற்று சொன்னேன், இந்தச் செய்யுள் எவ்வளவு அருமையானதென்று. விசுவாமித்திரன் வேள்வியைக் காக்க இராமனை வேண்டி தசரதனிடம் சென்று சொல்கிறான்!

"நின் சிறுவர் நால்வரினும் கரிய செம்மல் ஒருவனைத் தந்திடுதி!" என்று. விசுவாமித்திரன் எவ்வாறு சித்திரிக்கப்படு கிறான். 'எண் இலா அருந்தவத்தோன்' என்ன அழகான வரி? எத்தனை அர்த்தம் உண்டு தெரியுமா இதற்கு? 'எண் + இலா' மதிப்பிட முடியாத, 'அருந்தவத்தோன்' பெரிய தவத்தினைச் செய்த கௌசிகன். இந்த வரியை இப்படியும் பிரித்துப் படிக்கலாம். 'எண்+இல்+ஆ+ அருந்தவத்தோன். அதாவது, மதிப்பிட முடியாத பெருமைக்குரிய காமதேனுவின் காரணமாகத் தவம் செய்த பெரியோன். அதாவது, 'ஆ' என்பது பசு, காமதேனு. இதை 'வருந்தவத்தோன்' என்று வைத்துக்கொண்டால், 'வருந்தித் தவம் செய்தவன்' என்பது பொருள். அதாவது க்ஷத்திரிய குலத்திலே பிறந்ததினால், பிராம்மணர்களுக்குரிய தவத்தை, 'வருந்தி'ச் செய்ய வேண்டிய நிலையில் இருந்தவன். இன்னொரு வகையிலும் பிரிக்கலாம். "எண்+நிலா—அருந்தவத்தோன்..."

ராமசாமிப் பிள்ளை இதனுடன் நிறுத்தவில்லை. பாட்டை அக்கு வேறாக ஆணி வேறாகப் பிரித்து, ஒவ்வொரு வரியையும் அறுவை சிகிச்சை செய்தார். 'கண்ணிலான் பெற்று இழந்தான்' என்ற இறுதி வரி வந்தபோது, ரஸனையின் உச்ச நிலையிலிருந்து மௌனமானார்.

வேர்ப்பற்று

மணி அடித்தது.

ராமசாமிப் பிள்ளைக்கு இச்செய்தியைச் சொல்ல வேண்டியிருந்தது.

வகுப்பை விட்டு வெளியே வந்ததும், கேசவன் கேட்டான் கிருஷ்ணனிடம்.

"ஏன், என் பேரிலே கோபமா? தனியா போயிட்டே?"

"உனக்கும் அது நல்லதுன்னு எனக்குப் பட்டது."

"ஏன் அப்படிச் சொல்றே?"

"நீ படிப்பைப் பாதியிலே நிறுத்தாமெ, பாதிகூட இல்லே, இன்னும் ரெண்டு மாசம். திரும்பி வந்தது பத்தி சந்தோஷம்!"

"தேங்க் யு. நான் உன்கிட்டே பல விஷயங்களைப் பத்திப் பேசணும்."

"ஐ ஆம் நாட் இன்ட்ரெஸ்டட், ப்ளீஸ். இன்னும் ரெண்டு மாசம். படிக்கிற வழியைப் பாரு. மனசைப் போட்டு உழப்பிக்காதே!" என்றான் கிருஷ்ணன்.

முப்பத்தெட்டு

கேசவன் முதல் வகுப்பில் தேர்ச்சிப் பெற்றிருந்தான் என்பது வாஸ்தவந்தான். ஆனால் வேலைதான் கிடைக்கவில்லை. தமிழ் எம்.ஏ. பட்டம் பெற்ற ஒருவனுக்கு வேலை வாய்ப்பு ஒன்றே ஒன்றுதான்; வாத்தியார் வேலை. அதுவும் அவனுக்குக் கிடைக்கவில்லை.

பல இன்டர்வியூவுக்குப் போனான். தமிழுக்குச் சம்பந்தமில்லாத கேள்விகள் கேட்டுவிட்டு அனுப்பி விட்டார்கள். சம்ஸ்கிருத ஆசிரியர் முன்னொரு தடவை அவனிடம் பிராம்மணனாய்ப் பிறந்து விட்டுத் தமிழ் படித்தால் வேலை கிடைக்குமா என்று கேட்டது அவன் நினைவுக்கு வந்தது. அவர் அப்படிக் கேட்டதை தவறு என்று நிரூபிக்க வேண்டுமென்பதுதான் அவன் ஆசை. ஆனால், அது முடியாமல் போய்விடுமோ என்ற அச்சமும் அவனுக்குள் ஏற்படத் தொடங்கியது. ஒரு கல்லூரி யில், அக்கல்லூரியின் நிர்வாக அங்கத்தினர் ஒருவர் வெளிப்படையாகவே சொன்னார். 'நீங்கதான் எல்லாத் துறையையும் ஆக்ரமிக்க இருக்கீங்க. இங்கிலீஷ், எக்கனாமிக்ஸ், மேத்ஸ், ஸயன்ஸ் எல்லாம்... தமிழ்த் துறைக்கும் வரப் பாக்கறீங்களா? பரவாயில்லையே!'

அவர் அப்படிச் சொன்னதில் குற்றம் கண்டு பிடிக்க முடியாது என்பது உண்மையானாலும் சூழ்நிலையின் சதிக்கு அவன் பலியாக வேண்டுமா என்பதுதான் அவன் கேள்வி. அவனுக்கு ஜாதியில் நம்பிக்கை இல்லை. அந்தந்த ஜாதியின்

மேம்பாட்டுக்கு அந்தந்த ஜாதிக்காரர்கள் ஜாதிகளை நம்பித்தான் கல்லூரிகளைத் தொடங்கினார்கள். நாடார்கள் கல்லூரி, யாதவர் கல்லூரி.

வெளிப்படையாகச் சொல்லிக்கொள்ளாவிட்டாலும் பிராமணர்களை ஆதரித்த மூன்று நான்கு கல்லூரிகளும் இல்லாமல் இல்லை. ஆனால் அங்கு வேலை காலியாகயிருப்ப தாகத் தெரியவில்லை.

அப்பா சொன்னார்: "பேசாம கிராமத்துக்குப் போ. நம்ம குத்தகைக்காரன் ஏமாத்தறான். பிராமணனுக்கு வயல்ல வேலை செய்யவும் தெரியும்னு நிரூபிச்சுக் காட்டு."

இது சாத்தியமா என்று அவனுக்குத் தெரியவில்லை. அவன் நகரத்துப் பிராணியாகவே வளர்ந்துவிட்டான். பிரபஞ்சத்தில் ஜெயிக்க வேண்டிய பிராந்தியங்கள் எத்தனையோ இருக்கின்றன என்பது அவன் கனவு. அப்படி இருக்கும்போது கிராமத்துக்குப் போய் தன்னை ஒடுக்கிக்கொண்டுவிட முடியுமா? சுதந்தர இந்தியாவைப் பற்றி அவன் கொண்டிருந்த கனவுகள் ஒவ்வொன்றாகப் பொய்த்துக்கொண்டு வந்தன. காங்கிரஸ், தேர்தலுக்குத் தியாகிகளைப் புறக்கணித்துப் பணக்காரர்களைத் தான் நிற்க வைத்தது. அவர்களுக்குத்தான் வெற்றி வாய்ப்பு அதிகம் என்று காரணம் சொன்னார்கள். சமுதாய நீதி கேட்ட திராவிட முன்னேற்றக் கழகம் அரசியல் களத்தில் குதித்தது. உலகப் புரட்சியைப் பறைசாற்றிய கம்யூனிஸ்ட் கட்சியையும் தேர்தல் ஆசைவிட்டு வைக்கவில்லை. சட்டசபையிலும் பாராளுமன்றத்திலும் புகுந்துகொண்டு இந்தியாவில் ஒரு மாபெரும் தொழிலாளர் புரட்சியை உருவாக்க முடியும் என்று அவர்கள் நம்பினார்கள். அப்பொழுதுதான் அவனுக்குத் திருச்சியில் வேலை கிடைக்கலாம் போலிருந்தது.

அப்பாவின் நண்பர் ஓர் ஓய்வு பெற்ற இஞ்சினீயர். காவிரியில் குளித்துவிட்டு ஈரத்துணிகூடக் காயாமல் வீட்டுக்கு வந்தார்.

அப்பா 'பேப்பர் படித்துக்கொண்டிருந்தவர்' நிமிர்ந்து பார்த்துவிட்டு அவரைக் கண்டதும் எழுந்தார்.

"வாங்கோ , என்ன இவ்வளவு அவசரம்?"

"கேசவன் வேலை விஷயமா!"

"உட்காருங்கோ!"

உட்கார்ந்தார்.

கேசவன் சமையலறையிலிருந்து வந்தவன் கூடத்துத் தூணருகே நின்றான்.

"திருச்சினாப்பள்ளியிலே என் சிநேகிதன் ஒருத்தன் இருக்கான். அவன் பழுத்த பிராமணத் துவேஷி மாதிரி நடிப்பான். இது அவன் அரசியல், நமக்கென்னாச்சு? அவன் இப்போ காவேரிக்கரையில பார்த்தேன். அவன் சொன்னான் நேஷனல் காலேஜ்ல திருச்சியில் வேலை காலியா இருக்காம். பிராமணப் பையனைத்தான் தேடிண்டுருக்காளாம். கேசவனை உடனே புறப்பட்டுப்போய், என் சிநேகிதனுக்கு லெட்டர் தரேன். அவனைப் பாக்கச் சொல்லுங்கோ. ஏய் கேசவா, ஆத்துக்கு வா. என் லெட்டர் ஹெட்லயே லெட்டர் எழுதித்தரேன். இன்னிக்கே ராத்திரி போட் மெயில்லே புறப்பட்டுப்போ" என்றார்.

"காப்பி சாப்பிடறேளா?" என்றார் அப்பா.

"அதெல்லாம் ஒண்ணும் வேணாம். நான் விஷயத்தைச் சொல்லிட்டுப் போகலாம்னு ஈரத்துணி காயாம வந்தேன். எத்தனை நாளாய் வேலையில்லாம இருப்பான். பாவம் சின்னப் பையன். தமிழ் படிச்சிருக்க வேணாம். இப்போ சொல்லி என்ன ப்ரயோஜனம்?"

"உங்க சிநேகிதனை நம்பலாமா?" என்றான் கேசவன்.

"தோ பாரு, அவன் ரொம்ப செல்வாக்கான ஆளு! புகையிலை வியாபாரி. நன்னா தமிழ் படிச்சவன். திராவிடக் கழகம் அது இதுன்னு சொல்வானே தவிர, அவன் காரியஸ்தன். ப்ராம்மணன், சமையக்கார ப்ராமணன். சும்மா ப்ராம்மணாளை மேலுக்குத் திட்டிண்டிருப்பான், பொதுக்கூட்டங்கள்ல. பெரியார் திருச்சி போனா அவனாத்திலதான் தங்குவார். என்ன இன்னிக்குப் போறியா?"

"எனக்கு இண்டர்வியூவுக்குப் போய் அலுத்துப் போச்சு. ஆளைத் தயாரா வைச்சுண்டு ஒப்புக்கு மத்தவாளைக் கூப்பிடுறா."

"இதுதான் தப்பு. இப்ப நீ ஒப்பு இல்ல. நீ பிராமணன். அது பிராமணக் காலேஜ். உனக்குத்தான் வேலை. என் சிநேகிதன் சொன்ன சொல் தட்டமாட்டான். அந்தக் காலேஜ் கரெஸ்பாண்டன்ட் மாப்பிள்ளைக்கு அவன்தான் மேட்டூர் கெமிக்கல்ஸ்ல வேலை வாங்கிக் கொடுத்திருக்கான். அவனுக்குப் பணபலம் இருக்கு. நிறையக் கம்பெனிகளுக்கு டைரக்டர். நான் இஞ்ஜினீயரா இருக்கச்சே அவனுக்குப் பல உபகாரங்கள் பண்ணியிருக்கேன். நன்றி உள்ளவன்."

கேசவனுக்கு இது பிடிக்கவில்லை. அவன் பிராமணனாகப் பிறந்துவிட்ட காரணத்தால் பிராமணக் கல்லூரியில் வேலை பார்க்க வேண்டும். ஜாதி தர்மத்தை மீறாதே என்று தர்ம சாஸ்திரங்கள் அன்று முதல் இன்றுவரை இதைத்தான் சொல்லி

வேர்ப்பற்று

வருகின்றன. இன்னும் முப்பது வருஷம் கழித்து அவன் தன்னைக் கற்பனைசெய்து பார்த்தான். கட்டுக் குடுமியுடன்... கட்டுக் குடுமி இருக்க இயலாது. இயற்கை தலை மயிரை அறுவடை செய்துவிடும். குடுமி அடையாளத்துடன் பஞ்சகச்சம் கட்டிக்கொண்டு நெற்றியில் நாமத்துடன் இருவேளையும் சந்தி பண்ணிக்கொண்டு கையில் ஜாதகக் கட்டுடன் தன் பெண்ணுக்கு ஸ்ரீவத்ஸ கோத்ரம் அல்லாத வடகலை வைஷ்ணவப் பிள்ளையைத் தேடி அலையும் காட்சி! ஜாதி தர்மத்தை இப்படித்தான் காப்பாற்ற முடியும்.

சுதந்திர இந்தியாவில் தமிழ்நாட்டில் பிராமணர்களும், முதலியார்களும், பிள்ளைமார்களும், வாண்டையார்களும், நாடார்களும், படையாச்சிகளும்தான் இருக்கப்போகிறார்களா என்ன? எல்லோரும் ஓர் குலம் எல்லோரும் ஓர் இனம் என்பதெல்லாம் வெறும் கவிதைப் பொருள்தானா?

தமிழ்நாட்டை விட்டு ஓடிவிட வேண்டும் எங்கே? பம்பாய்க்கு, டெல்லிக்கு, கல்கத்தாவுக்கு? இந்தியா பெரிய நாடு. அவனுக்கு இடம் இருக்காதா? எல்லா இடங்களிலும் இப்படி இருக்காது என்பது என்ன நிச்சயம்?

"என்னடா சொல்றே? மசமசன்னு இருக்காதே புறப்படு!" என்றார் இஞ்ஜினீயர்.

"அப்பா சொல்றபடி வயல்ல வேலை செய்யறதே தேவலைன்னு தோணறது!" என்றான் கேசவன்.

"நன்னாயிருக்குடா நீ சொல்றது. நீ வயல்ல வேலை செய்யப் போனா, குடியானவன் உன்னைச் சும்மா விட்டுடுவானா? வெட்டிப் போட்டுடுவான். என்ன நீங்க அப்படியா சொன்னேள்?" என்று அவர் அப்பாவைக் கேட்டார்.

"ஆமாம். நாம் எந்த அளவுக்கு நம்ம பிராமண தர்மத்தைக் காப்பாத்திண்டு வர்றோம். ஏழு வீட்டுக்குப் போய் பிச்சை எடுக்கிறோமா? பிராமணன் சேமிச்சு வைக்கக் கூடாதுன்னு வேதம் சொல்றது. நாம் பேங்கில பணம் போடாம இருக்கிறோமா? நேத்திக்கு என் அத்தான் பேரன் என்னைப் பாக்க வந்தான். "எங்கேடா வேலையில் இருக்கேன்னேன். பாட்டான்னான். செருப்புக் கடை. செருப்புக் கடையில் வேலை செய்யலாம். வயல்ல வேலை செய்யக் கூடாதோ?" என்றார் அப்பா.

"நீங்களும் வரவரப் பெரியாரோட சிஷ்யரா ஆயிண்டு வரேள் போல இருக்கே!" என்றார் இஞ்ஜினீயர் சிரித்துக் கொண்டே.

"நான் யாரோட சிஷ்யனும் இல்ல. நம்மால கால வெள்ளத்துக்கு முன்னால் எதிர்நீச்சல் போட முடியாதுன்னு எனக்குப் பட்டது. சொன்னேன், அவ்வளவுதான்!"

"நீங்களே பிராமணாளைத் தூஷிக்கிற மாதிரி இருந்தது. அதுக்காகத்தான் நான் கேட்டேன். நீங்க பெரியாரோட சிஷ்யரா மாறிண்டு வர்றேளான்னு?"

"தூஷிக்கிற மாதிரி என்ன, தூஷிச்சேன்! அன்னிக்கு அந்த வேலைக்காரப் பொண் கையைப் பிடிச்சு இழுத்தானே அந்த வக்கீல். இன்னிக்கு என்னவாயிருக்கான். அவன்தான் நம்ம எம்.எல்.ஏ. தியாகியாம். ஜெயிலுக்குப் போனானாம். கோவில் பணத்தை வாரியிறைச்சு தேர்தலுக்கு நின்னான். இதைப் பத்தியெல்லாம் பேசாதீங்கோ. பேசாமல் இருப்பதுதான் உத்தமம்!" என்றார் அப்பா விரக்தி மேலிட்ட குரலில்.

"அப்போ கேசவன் திருச்சினாப்பள்ளி போக வேண்டாங்கிறேளா?"

"பேஷா போய்ப் பார்க்கட்டும். வேலை கிடைச்சா சரி. கிடைக்கலைன்னா நாக்கை நம்பியிருக்கிறதைக் காட்டிலும் கையை நம்பியிருன்னேன், அவ்வளவுதான்!" அப்பா எவ்வளவு மாறிவிட்டார் என்பது கேசவனுக்கு ஆச்சரியமாக இருந்தது. நெஞ்சில் நேர்மையும் நாணயமும் இருந்தால் இப்படித்தான் மாற வேண்டுமென்பது காலத்தின் கட்டாயமாகவுமிருக்கலாம்.

இஞ்ஜினீயர் போய்விட்டார். சாப்பிட்ட பிறகு வாசல் திண்ணையில் படுத்துக்கொள்ளப்போன பெரியப்பா அவனையும் வாசலுக்கு வரும்படி கூப்பிட்டார். இதைப்பற்றி விவாதிக்கத் தான் என்று கேசவனுக்குப் பட்டது.

"என்ன செய்யப் போறே?" என்றார் பெரியப்பா.

"நீங்க என்ன சொல்றேள்?"

"காலேஜ் வேலை நல்ல வேலைதான். கவர்மண்ட் வேலைக்குப் போனால் காயடிச்சிடுவான். ஆனால், உன்னால வயலுக்குப் போய் வேலை செய்ய முடியாது. அதெல்லாம் வீண் பேச்சு."

"வேலை கிடைக்குமா?"

"போய்ப் பாரேன். ஒண்ணு சொல்லுவேன். வாழ்க்கையில நீயாத் தேர்ந்தெடுத்து அதனால ஏற்படற எந்த அனுபவத்துக்காகவும் வருந்தக் கூடாது. நான் அந்தக் காலத்திலேயே படிச்ச படிப்புக்கு கவர்ன்மெண்ட் உத்தியோகத்துக்குப் போயிருந்தா ராவ் பகதூரோ, பகல் பகதூரோ பட்டம் வாங்கி பென்ஷன் வர்ற சுகத்தில... பென்ஷன்கூட எனக்கு வேணாம்.

அவ்வளவு சொத்து இருந்தது. ஸ்வீகாரத்தில் வந்த சொத்து. சௌக்கியமா இருக்கிறதா நெனச்சுண்டு, ஈஸிச் சேர்ல கூடத்துல உட்கார்ந்துண்டு பேரன் பேத்திகளோட கொஞ்சிண்டு இருந்திருக்கலாம். ஆனா அப்படி நேரல்லயேன்னு நான் வருத்தப் படல. எனக்கேற்பட்ட அனுபவங்களையெல்லாம் இப்போ நெனச்சுண்டு அசை போட்டுண்டு இருக்கேன். சந்தோஷமாகத் தான் இருக்கு. ஒரு காலத்தில் பட்ட கஷ்டங்களையெல்லாம் பின்னால நெனச்சுப் பாக்கிறப்போ சுவாரஸ்யமா இருக்கு. சலனம் ஏற்படாத வாழ்க்கை, வாழ்க்கையே இல்லை" இவ்வாறு சொல்லிவிட்டு அவர் கண்களை மூடிக்கொண்டார். நினைவுச் சுகத்தில் அவர் இளைப்பாறுகிறார் என்று அவனுக்குத் தோன்றியது. அவன் எழுந்து உள்ளே சென்றான்.

அன்று இரவு போட் மெயிலில் திருச்சினாப்பள்ளிக்குப் புறப்பட்டுப் போனான். அப்பாவின் சிநேகிதருடைய வீடு தென்னூரில் இருந்தது. பெரிய வீடு, தோட்டம். அவன் உள்ளே போய் திறந்திருந்த வாசற்கதவருகே நின்றுகொண்டு சார் என்று கூப்பிட்டான்.

ஒரு வேலைக்காரன் வந்தான். "நான் கும்பகோணத்தில் இருந்து வர்றேன். ஐயாவைப் பாக்கணும். என் பேரு கேசவன்."

வேலைக்காரன் சுவர் அருகில் இருந்த படிக்கட்டு வழியாக ஏறி மாடிக்குச் சென்றான்.

சிறிது நேரம் கழித்து வந்து, "ஐயா உங்களை மேலே வரச் சொன்னாங்க."

நேற்று காவிரிக்கரையில் இஞ்ஜினீயரைச் சந்தித்தவர் நேற்றே திரும்பிவிட்டார் என்றால் காரில் போய் வந்திருக்க வேண்டுமென்று கேசவனுக்குத் தோன்றியது. வாசலில் ஒரு டாட்ஜ் நின்றுகொண்டிருந்தது.

மாடி ஏறிச் சென்றதும் ஒரு திறந்த வெளி. அதைத் தாண்டி யதும் தடுப்புச் சுவர் ஏதும் இல்லாத கூரை வேய்ந்த ஒரு கூடம். அதற்கு அப்பால் அறைகள். இஞ்ஜினீயர் நண்பர் கூடத்தில் மரக்கட்டிலில் சயனித்திருந்தார். சயனித்திருந்தார் என்று சொல்ல முடியாது. தலையணைக் குவியலில் சாய்ந்திருந்தார். நல்ல சிவந்த மேனி. வயது அறுபதுக்கு மேல் இருந்தாலும் கட்டுக் குலையவில்லை. தலையில் நரை மயிர் ஆங்காங்கே ஓரிரண்டு ஒளிர்ந்தது. அவர் கால்களை – அவர் மனைவியாக இருக்க வேண்டுமென்று தோன்றியது – பிடித்துவிட்டுக்கொண்டிருந்தாள்.

"வா தம்பி, உன் பேர் கேசவனா?"

"ஆமாம்."

அவர் உட்கார‌ச் சொல்வார் என்று எதிர்பார்த்தான். அவர் சொல்லவில்லை. உட்காரவும் இடமில்லை. உட்கார்ந்தால் தரையில்தான் உட்கார்ந்தாக வேண்டும்.

"நீ பிராமணப் பிள்ளையாக இருந்தும் ஏன் தமிழ் படிச்சே?"

"தமிழ்ல ஈடுபாடு."

"எங்கே திருக்குறள்ல 78ஆவது அதிகாரத்தில் ஆறாவது குறள் சொல் பார்ப்போம்."

கேசவன் பேசாமல் இருந்தான்.

"தெரியாதா?"

"என்ன நீங்க, வந்த பிள்ளையை இப்படி விரட்டறீங்க? உங்க மாதிரி எல்லோரும் நல்லாப் படிச்சவங்களா இருக்க முடியுமா?" என்றாள் அவர் மனைவி, குரலில் பெருமை இழைந்தோட!

"என் பேரன் சொல்வான் தம்பி. எல்லாம் சின்னப் பிள்ளையில் இருந்து ஒரு பயிற்சி வேணும். என் பேரனைக் கூப்பிட்டுச் சொல்லச் சொல்லவா?"

"அவன் பள்ளிக்கூடம் போகத் தயாரா இருப்பான். அவனைத் தொந்தரவு செய்யாதீங்க!" என்றாள் அவர் மனைவி.

"திருக்குறள் படிச்சிருக்கியா?"

"ஏதோ கொஞ்சம்."

"திருமுருகாற்றுப் படை ஆசிரியர் யார்?"

"நக்கீரர்."

இன்டர்வியூ அவர் வீட்டிலேயே நடப்பதுபோல அவனுக்குப்பட்டது. அவர் சிறிது நேரம் பேசாமல் இருந்தார்.

"சரி, பிடிச்சது போதும். தம்பிக்கும் எனக்கும் கேழ்வரகுக் கஞ்சிகொண்டு வரச் சொல்லு."

"இல்லே எனக்கு வேணாம்."

"கேழ்வரகு பிடிக்காதோ? உடம்புக்கு நல்லது, குடி தம்பி!"

கேழ்வரகு கஞ்சி வந்தது. கஷ்டப்பட்டுக் குடித்தான்.

"சரி, நான் போன் பண்ணிச் சொல்லிடறேன். நாளைக்குப் போய் சுதர்ஸன் ஐயங்காரைப் பாரு."

"சுதர்ஸன் ஐயங்கார்?"

வேர்ப்பற்று

"ஆமாம். அவர்தான் காலேஜ் கரஸ்பான்டென்ட். நாமம் போட்டுக்கிட்டுப் போ."

"எனக்கு அதில் நம்பிக்கை இல்ல!"

"வேலையை வாங்கிட்டு அழிச்சிட்டுப் போ!"

"எனக்கு நம்பிக்கை இல்லாததை இருக்கிறமாதிரி காட்டிக்கிறது நல்லாப் படல. அந்த அளவுக்கு. . ."

"சரி. . . அவர் வேலை கொடுக்காட்டி என்னைத் திட்டாதே!"

"உங்களை எதுக்குத் திட்டணும். நீங்க எனக்கு நல்லது செய்ய விரும்பறீங்க, அப்படி இருக்கறப்போ. . ."

"தோ, பாரு தம்பி. இந்தக் காலேஜ் கரஸ்பான்டென்ட் இருக்காரே அவர் ஒரு மாதிரி. நான் சொன்னா ஒரு திராவிடக் கழக ஆளுக்குக்கூட வேலை கொடுப்பாரு. ஆனா பிராமணப் பையனா இருந்திட்டு அனுஷ்டானம் இல்லைன்னா, மனுஷனுக்கு ரொம்பக் கோபம் வந்துடும். அதனாலதான் சொல்றேன், நாமம் போட்டுக்கிட்டுப்போ. வேலை சேர்ந்த பிறகு. . ."

"என்னால் அது முடியாது."

"அப்போ இன்னொண்ணு செய்யறியா! செய்ன்ட் ஜோசப் காலேஜ்ல வேலை வாங்கித் தர்றேன். அங்கே ஜோசப் ராஜ கோபால்னு ஒருத்தர் இருக்காரு. அவர் சொன்னா வேலை கிடைக்காமப் போகாது. ஆனா ஒரு கண்டிஷ்ன்."

"என்ன?"

"அவரு ஐயங்கார். கன்வர்ட்டட் கிறிஸ்டியன். அவரோட மகளுக்கு மருமகன் தேடிக்கிட்டிருக்காரு. பையனும் ஐயங்கார். கன்வர்ட்டட் கிறிஸ்டியனா இருந்தா பரவாயில்லன்னு பாக்கறாரு. பரவாயில்லை. உனக்கு பிராமணனா இருக்கப் பிடிக்கலைன்னா கிறிஸ்டியனா மாறிடேன். உங்கப்பா சம்மதிப்பாரா? ஆனா நிச்சயமா வேலை கிடைக்கும்."

கேசவன் பேசாமல் இருந்தான்.

"என்ன சொல்ற தம்பி?"

"அப்பா சம்மதிப்பாரா மாட்டாராங்கிற விஷயமில்ல இது. எனக்கே சம்மதமில்லை."

"உனக்கு மதத்திலே நம்பிக்கை இல்லையா?"

"இது மதம் சம்பந்தப்பட்ட விஷயமும் இல்லை. கல்யாணம் செய்துக்கிறதுங்கிறது இவ்வளவு சுலபமான விஷயம்னு நீங்க நினைக்கிறீங்களா?"

அவர் அவனை மௌனமாக உற்றுப் பார்த்தார். "எனக்கு எவ்வளவு வயசிருக்கும்னு நீ நினைக்கிற?"

"அம்பது."

அவர் முகம் பிரகாசமடைந்தது. "இல்ல, அறுபத்தெட்டு. எனக்குக் கல்யாணம் ஆறப்போ வயது பதினாறு. இவளுக்குப் பத்து. ஐம்பத்திரண்டு வருஷமா சந்தோஷமா குடித்தனம் நடத்தறோம். பெரியவங்க பாத்து வைச்சு நடத்தின கல்யாணம் தான். குறைஞ்சா போயிட்டோம்? நீ சீர்திருத்தவாதிங்கிறே. கலப்பு மணம் பண்ணிக்க. நான் முன்னால நின்று பண்ணி வைக்கிறேன். பொண்ணு அழகா இருக்கும். இண்டர்மீடியட் படிக்குது. கல்யாணத்துக்கும் கல்யாணம், வேலைக்கும் வேலை" என்றார் சாய்ந்த நிலையில் இருந்து கம்பீரமாக எழுந்து உட்கார்ந்து கொண்டு.

"மன்னிச்சுக்குங்க, நான் இப்ப கல்யாணத்தைப் பத்தி யோசிக்கலை."

அவர் கட்டிலில் இருந்து இறங்கினார். தோளில் கை வைத்துப் புன்னகை செய்தார். எதற்குப் புன்னகை செய்கிறார் என்று அவனுக்குப் புரியவில்லை.

"தம்பி, நீ நாமமும் போட்டுக்க மாட்டேங்கிற. ஞானஸ்நானமும் வேணாங்கிற. உனக்கு எப்படி வேலை கிடைக்கும்னு சொல்லு. கொள்கைகள் இதெல்லாம் மத்தவங்களுக்குச் சொல்லத்தான். நாம கடைப்பிடிக்க இல்லை. காந்தி கடைப்பிடிச்சாரு. என்ன ஆச்சு? சுட்டாங்க. பேசாம, சொல்றேன் கேளு, நாமம் போட்டுக்கிட்டுப் போ. காயத்ரி சொல்லு. உடனே வேலை. அதான் என்னால சொல்ல முடியும்" என்றார் அவர்.

"சரி" என்றான் கேசவன்.

அவன் இசைந்தது அவருக்குச் சிறிது ஆச்சரியத்தைத் தந்தது போலிருந்தது.

"அதான் பொழைக்கிற பிள்ளைக்கு அடையாளம்!" என்றார் சிரித்துக்கொண்டே.

அடுத்த நாள் அவன் சுதர்ஸன் ஐயங்காரைப் பார்க்கப் போனான். ஐயங்காருக்கு வயது ஐம்பது இருக்கலாம். தலையில் ஜரிகைத் தலைப்பாகை. பட்டு வேஷ்டியைப் பஞ்சகச்சமாகக்

கட்டியிருந்தார். நாமம் பளிச்சிட்டது. கேசவன் இஞ்ஜினீயருடைய நண்பரிடம் நாமம் போட்டுக்கொண்டு போவதாகச் சொன்னானே தவிர அவன் போட்டுக்கொள்ளவில்லை. காயத்ரியையும் சொல்லவில்லை. ஐயங்கார் அவனை ஏற இறங்கப் பார்த்தார்.

"ஹூம்... உன் பேரு கேசவனா?" என்று உறுமினார்.

இதுதான் அவருடைய இயல்பான குரலாக இருக்க வேண்டும்.

"ஆமாம்."

"எம்.ஏ. தமிழா?"

"ஆமாம். ஃபர்ஸ்ட் கிளாஸ்."

"உனக்குக் கும்போணமா?"

"ஆமாம்."

அவன் தன் அப்பாவின் பேரைச் சொன்னான்.

"அவர் பிள்ளையா நீ. பாழும் நெத்தியோட வந்து நிக்கற. எங்கே பெருமாள் திருமொழியில் ஒரு பாட்டு சொல்லு பாப்போம்."

கேசவன் தனக்கு மிகவும் பிடித்த அந்தப் பாட்டைச் சொன்னான்:

முழுதும் வெண்ணையளைந்து தொட்டுண்ணும்
முகிழிவிஞ் சிறு தாமரைக் கையும்
எழில் கொள் தாம்பு கொண்டடிப்பதற்கு என்கு
நிலையும் வெண்தயிர் தோய்ந்த செவ்வாயும்
அழுகையும் அஞ்சி நோக்கும் அந்நோக்கும்
அணிகொள் செஞ்சிறுவாய் நெளிப்பதுவும்
தொழுகையும் இலை கண்ட அசோதை
தொல்லையின் பத்தி றுதி கண்டாளே!

"பேஷ் பேஷ் நல்ல பாட்டு. நன்னா சொல்றே. சரி, நான் பிரின்ஸிபாலுக்குப் போன் பண்ணிச் சொல்றேன். இன்னிக்கு வேணாம், நாள் நன்னால்ல. நவமியும் அதுவுமாவா? எப்படி என்னைப் பாக்க வந்தே. நாளைக்கு வேலைல சேரு. திருமண் இட்டுக்கோ. திருமண் பிடிக்கலைன்னா ஸ்ரீசூர்ணம் மட்டும் இட்டுக்கோ. நம்ம வைஸ் – சான்ஸிலர் லட்சுமண சாமி முதலியார். அண்ணா, ஸர். ராமசாமி முதலியார். அவர் முகத்தைப்

இந்திரா பார்த்தசாரதி

பாத்திருக்கியா. முகத்துக்குத் தேஜஸ்ஸா ஸ்ரீசூர்ணம் இட்டுண்டு இருப்பார். ஜஸ்டிஸ் பார்ட்டிதான் அவர். நெத்திக்கு இட்டுக்காம இல்லியே? சரி. உனக்குக் காயத்ரி தெரியுமா? சொல்லு."

அவன் சொன்னான்.

"நாளைக்குப் போய் வேலைல சேரு."

கடைசியாகக் கேசவனுக்கு வேலை கிடைத்தது பிராமணனாப் பிறந்ததனால். ஐயங்கார் வகுப்பைச் சேர்ந்தவன் என்பதால். நடாதூர் ஐயங்காருடைய பிள்ளை என்ற காரணத்தினால். காயத்ரியும், பெருமாள் திருமொழியும் சொல்லத் தெரிந்தது என்பதால்.

வேலைக்குச் சேர்ந்ததற்கு அடையாளமாகப் பதிவேட்டில் கையெழுத்திட்ட கேசவன், ஆசிரியர் அறையில் இடிந்துபோய் உட்கார்ந்திருந்தான். 'சாதிகள் இல்லையடி பாப்பா' என்று சொன்னவன் போனது, அவனுக்கு நல்லதுதான்.

இதுதான் சுதந்திர இந்தியா.

2